ग्रामीण साहित्य : स्वरूप आणि समस्या

आनंद यादव

मेहता पब्लिशिंग हाऊस

Please contact us at **Mehta Publishing House,** Pune 411030.
✆ +91 020-24476924 / 24460313 / Mob. No. 9545000513
Email : production@mehtapublishinghouse.com
Website : www.mehtapublishinghouse.com

- *या पुस्तकातील लेखकाची मते, घटना, वर्णने ही त्या लेखकाची असून त्याच्याशी प्रकाशक सहमत असतीलच असे नाही.*

GRAMIN SAHITYA : SWARUP ANI SAMASYA by ANAND YADAV

ग्रामीण साहित्य : स्वरूप आणि समस्या : आनंद यादव / संदर्भ ग्रंथ

Email : author@mehtapublishinghouse.com

मराठी पुस्तक प्रकाशनाचे हक्क : मेहता पब्लिशिंग हाऊस, पुणे.

प्रकाशक : सुनील अनिल मेहता, मेहता पब्लिशिंग हाऊस,
१९४१, सदाशिव पेठ, माडीवाले कॉलनी, पुणे – ४११०३०.

मुद्रक : ट्रिनिटी अ‍ॅकॅडमी फॉर कॉर्पोरेट ट्रेनिंग लिमिटेड

मुखपृष्ठ : जयंत पाटील

प्रकाशनकाल : १९७९ / १९८४ / जुलै, १९९३ / पुनर्मुद्रण : ऑगस्ट, २०१६

किंमत : ₹ १९५

P Book ISBN 9788171612680
E Book ISBN 9789386454409
E Books available on : amazonkindle Apple Books Google Play Books

प्रा. स. शि. भावे यांस...
मित्रा,
तुझ्याशी होणाऱ्या वाङ्‌मयीन चर्चांतून
मी स्वत:ला
कितीतरी घडवीत गेलो.

... आनंद यादव

‘स्वरूप’ समजून देण्यापूर्वी–

ग्रामीण साहित्याचे वाचन करीत असताना अनेक प्रश्न मनात उद्‌भवत होते. १९६५-६६ पासून वेळोवेळी त्यांची टिपणेही वहीत करीत होतो. प्रसंगपरत्वे पुष्कळ स्फुट लेखही लिहिले, अनेक निमित्तांनी विचार मांडले. त्यांनाच आलेले हे ग्रंथरूप.

या ग्रंथातील लेखणे वेळोवेळी केलेली असल्यामुळे काही विचारांची त्यात पुनरावृत्ती होणे स्वाभाविकच आहे. त्या त्या वेळी लिहिलेला लेख विचारांचे एक परिमाण म्हणून तेवढ्यापुरता परिपूर्ण होण्याची आवश्यकता असते. या लेखांचा कालसंदर्भही लक्षात घेऊन वाचणे आवश्यक आहे.

त्या त्या वेळी लेख लिहिताना ‘समग्र विचार करणाऱ्या ग्रंथाची कल्पना’ मनात नसते; असणेही शक्य नसते. वास्तविक या लेखांच्या आधारे व माझ्याजवळील आणखी काही टिपणांच्या आधारे सलग असा एक ग्रंथ लिहिता येणे शक्य आहे. पण आता सर्व बाजूंनी वैयक्तिक व्याप लक्षात घेता हे जमेल असे वाटले नाही म्हणून आहे त्या स्वरूपातच हे लेखन ग्रंथरूपाने प्रसिद्ध करीत आहे. अशा ग्रंथाची अनेक दृष्टींनी निकड वाटली हेही त्याचे कारण आहे.

प्रा. गो. म. कुलकर्णी यांनी वेळात वेळ काढून चिकित्सक आणि मार्मिक प्रस्तावना लिहिली. त्यांचा समीक्षाक्षेत्रातील अधिकार लक्षात घेता मला ती या ग्रंथाचे भूषण वाटते.

– आनंद यादव

प्रस्तावना

ग्रामीण साहित्य : दिशा आणि अपेक्षा

डॉ. आनंद यादव यांच्या 'ग्रामीण साहित्य : स्वरूप आणि समस्या' या ग्रंथाचे स्वागत करताना मला मन:पूर्वक आनंद वाटत आहे. यादवांसारख्या प्रतिष्ठा पावलेल्या समर्थ आणि आत्मरंगी लेखकाला औपचारिक स्वरूपाच्या कुठल्याही स्वागताची गरज नाही. या स्वागताचा अन्वय आहे, तो ग्रामीण साहित्याबद्दल आस्था बाळगणाऱ्या वाचकांकडे.

'ग्रामीण साहित्य' ही संज्ञा रूढ होऊन आता कितीतरी काळ लोटला. 'ग्रामीण' या विशेषणाने अधोरेखित झालेले साहित्यही आता विपुल प्रमाणात निर्माण होत आहे, तथापि या साहित्याच्या प्रेरणा, स्वरूप किंवा समस्या यांचे सविस्तर उपपादन करणारी समीक्षाकृती आजही उपलब्ध नाही. ग्रामीण साहित्याच्या तुलनेने कितीतरी मागून आलेल्या (आणि तिखट झालेल्या) 'दलित साहित्या'वर बघता बघता दहा-पाच ग्रंथ पैदा व्हावेत आणि ग्रामीण साहित्याचा परामर्श घेणारा एकही ग्रंथ आजवर उपलब्ध होऊ नये, हे चमत्कारिक नव्हे काय? दलित साहित्याच्या समीक्षेला चढलेल्या भरतीची संगती लावणे अवघड नाही, पण ग्रामीण साहित्यसमीक्षेच्या तीव्र उपेक्षेची कारणे मात्र नीटशी न उमगणारी; ग्रामीण साहित्य हे पृथगात्म न मानता मध्यवर्ती मराठी साहित्याचीच एक रेषा मानली गेल्याचा हा एक परिणाम असावा. कारणे कोणतीही असली तरी या साहित्याची समीक्षादृष्ट्या आबाळच झाली, या वस्तुस्थितीत फरक पडत नाही. ग्रामीण साहित्याला चांगला टीकाकार

किंवा भाष्यकार न मिळाल्याची तक्रार खुद्द यादव यांनीच या ग्रंथात एक-दोन ठिकाणी नोंदविलेली आहे. अखेर यासंबंधीची निकड लक्षात घेऊन यादव यांनी स्वत:च पुढाकार घेण्याचा निश्चय केल्याचे या ग्रंथाच्या उपक्रमावरून जाणवते. प्रस्तुत ग्रंथाच्या शेवटी यादवांनी होतकरू ग्रामीण लेखकांना, इतरांच्या तोंडाकडे पाहत न बसता, स्वावलंबी बनण्याचा जो आदेश दिला आहे, त्या आदेशाच्या अंमलबजावणीची सुरुवात त्यांनी येथे स्वत:पासूनच केल्याचे दिसते. ग्रामीण साहित्याच्या क्षेत्रातील एका सर्जनशील व्यक्तीने घेतलेला हा पुढाकार अनेक दृष्टींनी महत्त्वाचा आहे.

ग्रामीण साहित्याच्या विकासाला यादवांनी आजवर विविध प्रकारे बराच हातभार लावलेला आढळतो. या साहित्यातील प्रेरणा, प्रक्रिया आणि प्रयोग यांचे स्वानुभवाच्या आणि इतरांच्या संदर्भात त्यांनी दीर्घकाळ चिंतन-मनन केले असल्याची ग्वाही या ग्रंथातून वारंवार मिळते. आजवर यादव अव्वल दर्जाचे एक ललितलेखक म्हणून ख्यात आहेत; धारदार, पण सहृदय वृत्तीचा आणि स्वतंत्र विचारांचा समीक्षक या नात्याने त्यांची मराठी विश्वाला आता ओळख होत आहे. यादव ग्रामीण स्वरूपाच्या ललितलेखनाकडे अंतरीच्या उमाळ्यानेच वळले हे तर खरेच, पण उपलब्ध ग्रामीण साहित्याच्या थिटेपणाची खंत किंवा खदखदही यामागे कुठेतरी आहे. यादवांची ग्रामीण साहित्यविषयक समीक्षा ग्रंथरूपाने आज समोर येत असली तरी त्यांच्या ठिकाणी ही वृत्ती मुळातच नांदत आलेली आहे. प्रस्तुत ग्रंथातील लेखांचा कालखंड लक्षात घेतला तरी समीक्षावृत्तीचा हा झरा मूळचाच असल्याची साक्ष पटते.

‘ग्रामीण साहित्य : स्वरूप आणि समस्या’ या नावाने प्रकट होणाऱ्या या ग्रंथात यादवांनी वेळोवेळी आणि वेगवेगळ्या निमित्तांनी केलेल्या ग्रामीण साहित्यविषयक स्फुट विचारांचे, चिंतनांचे, निवेदनांचे, भाषणांचे एकत्रित दर्शन होते. यातील पहिला लेख १९६८ मधील असून शेवटचा १९७९ मधील आहे. सुमारे एक तपाच्या या कालावधीतीलच नव्हेत तर ग्रामीण साहित्याच्या उद्भवापासून तो आजतागायत या प्रांतात ज्या घडामोडी झाल्या त्या त्यांच्या फलश्रुतीसकट येथे ग्रंथित झाल्या आहेत. इतिहासकथनात्मक, आत्मचिंतनपर, तात्त्विक आणि मार्गदर्शनयुक्त असे त्यांचे स्थूल वर्गीकरण करता येईल. विविध कारणांनी आणि विविध उद्दिष्टांनी हे लेखन सिद्ध झालेले असल्यामुळे एकटाकी ग्रंथातील सुसूत्रता किंवा बंदिस्तपणा या ग्रंथात स्वाभाविकपणे आढळणार नाही, यात बरेच उंचसखलपणही डोकावते. येथील विवेचन मागेपुढे हिंदकळत राहते. पण साकल्याने विचार केल्यास यातून ग्रामीण साहित्याचे रंगरूप, उद्‌गमविकास, प्रेरणाप्रयोजने, व्याप्ती आणि खोली, महत्त्व आणि मर्यादा ठळकपणे स्पष्ट होतात. या साहित्याच्या आकलन-आस्वादनात निर्माण होणाऱ्या अडचणी, अडसर आणि ते दूर करण्याची दिशाही सूचित होते.

लेखकाचा या विषयाचा जिव्हाळा आणि पोटतिडीक सर्वत्रच भरलेली आहे. लेखकाने येथे निष्ठेने एका शोधयात्रेचे प्रस्थान ठेवल्याचे जाणवते. शोधाची दिशा कधी बहिर्मुख असते तर कधी अंतर्मुख. लेखकाचे विवेचन कोणाला क्वचित खारट-तुरट, एकांडे वाटण्याचाही संभव. लेखकाची परिस्थितीबद्दलची व्यथा कधी कधी तीव्रपणे उफाळून येते. या साहित्याबद्दलच्या कळकळीतूनच हे सारे उद्भवते. या साहित्यावर असलेल्या लेखकाच्या नितांत प्रेमाचीच ही निशाणी.

आजची साहित्यसमीक्षा मुख्यत: 'कलावादी' आणि 'जीवनवादी' अशा दोन गटांत विभागली गेली आहे. मर्ढेकरप्रणीत कलावादाचा एक खोल ठसा यादवांच्या वृत्तिविचारांवर उमटलेला दिसतो. कलेचे स्वयंभूषण मानणाऱ्या या आकृतिवादी प्रणालीला 'सामाजिक'तेचे वावडे असल्याचा बोलबाला आहे तर याच्या उलट सामाजिक-सांस्कृतिक संदर्भाशिवाय ग्रामीण साहित्यविचाराचे पानही हलू शकत नाही. एखाद्या दुसऱ्या ग्रामीण कलाकृतीचा विचार या संदर्भाशिवाय सुटेपणे करता येईल, पण ग्रामीण साहित्याचे सारे विश्व साकार करताना, मूलात्म पद्धतीने त्यांचा वेध घेताना, या सांस्कृतिक संदर्भाचा परामर्श अपरिहार्यच ठरतो. यादवांनी या साऱ्याचे योग्य ते अवधान बाळगले आहे. ग्रामीण साहित्यविचारात कलात्मक कसोटीचा त्यांना विसर पडत नाही, पण ही कसोटी आणि ग्रामीण साहित्याशी संबंधित असलेला सामाजिक संदर्भ यांची युती साधण्याकडे त्यांचा प्रयत्न असतो. प्रामाणिक कलादृष्टी आणि प्रामाणिक समाजपरता यांची सोयरीक जुळणे, शक्य व इष्ट असल्याचा त्यांचा विश्वास आहे. 'साहित्याला कलास्वादाच्या पातळीवर एक कलावस्तू म्हणून स्थान असतेच. शिवाय ती एक सामाजिक वस्तूही असल्याने त्या संदर्भातही साहित्याला महत्त्व प्राप्त होते' (ले. क्र. १३) यासारखे यादवांचे उद्गार याचेच निदर्शक. ग्रामीण साहित्याचे स्वरूप आणि त्यातील समस्या स्पष्ट करताना एतद्विषयक सांस्कृतिक समस्यांकडेही यादवांनी पुन:पुन्हा वाचकांचे आवर्जून लक्ष वेधले आहे ते यासाठीच. ग्रामीण साहित्यात निर्माण झालेल्या आवर्ताशी, कोंडीशीही त्याचा संबंध आहेच. सामाजिक-सांस्कृतिक स्थितीचे अभिरुचिदृष्ट्या उन्नयन होण्यावर कलेची प्रगल्भ निर्मिती काही एका प्रमाणात तरी अवलंबून असतेच. केवळ आक्रोशाची राळ न उठविता, विधायक अंगाने या साऱ्यांचा यादव ऊहापोह करतात, समाचार घेतात. साहित्य-संस्कृतीच्या क्षेत्रात यासंबंधीच्या हालचाली युद्धपातळीवरील गतीने व्हाव्यात, असे त्यांना कधीकधी वाटते. यामुळे प्रसंगी आपली एरवीची निखळ कलावादी भूमिकाही थोडी दूर गेली तरी त्याची त्यांना पर्वा वाटत नाही. इथला सारा आकांत त्यांना इतका अस्वस्थ करतो. असह्य वाटतो.

ग्रामीण साहित्याचा कस न वाढणाऱ्या कारणांचा मागोवा घेऊ गेल्यास त्यांची

पाळेमुळे आपल्या दीर्घकालीन समाजव्यवस्थेशी येऊन भिडतात. शतकानुशतकांच्या चातुर्वर्ण्य पद्धतीने समाजाचे कप्प्याकप्प्यांत विभाजन केले आहे. समाजघटकांतील परस्पर अभिसरणच त्यामुळे दीर्घकाल थांबले आहे. संस्कृतीचे ध्रुवीकरण झाल्यामुळे बहुजन समाजाचे उच्चवर्गीय संस्कृतीशी जिव्हाळ्याचे संबंध उरले नाहीत. उच्चवर्णियांची संस्कृती आणि बहुजन समाजाची संस्कृती हवाबंदपणे आपापल्या जगात वावरत आहेत. ब्रिटिश राजवटीत हा दाटलेला अंधार काहीसा हलल्यासारखा झाला, पण यापलीकडे अधिक काही झाले नाही. स्वातंत्र्यप्राप्तीनंतर या परिस्थितीत काही मूलगामी बदल होतील, ही अपेक्षाही दुर्दैवाने अद्यापि सफल झालेली नाही. लोकशाहीच्या या जमान्यात ग्रामीण परिसरात काही स्थित्यंतरे घडली आहेत शिक्षणाचा प्रसार वाढला आहे. दळणवळणाची साधने विकास पावली आहेत. खेडूत माणसाचा यंत्रतंत्राशी थोडाथोडा परिचयही होऊ लागला आहे. मुख्य म्हणजे ग्रामीण परिसरात आजवर वावरणाऱ्या बहुजन समाजातील काही व्यक्तींना राजकीय पुढारीपण प्राप्त झाले आहे. सत्तेचे केंद्र शहराकडून खेड्याकडे सरकत आहे; परंतु या जनसत्तेचा, संपत्तीचा किंवा तदनुषंगिक संस्कृतीचा अभिजात स्पर्श बहुजन समाजाला अद्यापि झालेला नाही. अंध अजून अंधारातच बसले आहेत आणि उजाडले– पण सूर्य कुठे आहे? हा प्रश्न अनुत्तरितच राहिला आहे. ग्रामीण साहित्याची संख्यात्मक वाढ होऊनही गुणात्मकदृष्ट्या यामुळेच ते मागे मागे रेंगाळत राहिले आहे. या साहित्याला जी गती मिळाली आहे ती अद्यापि फार मंद, स्थूल आणि बहिर्मुख स्वरूपाची आहे. नवसाहित्य आणि खऱ्या अर्थाने अंकुर फुटलेले ग्रामीण साहित्य यांचा जन्मकाळ जवळजवळ एकच (सुमारे १९४०) असूनही या दोन साहित्य प्रवाहांत एकंदरीने खूपच तफावत आढळते.

कारण आपले ग्रामीण साहित्य बहुजन समाजाच्या स्फूर्तीतून जन्माला आलेले नसून ती एक पांढरपेशांनी, पांढरपेशांकरिता निर्माण केलेली टूम आहे. तिचा निर्माता आणि भोक्ताही मुख्यत: हाच वर्ग आहे. प्रस्तुत संग्रहातील ‘रविकिरण मंडळकालीन कविता’ या लेखात तथाकथित ग्रामीण साहित्याची उगमस्थळे स्पष्ट होतात. मराठी ललित साहित्यात ग्रामजीवन लोकप्रिय झाले ते आधुनिक कवींच्या ‘जानपद’ कवितांमार्फत. या आधुनिक कवींनी ग्रामजीवनाची किंवा तेथील निसर्गाची भेट थेटपणे न घेता, ती इंग्रजीतील ‘Pastoral Poetry’च्या माध्यमातून घेतली ही वस्तुस्थिती बोलकी आहे. केशवसुतांसारख्या कवीलाही जे खेडे भावते ते वास्तवातले खेडे नसतेच. ते खेडे म्हणजे केशवसुतांच्या कल्पनारम्य वृत्तीचे एक प्रतीक ठरते. दीर्घकालपर्यंत ग्रामीण जीवनाकडे एका सांकेतिक भूमिकेतून दूरस्थपणे पाहिले गेले. मनोरंजनाचा किंवा स्वप्नरंजनाचा एक आकर्षक विषय हीच दृष्टी येथे प्रबळ राहिली, पुढे मराठी कथाकारांनी आणि मराठी बोलपटांनी हाच वारसा

उचलला.[१] ज्या काही मध्यमवर्गीय सुशिक्षितांनी ग्रामीण जीवनाची गंभीरपणे दखल घेण्याचा प्रयत्न केला, त्यांच्या दृष्टीवर राजकीय, सामाजिक प्रचाराचे पटल कायम राहिले. त्याला एकमेव सन्माननीय अपवाद म्हणजे श्री. म. माटे. आजच्या ग्रामीण साहित्याच्या पार्श्वभूमीवर माटे यांच्या ग्रामीण साहित्याच्या पुनर्मूल्यमापनाची निकड नितांतपणे जाणवते. माटे यांची भूमिका 'साहित्यिक' स्वरूपाची नसूनही त्यांचे ग्रामीण लेखन सहजपणे कलेच्या पदवीला पोहोचले आहे. बाकीच्यांनी या साहित्याची प्रतिष्ठा वाढविण्याऐवजी तिची परवडच अधिक केली.

साहित्याकडे एक कला या नात्याने मुख्यत: पाहिले गेले ते नवसाहित्याच्या जमान्यात. या काळात व्यंकटेश माडगूळकर किंवा शंकर पाटील यासारख्या कथाकारांनी काही सरस ग्रामीण साहित्यनिर्मिती केली. या क्षेत्रातील सुरस आणि चमत्कारिक निर्मितीच्या पार्श्वभूमीवर ही निर्मिती विशेषच उठून दिसते. पण ती अपवादात्मकच आहे. खेड्यापाड्यांतील नवजात ग्रामीण लेखकांना तीतून अव्वल दर्जाची प्रेरणा मिळू शकली नाही किंवा सर्वसामान्य ग्रामीण लेखकाला ती आत्मसात करणे जमले नाही. या दु:स्थितीची कारणमीमांसा यादवांनी या ग्रंथात सविस्तरपणे आणि कंठरवाने केली आहे. पुनरुक्तीचा दोष पत्करूनही या क्षेत्रातील विविध अडचणींचा कडवट पाढा परखडपणे पुन:पुन्हा वाचला आहे.

खरेतर खेड्यातील आजच्या तरुण लेखकासमोर एक नवेच क्षितिज उघडलेले आहे, त्यात माराव्या तेवढ्या भराऱ्या थोड्याच ठरतील. पण हे व्हावयास ज्या ज्या सुविधांची अत्यावश्यकता आहे त्या ग्रामीण परिसरात अभावानेच आढळतात. आजच्या प्रतिष्ठित, अहंनिष्ठ, उच्चभ्रू संस्कृतीच्या बौद्धिक, शैक्षणिक, साहित्यिक दिवाळखोरीवर यामुळे एक विदारक प्रकाश पडतो. यादवांनी या निमित्ताने समोर ठेवलेल्या वस्तुस्थितीच्या या आरशात पडणारे आपले प्रतिबिंब ज्याने त्याने अवश्य न्याहाळून पाहावे.

यादवांच्या या पुस्तकाने ग्रामीण साहित्यविषयक सारेच जटिल प्रश्न निकालात निघतात असे नव्हे. तशी अपेक्षा बाळगणेही चुकीचे. जुन्या प्रश्नांचा निचरा झाला तरी त्यातून नव्या प्रश्नांची निष्पत्ती होते किंवा जुन्या प्रश्नांना नवी जाग येते. एका अभिप्रायातून दुसरा अभिप्राय फुलत राहावा तसे हे घडते. कोणत्याही चांगल्या वैचारिक ग्रंथाचा हा एक विशेषच असतो. साहित्याचा 'साहित्य' म्हणून जर विचार करावयाचा असेल तर त्याला 'ग्रामीण', 'दलित' वगैरेंसारखी उपाधी चिकटविणे कितपत इष्ट? हा या संबंधात उपस्थित केला जाणारा नेहमीचा प्रश्न. हा प्रश्न

१ आजच्या लोकप्रिय 'कथाकथना'ची या ग्रंथातील ले. क्र. १३ मधील मीमांसा या दृष्टीने पाहावी.

तत्त्वत: साहित्यातील वर्गीकरणव्यवस्थेशी संबंधित असलेला, यादवांना प्रस्तुत ग्रंथातील विवेचन अतितात्त्विक पातळीवर न्यावयाचे नसल्यामुळे या प्रश्नांची सांगोपांग फोड येथे प्रस्तुत नाही. येथील विवेचन या प्रकारे तात्त्विक करण्यापेक्षा समोर चाललेल्या सापेक्ष साहित्यव्यवहाराशी लेखकाने सरळपणे आणि थेटपणे निगडित केले आहे. यादव 'ग्रामीण' या उपाधीचा या अनुरोधानेच विचार करतात. कलाप्रकार म्हणून हे साहित्य वेगळे नसले तरी वैशिष्ट्यपूर्णतेमुळे 'प्रकार' म्हणून वेगळे होते, असा त्यांचा या बाबतीतील अभिप्राय आहे (ले. क्र. १) आणि तो योग्यच म्हणावा लागेल.

'प्रादेशिक' आणि 'ग्रामीण' यांचे प्रवाहही परस्परांत पुष्कळदा कालवलेले आढळतात. या दोहोंतील फरक दाखविताना 'ग्रामीण' साहित्य व्यक्तिनिष्ठ असते आणि प्रादेशिक साहित्य समूहनिष्ठ असते असा ते खुलासा करतात. प्रादेशिकतेची कादंबरीशी आणि कथेची ग्रामीणतेशी सांगड घालतात. वास्तविक 'प्रादेशिक' ही संज्ञा मराठीत रूढ झाली ती वि. स. सुखठणकरांच्या 'सह्याद्रीच्या पायथ्याशी' या कथासंग्रहाने. कथेच्या आणि कादंबरीच्या अनुषंगाने 'ग्रामीण' आणि 'प्रादेशिक' या संज्ञा स्पष्ट करणे कसे अपुरे ठरते हे यावरून जाणवते. प्रादेशिकता ही ग्रामीण परिसराशी आजपर्यंत अविभाज्यपणे निगडित झालेली आहे. ग्रामीण परिसर हा अद्यापि औद्योगिक शहरी संस्कृतीपासून बराचसा अलिप्त राहिलेला आहे. त्यामुळे त्याची प्राकृतिक वैशिष्ट्ये अजून बऱ्याच प्रमाणात अ-विकृत राहिलेली दिसतात. यामुळेच या प्रकारचा परिसर ललित लेखकांच्या कुतूहलाचा, कौतुकाचा विषय बनतो. त्याला 'प्रादेशिक' ही पदवी प्राप्त होते. कोणत्याही भूप्रदेशाच्या अनन्यसाधारण व्यक्तिमत्त्वाला केंद्रस्थानी कल्पून त्या आधारे निर्मिलेल्या साहित्याला 'प्रादेशिक' असे संबोधण्यास काय हरकत आहे? खेड्याप्रमाणे शहरालाही त्याची अशी भौगोलिक आणि सांस्कृतिक वैशिष्ट्ये असतातच. ही वैशिष्ट्ये आपल्यापरीने 'प्रादेशिक'च नव्हेत काय? यादव हे जसे ग्रामीण कथाकार आहेत तसे प्रादेशिक कादंबरीकारही. प्रादेशिकतेची त्यांनी याहून अधिक चर्चा केली असती तर बरे झाले असते.

'ग्रामीण साहित्य' म्हणजे नेमके काय? ग्रामीण साहित्य म्हणजे ग्रामीणांनी लिहिलेले? ग्रामीणांबद्दल लिहिलेले? की ग्रामीणांकरिता लिहिलेले? की हे सर्वच? हा असाच आणखी एक प्रश्न. 'खेडेगाव, तेथील जीवनपद्धती, तेथील अशा खास रीती, शेती, तेथील निसर्गाशी, मातीशी असलेले मानवी; पण प्रदेशनिष्ठ वैशिष्ट्यपूर्ण संबंध, तेथील एकूण संस्कृतीला लाभलेली काही प्रादेशिक वैशिष्ट्ये, मानवी जीवनाला त्याच प्रदेशानुसार पडलेल्या आर्थिक, सामाजिक, धार्मिक, ज्ञानविषयक मर्यादा व त्यातून उद्‌भवणारे प्रश्न आणि समस्या' या साऱ्यांचा त्यांनी 'ग्रामीण' या कक्षेत अंतर्भाव केला आहे (ले. क्र. १). पण प्रत्यक्ष विवेचनाचा ओघ वळतो तो

ग्राम-जीवनातील केवळ कृषीकडे. ग्रामीण भाषेच्या विचारातही त्यांनी जी उदाहरणे घेतली आहेत तीही कृषिजीवनाशीच विशेष संबंधित असलेली. ग्रामजीवन हे कृषिप्रधान असले तरी या गावगाड्यात कृषीशी साक्षात संबंध नसलेले इतरही अनेक घटक असतात. ग्रामजीवनाचेच ते अविभाज्य अंग असते. तत्त्वत: हे सारे मान्य करूनही ग्रामीण साहित्याच्या अंतरंगाचा आणि बहिरंगाचा, त्यातील आशयाचा आणि आविष्काराचा वेध घेताना यादवांचे विवेचन कृषिकेंद्रित होते. परिणामी ग्रामजीवनातील कृषिविरहित पैलू दुर्लक्षित राहतात. उदाहरणार्थ, श्रीनिवास कुलकर्णी यांचे 'डोह'सारखे लेखन. हे लेखन कृषिनिष्ठ नाही, पण त्यात वेगळ्या पद्धतीने ग्रामजीवनातील रूप, रस, गंध साक्षात झालेले आहेत. जी. ए. कुलकर्णींच्या काही कथांतूनही ग्रामीणतेचा हा जिवंत स्पर्श आढळतो. ग्रामीण साहित्याचा स्वरूपविचार करणाऱ्या या ग्रंथात वरीलसारख्या ग्रामजीवन दर्शनात्मक साहित्याचा विचार आणि व्यवस्थापन व्हावयास हवे होते, ते झालेले नाही. ग्रामीण साहित्याच्या येथील संदर्भात वास्तवाची-साक्षात वास्तवाची जी एक विशिष्ट संकल्पना यादवांनी प्रधान मानली आहे, तिचा हा परिणाम असावा. ग्रामीणता = कृषिप्रधानता; ग्रामीण वास्तव = कृषिजीवनातील जिवंत अनुभूतीतून भावलेले सत्य, असे काही एक समीकरण येथील विवेचनात दृढ झालेले आहे; ते थोडे गैरसमज फैलावणारे ठरते.

कलावंताच्या कलानिर्मितीला साक्षात अनुभूतीची नेहमीच गरज नसते, या मुद्द्याबाबत तात्त्विकदृष्ट्या यादव मतभेद प्रकट करतात असे नाही. 'कलेतील वास्तव आणि जीवनातील वास्तव हे परस्पराहून वेगळे असते', 'वास्तवतेच्या वेगवेगळ्या पातळ्या असतात' (ले.क्र.१), 'यथार्थ घटनादर्शन घडविले म्हणजे फार काही कलात्मक साधले जाते असे नव्हे' (ले.क्र.९), हे मान्य करणारा हा लेखक ग्रामीण साहित्यविषयक प्रस्तुत विवेचनात जीवनाच्या 'साक्षात' अनुभूतीला प्रकर्षाने उचलून धरतो. कारण मराठी ग्रामीण साहित्याच्या पार्श्वभूमीवर तसे करणे त्याला आवश्यक वाटते. ग्रामीण साहित्यातील बहुसंख्य साहित्य व्याजस्वरूपाचे असल्यामुळे या व्याजसाहित्याचे व्याजपण उघडे करण्यासाठी लेखकाला ग्रामीण जीवनातील वास्तवता-प्रधान घटकांकडे पुन:पुन्हा अंगुलिनिर्देश करावा लागतो. होतकरू ग्रामीण लेखकाला इतर काही करता न आल्यास निदान त्याने आपल्या अनुभूत वास्तवाशी इमान राखल्यास त्याला यातून काही मार्गदर्शन घडण्याची यादवांना शक्यता जाणवते. स्वत: यादवांनी ग्रामीण साहित्यविषयक जे लेखन केले आहे, या अनुषंगाने जे प्रयोग केले आहेत ते अधिकतर प्रमाणात कृषिजीवननिष्ठ आहेत. यादवांच्या ग्रामीण साहित्यविषयक विवेचनात, ग्रामीणतेचे कृषिप्रधान अंग विशेषत्वाने चर्चिले जाण्याचे हेही एक कारण असणे शक्य आहे. यादवांचे समीक्षात्मक विचार पुष्कळदा सर्जनविषयक आत्मानुभूतीवर आधारलेले असतात.

कलावंताची भूमिका आत्मनिष्ठ आणि मूळ आशयाशी प्रामाणिक असली पाहिजे आणि ग्रामीण साहित्य हे ग्रामजीवनसंबद्ध असते - या दोन मूलतः निकोप असलेल्या संकल्पनांच्या एकत्रीकरणाला, विवेचनाच्या ओघात बऱ्याच वेळा स्थूल वास्तवाचा अन्वय चिकटतो, विवेचनाला तो काहीवेळा शबल करतो याची जाणीव येताच तेवढ्यापुरती ती विधाने दुरुस्तही होतात, पण ते तेवढ्यापुरतेच राहते. ऐतिहासिक विश्लेषण आणि तात्त्विक विवेचन यांचा सांधा ज्या पद्धतीने जोडला गेला पाहिजे, त्या पद्धतीने काही वेळा जोडला जात नाही किंवा तो जोडून घेण्याचे कार्य लेखक वाचकांवर सोपवितो. परंतु विवेचनाचे हे दुपाखीपण वाचकाच्या मनात कधीकधी गोंधळ किंवा गैरसमजही निर्माण करते. उदाहरणार्थ, इतिहासक्रमाचा विचार करता, ग्रामीण साहित्य हे एका विशिष्ट अवस्थेत घटनाप्रधान, बहिर्मुख, कमी चिंतनशील, सरळ, ठोस होणे अनिवार्य असल्याचा अभिप्राय ते देतात. (ले. क्र.१०) पण व्यंकटेश माडगूळकरांसारख्या पूर्वपिढीच्या ग्रामीण कथालेखकाच्या साहित्यात वरील प्रकारचे काही घटक आढळताच ते त्यासंबंधी नाराजीही प्रकट करतात. ('शंकर पाटील यांची मुलाखत' हा क्रमांक नऊचा लेख पाहावा.) यादवांची व्यंकटेश माडगूळकरविषयक ही नाराजी व्यंकटेश माडगूळकरविषयक यादवांनी बाळगलेल्या उंच अपेक्षांतून संभवली असेल. इतिहासक्रमाच्या ओघात केलेल्या विधानात आणि व्यंकटेश माडगूळकरविषयक येथील आक्षेपांत काही आंतरिक संगतीही असेल; पण ती ज्या पद्धतीने प्रकट होते; तिला योग्य ती चौकट लाभलेली नसल्यामुळे ती अर्थपूर्ण होत नाही.

यादवांचा ग्रामीण साहित्यातील भाषाविचार त्या मानाने अतिशय बंदिस्त वाटतो. 'ग्रामीण साहित्याची भाषा' आणि 'ग्रामीण साहित्यातील भाषेच्या मर्यादा आणि विकासदिशा' ही दोन्ही प्रकरणे विशेष मोलाची आहेत. ग्रामीण वास्तव आणि त्याला कलात्मक घाट देताना ग्रामीण कलावंतासमोर दंड थोपटून उभ्या राहणाऱ्या भाषिक समस्या यांचे यादवांनी केलेले उद्‌घाटन अतिशय उद्‌बोधक वाटते. यादवांतील कलावंत आणि समीक्षक येथे एकरूप झालेले आढळतात. 'माध्यम' आणि 'साधन' या दृष्टीने भाषाद्रव्यात होणारा बदल, भाषेच्याद्वारे केले जाणारे 'निवेदन' आणि घडणारा 'आविष्कार' यातील फरक यादव सोदाहरण स्पष्ट करतात. हे विवेचन वाचताना, ग्रामीण साहित्य पूर्णतया ग्रामीण भाषेत लिहावे की लिहू नये? शुद्ध ग्रामीण आणि ग्रामीण-अग्रामीण यांची मिश्रणे केव्हा आणि कशी श्रेयस्कर ठरतात? उद्याच्या जगात ग्रामीण भाषेला काही स्थान राहील किंवा नाही? यांसारख्या प्रश्नांचा आपोआपच उलगडा होत जातो. यादवांनी विवेचनाच्या ओघात, 'ग्रामीण भाषा प्रमाण भाषेला वेळोवेळी भाषिक खुराक पुरवीत असते', हे भाषाशास्त्रीय सत्य उलटे मांडून 'प्रमाण भाषेने ग्रामीण भाषेला वेळोवेळी खुराक पुरवून ग्रामीण

मनाचा आविष्कार करावयास मदत केली तर काय बिघडेल?' असा एक महत्त्वाचा सवाल केला आहे. (ले. क्र. ८)

आजवर कडव्या सांस्कृतिक छेदभेदांमुळे समाजाच्या ग्रामीण आणि नागर स्तरांत देवाणघेवाण जवळजवळ नव्हतीच. नागरभाषेचे एकमार्गी अनुसरण हाच साहित्यातील राजमार्ग होता. यापुढे अशी एकमार्गी वाहतूक राहणार नाही. याचा सुपरिणाम उद्याच्या साहित्य-संस्कृतीवर होणार आहे. यादवांनी येथे ग्रामीण भाषेची अस्मिता तर जागवली आहेच पण एकदेशीपणे ते ग्रामीण भाषेचाच पुरस्कार करीत नाहीत. त्यांच्यासमोर आलोक आहे, तो व्यापक-विशाल. साहित्यकलेच्या क्षेत्रात 'भाषे'चे महत्त्व आहेच पण त्याहूनही महत्त्वाचे ठरते ते मानवी जीवनदर्शन, मनाची मूलभूत स्पंदने. पौराणिक-ऐतिहासिक स्वरूपाचे साहित्य अनुभवताना तदंतर्गत जीवन व भाषा वर्तमानात अस्तित्वात नसते. पण त्यामुळे त्या साहित्याचे महत्त्व कमी होते असे नाही किंवा त्याच्या आस्वादात व्यत्यय येतो असेही नाही हेही त्यांनी आपल्या या भाषाविचारात स्पष्ट केले आहे (ले. क्र. ८).

डॉ. आनंद यादव यांच्या साहित्यसमीक्षेत असे मौलिक चिंतनकण वारंवार आढळत राहतात. त्यांनी समीक्षेच्या दालनात अधिकाधिक प्रवेश करावा असे यामुळेच वाटते. त्यांच्या येथील ग्रामीण साहित्यविषयक समीक्षेचा जरी विचार केला तरी ती मुख्यत: ग्रामीण कथेशी निगडित झाली आहे. ग्रामीण साहित्यप्रकारात हाच लेखनप्रकार अधिक फोफावलेला आहे, हे त्याचे एक कारण असू शकेल. इतर प्रकार त्या मानाने क्षीणप्रभ वाटतात. असे होण्याची मीमांसाही यादवांनी इतर ग्रामीण साहित्यप्रकारांच्या अनुरोधाने करावी आणि ग्रामीण साहित्याच्या स्वरूपासंबंधीचा आणि समस्यांसंबंधीचा आपला हा प्रकल्प परिपूर्ण करावा, असे यादवांना – त्यांचा या क्षेत्रातील अधिकार (आणि केवळ वयाच्या पोक्तपणाने प्राप्त होणारा उपदेशाचा माझा अधिकार) लक्षात घेऊन सुचवावे– सांगावेसे वाटते.

गो. म. कुलकर्णी

अनुक्रमणिका

मराठी ग्रामीण कथेचा स्वरूप-विचार

.१.

ग्रामीण कथेचा कलेच्या दृष्टीने वेगळा असा काही प्रकार नाही. इतर कथांप्रमाणेच ती एक कथा आहे. 'ग्रामीण' हे तिचे विशेषण आहे. अर्थातच ते वैशिष्ट्यप्रदर्शक आहे. खेड्यातील म्हणजे ग्रामातील जीवनाची अनुभूती ग्रामीण कथेतून व्यक्त होते. मानवी जीवनाची अनुभूती म्हणून ती काही खास वेगळी नाही. असे असले तरी खेडेगाव, तेथील जीवन-पद्धती, तेथील अशा रीती, शेती, तेथील निसर्गाशी, मातीशी असलेला मानवी पण प्रदेशनिष्ठ वैशिष्ट्यपूर्ण संबंध, तेथील एकूण संस्कृतीला लाभलेली काही प्रादेशिक वैशिष्ट्ये, मानवी जीवनाला त्याच प्रदेशानुसार पडलेल्या आर्थिक, सामाजिक, धार्मिक, ज्ञानविषयक मर्यादा व त्यातून उद्भवणारे प्रश्न आणि समस्या, इत्यादी गोष्टींनुसार अनुभूतीला लाभलेली वैशिष्ट्ये त्या कथेत येतात. ती त्या खास ग्रामीण अनुभूतीतून जन्माला येते. तिचे ग्रामीणत्व या व इतर अनेक कारणांनी डोळ्यांत भरते. तो अनुभूतीचा अपरिहार्य घटक म्हणून येऊ लागतो व ती कथा 'ग्रामीण' होते. कथेचा कलाप्रकार म्हणून ती वेगळी नसली तरी वैशिष्ट्यपूर्णतेमुळे प्रकार म्हणून ती लक्षात येते.

भारत हा खेड्यापाड्यांनी भरलेला शेतीप्रधान देश आहे. महाराष्ट्रही त्याला अपवाद नाही. महाराष्ट्राची प्रमुख जीवनपद्धती ही खेड्यापाड्यांतून दिसून येते. ऐंशी टक्के जनता ही आजही खेड्यांतूनच राहते. असे असले तरी ललित साहित्याच्या क्षेत्रात या ग्रामीण जीवनाला अगदी अलीकडे स्थान मिळाले. कारण साहित्य निर्माण करणारा लेखक हा प्रामुख्याने शहरवासी, मध्यमवर्गीय होता. अर्थातच त्याच्या अनुभूतींच्या कक्षांची जी मर्यादा तीच त्याच्या साहित्याची मर्यादा होती. हे स्वाभाविकही होते. मराठी साहित्य यामुळे काही काळ समग्र मराठी जीवनाचे निदर्शक न होता ते केवळ 'मध्यमवर्गीय नागर मराठी जीवनाचे' निदर्शक राहिले. अर्थातच ही मर्यादा

ग्रामीण साहित्याने काही प्रमाणात दूर केली. 'काही प्रमाणात दूर केली' असे म्हणण्याचे कारण असे की, अजूनही मराठी जीवनातील काही स्तर व काही अनुभूती अस्पष्टच आहेत.

ग्रामीण जीवनातील अनुभूतींना ललित वाङ्मयात पहिल्यांदा स्थान मिळाले ते मराठी वाङ्मयाच्या 'वास्तववादी' काळात. या वास्तववादाचा काळ पहिल्यांदा हरिभाऊ आपटे यांच्या कथा-कादंबऱ्यांतून साहित्यात आला. समाज, जीवन, सुधारणा, स्त्री-पुरुष संबंध, शिक्षण, मागासलेपणा, रूढी, रीती व तदनुषंगाने नवे विचार इत्यादी या काळात हरिभाऊंनी आपल्या ललित वाङ्मयात अत्यंत प्रभावीपणे आणले. याला त्यावेळची परिस्थितीही कारणीभूत होती. 'पिराजी पाटील'सारखी धनुर्धारींची कादंबरी किंवा स्वत: हरिभाऊंची 'काळ तर मोठा कठीण आला'सारखी स्फुट गोष्ट याच काळात जन्माला आली.

याचाच दुसऱ्या दृष्टीने असा अर्थ करता येईल की, ग्रामीण कथेची आरंभीची प्रेरणा ही जीवनातील वास्तववादी अनुभूतीतून निर्माण झालेली आहे.

आज फोफावलेल्या ग्रामीण कथा-विश्वाचा उगम म्हणून केवळ हरिभाऊंच्या 'काळ तर मोठा कठीण आला'कडे पाहावे लागते. कारण त्यापूर्वी तसे काही 'ग्रामीण' कथालेखन सापडत नाही. १८९७ मध्ये महाराष्ट्रात दुष्काळ पडला. त्यातील शेतकऱ्याच्या परिस्थितीला अनुलक्षून ही कथा लिहिली आहे. म्हणजे ही शेतकऱ्याच्या अगर ग्रामीण जीवनावरील कथा नाही. 'दुष्काळातील शेतकऱ्याच्या' तात्कालिक वाताहतीची कथा आहे. 'डेक्कन सभेच्या' कागदपत्रांत ही माहिती त्यांना वाचायला मिळाली, तिच्या आधारे त्यांनी ही कथा लिहिली. त्यामुळे ही कथा हकिकतीसारखी वाटते. पण ही हकिकत मोठ्या ताकदीची आहे. संवाद शक्य तो टाळले आहेत. वर्णनात विस्तार आणि स्थूलपणा भरपूर आहे. शेतकरी जीवनाच्या सूक्ष्म छटा अगर मर्म त्यात सापडत नाही. गोष्टीची शक्ती मूळ कथानकातच आहे. वाताहतीने निर्माण झालेले कारुण्य, दारिद्र्य, दुर्दशा इत्यादी गोष्टीच मनाचा ठाव घेतात. कथेत शेवटी अत्यंत गडद रंग भरत जाऊन ती संपली आहे. शेतकरी-जीवनाची सगळीच वाताहत एकाच कथेत आणावयाची इच्छा धरल्याने असंभाव्यतेला ही कथा मध्यानंतर स्पर्श करीत पुढे सरकते. अद्भुताला सामोरी जाते.

डॉ. ल. म. भिंगारे या कथेच्या बाबतीत सुचवितात की, 'हरिभाऊंचे या कथेच्याद्वारे नवनवे कथानुकूल विषय शोधण्याचे सामर्थ्यच अधिक दिसते.'

पण कथा वाचताना असे वाटत नाही. हरिभाऊंना या जीवनाची माहिती दिसत नाही. तिच्यातील संवादांची केलेली टाळाटाळ स्पष्ट दिसते. आहेत तेही संवाद नागर भाषेत, नागर पद्धतीचे आहेत. त्या कथेत भरलेली दुष्काळातील माहितीच सामर्थ्यवान आहे. या माहितीच्या सामर्थ्यामुळेच ही कथा लिहावी असे त्यांना वाटले

असावे. शिवाय त्यांची ही कथा त्यांच्या इतर कथांच्या तुलनेने अगदीच प्राथमिक स्वरूपाची वाटते, हेही लक्षात आल्याशिवाय राहत नाही.

नवी क्षितिजे धुंडताना नव्या जाणिवा प्रकर्षाने जाणवाव्या लागतात. नवे-नवे अनुभव सतत मांडण्याची उभारी असावी लागते. पण प्रस्तुत कथेच्या बाबतीत असे काही रसरसून जाणवले आहे, व्यापक आहे असे दिसत नाही. केवळ घटनेच्या प्रभावाने प्रभावित होऊन, सहानुभूतीने, कणवेच्या उदात्त मानवी भावनेने तेवढ्यापुरते प्रेरित होऊन त्यांनी ही कथा लिहिलेली दिसते. त्यांना अशी कथा लिहून कोंडी फोडायची असती तर अशाप्रकारच्या आणखी काही कथा लिहून त्यांनी प्रयोग करून पाहिले असते. मध्यमवर्गीय सुधारणावादाच्या त्या काळात अशाप्रकारच्या जाणिवा होणेही संभवनीय वाटत नाही.

शिवाय हरिभाऊंच्या इतर कथांप्रमाणे या कथेत रचनाकौशल्य वगैरे काही दिसून येत नाही. नाट्य, घटनावर्णने, कारुण्य, अद्‌भुतता याबरोबर ते वाहवत गेलेले स्पष्ट दिसतात.

सारांश, हरिभाऊंची 'काळ तर मोठा कठीण आला!' ही स्फुट गोष्ट एक वाङ्मयीन अपघात वाटते. ग्रामीण जीवनाच्या खास जाणिवा घेऊन ती जन्माला आलेली नाही. केवळ आज ग्रामीण वाङ्मयाच्या विपुलतेमुळे, त्याच्या जन्माचा शोध घेतघेत भूतकाळात जाताना ती एक खूण दिसते एवढेच. यापलीकडे या कथेने ग्रामीण वाङ्मयासाठी काही केले आहे असे वाटत नाही.

ग्रामीण जीवनाविषयीच्या वाङ्मयीन जाणिवा मराठी साहित्यात प्रथम वि. स. सुखठणकर यांनी निर्माण केल्या. १९३१ साली त्यांनी 'सह्याद्रीच्या पायथ्याशी' हा आपला आठ प्रादेशिक कथांचा संग्रह प्रसिद्ध केला. 'आजचे व कालचे गोमंतक' असेही त्याचे पर्यायी नाव आहे. 'आक्रमण पहिले', 'आठ स्वतंत्र प्रादेशिक कथा' अशाही सूचना त्यावर आहेत. या संग्रहातील कथा ते १९२६-२८ पासूनच लिहिताना दिसतात.

ग्रामीण जीवनाकडे वळण्याची त्यांची ही जाणीव तत्कालीन इतर कुठल्याही कथाकारापेक्षा वेगळी आहे. त्यांनी आजच्या व कालच्या गोमंतकाचे दर्शन घडविण्याचा त्यात प्रयत्न केलेला आहे. गोव्यातील देवदासींची चाल व त्यांची होणारी कुचंबणा, शेजारशेजारच्या गावांतील वैर, गावकरी आणि गावांतील श्रीमंत, तसेच वतनदार यामधील हेवेदावे, भांडणे, त्यामुळे गावच्या शेतीची व घराण्यांचीही होणारी नासाडी, गुण्यागोविंदाने नांदणाऱ्या शेजाऱ्यांमध्ये पेटलेले, नव्या विचारसरणीतून आलेले धार्मिकतेचे खूळ व अंधळा अभिमान, परकीयांच्या लाचारीला चटावलेली देशी मनोवृत्ती इत्यादी गोष्टी त्यांनी मांडलेल्या आहेत.

गोमंतकाचा प्रदेश आणि त्यातील खेडे जिवंत करताना त्यात अनेक बाह्य

घटक मिसळून गेलेले आहेत. १९२० नंतर महाराष्ट्रीय जीवनावर गांधीवादाचा प्रभाव पडत गेला. याच काळाच्या आसपास साम्यवाद, समाजवाद यांचेही लोण भारतात आले होते. या सर्वांचा परिणाम या लेखन-निर्मितीवर झालेला दिसतो. त्याचबरोबर उज्ज्वल इतिहास जागृत करण्याचा चिपळूणकरी प्रवृत्तीचाही परिणाम या लेखनावर झालेला जाणवतो. सामाजिक व देशविषयक जाणिवा तीव्रतर करण्याचा तो काळ. या जाणिवा तीव्रतर करण्यासाठी जीवनातील प्रत्येक गोष्टीचा साधन म्हणून त्या वेळी वापर केला जात होता. ललित वाङ्मय हे तर त्या काळात प्रभावी साधन मानले जात होते. वाङ्मयात फडके-प्रवृत्तीचा जन्म झाला असला तरी जुन्या जीवनवादी प्रवृत्ती वाङ्मयात परंपरा निर्माण करून बसल्या होत्या. आपला प्रभाव सर्व लेखकांवर कमी-अधिक प्रमाणात त्या गाजवत होत्या. यातून सुखठणकरही सुटले नाहीत.

देवदासीचे जीवन रेखाटताना त्याचा सामाजिक अर्थ लावायला ते विसरत नाहीत, गावातील भांडणे सांगताना ते ऐतिहासिक अभिमान जागृत करू पाहतात, शेतकरी आणि इनामदार यांच्यातील कोर्टकचेऱ्या व हेवेदावे यांचे लेखन करताना साम्यवादाची शिकवण देऊन जातात, शेजाऱ्याशेजाऱ्यांतील तंट्यातून मानवी दर्शन न घडविता हिंदू व ख्रिश्चनांनी कसे एकत्र आले पाहिजे हे सांगतात. स्वकीय व परकीय आणि परकीयांचे बगलबच्चे यांच्यातील संबंध दाखविताना ते स्वदेशाभिमान, स्वधर्माभिमान जागृत करतात. जुने किल्ले, जुन्या लढाया यांच्यातून ते पूर्वसुरींचे पराक्रम, आपली परंपरा, आपली स्वदेशनिष्ठा सांगतात. संग्रहाच्या शेवटच्या कोऱ्या पानावर सापळा मोडून, सुटून स्वतंत्र होणाऱ्या सिंहाचे प्रतीक छापताना त्यांना याहून दुसरे काय सुचवायचे आहे?

त्यांच्या कथेतील या बाह्यघटकांच्या प्रवेशामुळे मूळच्या प्रादेशिक चित्राचा रंग बदलून गेलेला आहे. यात पुन्हा रचनात्मकतेच्या प्राथमिक क्लृप्त्यांमुळे ते आणखीनच कृत्रिम वाटते. नाट्यविवशता, योगायोगावर अवाजवी भर, गडद रंगवण्याकडे प्रवृत्ती, माणसांचे आदर्श पुतळे करण्याची आवड, संवादात खोटा, तत्कालीन नाटकातील लाडिकपणा आणण्याची आवड, यामुळे ते जीवन अतिरंजित, आरोपित असे वाटते.

असे असले तरी ग्रामीण जीवनाचा सांगाडा त्यात सापडतो. ग्रामीण माणसांच्या प्रवृत्ती कळतात, गावागावांतील हेवेदावे स्पष्ट होतात, गावकरी व इनामदार यांचे संबंध जाणवतात, गोमंतकाची निसर्गसमृद्ध भूमी कळते. तेथील एकूण जीवन, संस्कृती यांचे अनुमान काढता येते. हे सर्व त्या कथांच्या बुडांशी कण्यासारखे उभे असते. ग्रामीण जीवनाचा परिसर मनासमोर सुखठणकरांनी अशा रीतीने व एवढ्या मर्यादेने उभा केलेला आहे. मात्र तो परिसर उभा करण्याची त्यांची प्रेरणा साम्यवादी,

गांधीवादी, देशप्रेमाची, स्वतंत्रतेची आहे हे विसरता येत नाही. वाङ्मयीन अनुभवासाठी एक प्रचंड क्षेत्र मोकळे असल्याचे त्यांनी दाखवून दिले. त्यांचे हे कार्य ग्रामीण वाङ्मयाच्या संदर्भात पायासारखे आहे हे मान्य करावे लागते.

वि. स. सुखठणकरांच्या नंतर लगेच लक्ष्मणराव सरदेसाई यांनीही लक्षात येण्याजोगे गोमंतकाशी निगडित असे प्रादेशिक वाङ्मय लिहिलेले आहे. त्यांचे 'कल्पवृक्षांच्या छायेत', 'सागराच्या लाटा', 'वादळातील नौका', 'ढासळलेले बुरुज' इत्यादी वैशिष्ट्यपूर्ण कथासंग्रह प्रसिद्ध आहेत. पण त्यांच्या व्यक्तिमत्त्वानुसार काही रचनात्मक वैशिष्ट्ये त्यांच्या कथांतून दिसून येत असली तरी सुखठणकरांच्या निर्मितिप्रेरणांपेक्षा त्यांच्या प्रेरणा फारशा वेगळ्या आहेत असे दिसून येत नाही. 'मायेचा वारसा', 'राण्याचे ब्रीद', 'गतकालचे पडसाद', 'गावकऱ्यांचा संदेश', 'भाग्यवंत', 'ढासळलेले बुरुज', 'मेणाची बाहुली', इत्यादींसारख्या कथांतून त्यांचा प्रत्यय येतो. अशाप्रकारच्या कथांत ते आणि सुखठणकर फारसे वेगळे वाटत नाहीत.

पण 'मोडलेला माड', 'जरीचे पातळ', 'गुरवाचे रक्त', इत्यादींसारख्या कथांतून ते वरील प्रकारच्या प्रेरणांपेक्षा काहीशा वेगळ्या प्रेरणेने लिहितात असे वाटते. ही प्रेरणा जीवनातील नाट्य, मानवी स्वभावाचे नमुने, स्त्री-पुरुष संबंध यांसारख्या वैशिष्ट्यांनी निर्माण झालेली आहे. किंबहुना सरदेसायांच्या साऱ्याच कथांतून सुखठणकरांच्या तुलनेने अधिक वाङ्मयीनता दिसून येते. त्यांच्यामध्ये निर्मितीच्या वेळी बाह्य घटक कार्य करताना दिसत असले तरी ते सुखठणकरांच्या तुलनेने क्षीण वाटतात. हा फरक म्हणजे प्रादेशिक जीवनानुभवांनी निकोप वाङ्मयाकडे मोहरा वळवून थोडीशी केलेली वाटचाल असेच म्हटले पाहिजे. सरदेसाई यांच्या या प्रादेशिक कथांनी आणखी एक गोष्ट साधली. ती म्हणजे सुखठणकरांनी दाखवलेल्या नव्या दिशेचा विस्तार, तिची निश्चिती. नव्या प्रवाहाचे सातत्य त्यांनी निर्माण केले, 'ढासळलेले बुरुज' हा त्यांचा कथासंग्रह १९४० साली प्रसिद्ध झाला. लगेच १९४१ साली श्री. म. माटे यांच्या 'उपेक्षितांचे अंतरंग' हा संग्रह प्रसिद्ध झाला आणि मराठी ग्रामीण कथेला नवे धुमारे, नव्या जाणिवा पालवल्या. तोपर्यंतचे सुखठणकर-सरदेसाईबंधू व बा. द. सातोस्कर यांनी प्रादेशिक कथेला खतपाणी घातले. महादेवशास्त्री जोशी हे त्यांच्याच परंपरेतील नंतरचे चांगले लेखक.

सुखठणकर-सरदेसाई यांच्याहून श्री. म. माटे यांची प्रेरणा वेगळी आहे. ती सामाजिक आहे असे सरधोपटपणे म्हणता येणार नाही. कारण ती सामाजिक सुधारणांतून निर्माण झालेली नाही किंवा माटे यांचा दृष्टिकोन कथेतून 'सामाजिक अर्थ' सांगण्यावरही घट्ट झालेला नाही. यापैकी काहीही त्यांच्या कथेमध्ये येत नाही. किंवा त्यासाठी ते कधीही कथा लिहिताना दिसत नाहीत. मानवी जीवनातील एक

उपेक्षित स्तर त्यांना दिसला. या स्तरावर जाऊन त्यांनी ते जीवन 'आतून' पाहिले. बाहेरून सहानुभूती दाखविण्यासाठी ते या जीवनाकडे वळलेले नाहीत. या स्तरातील दलितांची वा उपेक्षितांची निरपेक्ष सेवा घडावी या माणुसकीच्या भावनेने ते तिकडे वळले. तिकडे वळल्यावर त्यांना जे अनुभवाला आले, जी माणसे दिसली तीच त्यांनी आपल्या कथांतून अभिव्यक्त केली. या उपेक्षितांच्या जीवनांतील घटना जशा अर्थपूर्ण होत्या, तशीच त्या घटनांतून जगणारी मनेही अर्थपूर्ण होती. माट्यांना हे जीवन आणि या जीवनात वावरणारी मने एकसमयावच्छेदेकरून जाणवली, म्हणून त्यांचा अनाथ बन्सी, दरोडेखोर तरी प्रामाणिक पिऱ्या, मुक्याने मेलेली सावित्री, पिकासाठी टाहो फोडणारा भिवा, गंगाराम, सगाजी, बहिरनाक, रामभरोशी ही माणसे आपल्या व्यक्तिमत्त्वासह उभी राहतात. त्यांची मने आपल्या मनाला जाऊन भिडतात. माणसासमोर माणूस उभा राहतो.

माटे हे समाजसुधारक खरे. पण ते प्रचारकी पुढारी नव्हते हे विसरता येत नाही. आयुष्याची पन्नाशी उलटल्यावर त्यांनी हे लेखन केले आहे. या वयात समाजसुधारणा इत्यादीसारख्या गोष्टींतील तात्कालिकता त्यांना निश्चितपणे जाणवली असावी. म्हणूनच की काय त्यांच्या या लेखनाला समाजसुधारणेची टोपणे अगर शेपट्या बाहेरून लावलेल्या दिसत नाहीत. त्यांना ती 'माणसे' म्हणूनच महत्त्वाची वाटली. या माणसांच्या जीवनाच्या रेषाच इतक्या जोरदार आहेत की, त्यातून सामाजिक अर्थ वगैरे काढता येणं सहज शक्य होतं. म्हणून त्यांना 'ग्रामीण कथेचे हरिभाऊ' म्हटले तर त्यांच्या एकूण लेखनाशी ते सुसंगतच होईल असे वाटते. ललित वाङ्मयाला समाज, देश, वाद, विचार, घटना यांच्यापेक्षा 'माणसांचं' माणूस म्हणून मोल जास्त असतं. माटे यांनी या अर्थाने ग्रामीण कथेत 'माणूस'की साधली. हरिभाऊ आपटे यांच्यापूर्वी मराठी कादंबरी अस्तित्वात असूनही आधुनिक मराठी कादंबरीचे जनकत्व हरिभाऊंकडेच जाते; त्याच न्यायाने मराठी ग्रामीण कथेचे जनकत्व श्री. म. माटे यांच्याकडे जाते.

माटे यांना ग्रामीण कथेचे हरिभाऊ म्हटले तर ठोकळ यांना 'फडके' म्हणावे लागेल. कारण ना. सी. फडके यांनी मराठी कथेला जे स्वरूप दिले, तेच स्वरूप ग्रामीण कथेला काही प्रमाणात ग. ल. ठोकळ यांनी दिले. माटे यांच्या बरोबरीनेच ते ग्रामीण कथा लिहीत होते. अजूनही विपुलपणे लिहितात. खेडेगावातील अज्ञान, तेथील रानदांडगेपणा, माणसामाणसातील आणि गावातील हाडवैर, दादागिरी करणारे लोक, सुगी, पिकं, शेतीतील नाट्यपूर्ण प्रसंग, खेडेगावातील सण-उत्सव, प्रेमप्रकरणे, भानगडी, भटक्या जमातींचे जीवन इत्यादी त्यांनी आपल्या कथांचे विषय केलेले आहेत. विषयात विपुलता, विविधता आणि वैचित्र्य त्यांनी भरपूर आणलेले आहे. इतिहासाच्या संदर्भात असे म्हणता येईल की, त्यांनी ग्रामीण

कथेसाठी आशयाचा खूप विस्तार आवाक्यात आणला. ग्रामीण जीवनाभोवती जवळजवळ त्यांनी एक प्रदक्षिणा पूर्ण केली आणि त्याचा व्याप-विस्तार पुढीलांसाठी दाखवून दिला. त्या दृष्टीने ठोकळांचे हे कार्य फार महत्त्वाचे आहे. त्यांच्या या व्याप-विस्तारामुळे ग्रामीण कथेने मराठी वाङ्मयात चांगलाच नेट धरला. ती पक्की रुजली. 'ग्रामीण कथा' हा शब्दही याच काळात नव्याने रूढ करावा लागला. याच काळात फडके आपल्या कथा-कल्पनांसह आणि निर्मिति-लेखनासह मराठी साहित्यात लक्ष वेधून घेत होते. त्यामुळे मराठी कथेचा काही कायापालट झाला. ठोकळांनीही ग्रामीण कथा अशीच जणू फडक्यांना समांतर अशी पालटून दाखवली. तिला घटनाप्रधान करून तितकीच मनोरंजक केली.

ठोकळांच्या कथेचे आपले असे एक तंत्र आहे. कथेतील वास्तव त्यांना महत्त्वाचे वाटत नाही. व्यक्तींच्या स्वभावात सुसंगती ठेवून त्यांच्या मनाचा शोध घेण्यापेक्षा त्यांना त्या व्यक्तींच्या द्वारा नाट्यपूर्ण घटना घडवणे महत्त्वाचे वाटते. अशा नाट्यपूर्ण घटनांची मालिकाच त्यांच्या कथांतून असते. या घटना जशा नाट्यपूर्ण असतात, तशा त्या कल्पनाजन्यही वाटतात. त्यात अनेकवेळा अद्‌भुताचा रंग मिसळलेला असतो. स्वभावांचे पापुद्रे दाखविण्यापेक्षा ठोस स्वभाव लक्षात घेऊन त्याच्या आधाराने कथा सजविण्याकडे त्यांचा कल आहे. यात मग निसर्गवर्णन अगर व्यक्तिवर्णनातून काव्य, कल्पकता, रांगडेपणा, रानदांडगेपणा, जुलूम, जबरदस्ती, शक्तीचे प्रयोग या गोष्टींचे प्राबल्य दिसते. हे सर्व अत्यंत चमकदार, उपमाप्रचुर, दणकेबाज, ग्रामीण भाषेतून व्यक्त होत असते. वाचकाचे पोट भरेल इतकी त्यांची कथा दीर्घ असते. आकर्षक आरंभ, घटनांची मन रमवून टाकणारी मालिका, तसाच चटकदार शेवट असा त्यांच्या कथांचा आदि-मध्य-अंत असतो. वास्तवतेपेक्षा अद्‌भुतता, व्यक्तीपेक्षा घटना, अर्थपूर्णतेपेक्षा कल्पनाजन्य काव्यमयता, नाट्यपूर्णता यांचे त्यांना आकर्षण फार आहे. यामुळे त्यांची कथा ग्रामीण वास्तवापासून, ग्रामीण जीवनदर्शनापासून बाजूला सरकते नि वाचकाच्या मनाची पकड घेत घेत अधिक-अधिक मनोरंजक होत पुढे जाते. यामुळे ती लोकप्रिय झाली. या काळात ग्रामीण कथेला लोकप्रियता मिळणे अत्यावश्यकही होते. त्यामुळे ती स्थिर होणार होती. रुजून चांगली विकसित होऊ पाहणार होती. लोकप्रियतेमुळे ती वाचकांचे लक्ष आपल्याकडे वेधून घेऊन पुढे आपले स्वतंत्र अस्तित्व सिद्ध करणार होती. त्यामुळेच जणू ठोकळांची कथा सजून पुढे आली. विपुल, विविध, काहीशी भटकणारी झाली. विस्तारली. स्वत:चा प्रांत काबीज करून अशी उभी राहिली. स्वत:च्या प्रांतातही इतर कथेप्रमाणेच वैचित्र्य, विविधता आहे, विस्तार आहे हे तिने दाखवून दिले.

माट्यांच्या कथेत 'कस' मोठा. जीवनाची अर्थपूर्णता पाहण्याची कुवत प्रतिभावंताची; म्हणूनच त्यांच्याकडे ग्रामीण कथेचे जनकत्व गेले. अन्यथा ते

ठोकळ्यांकडेच आले असते. जवळजवळ दोघांनीही एकाच वेळी, एकाच काळात आरंभी लेखन केलेले आहे.

असे असताना व ठोकळांनी ग्रामीण कथा विपुल लिहिलेली असताना त्यांना ग्रामीण कथेचे जनकत्व का मिळू नये; असा प्रश्न माझ्यासमोर उभा राहतो आणि त्याला एक संभाव्य उत्तरही सापडते. ठोकळांच्या कथांमागची प्रेरणा लक्षात घेताना ते हाती लागते. ठोकळांचे ग्रामीण कथाविश्व अनुभवल्यावर असे वाटू लागते की, ठोकळ कथा लिहिण्यास प्रवृत्त होतात ते ग्रामीण जीवनाच्या दर्शनासाठी नाही. याव्यतिरिक्त दुसऱ्याच काही शक्ती त्यांच्या मनामध्ये कार्य करीत असाव्यात. त्यांचे इंग्रजी कथावाङ्मयाचे वाचन मोठे आहे, हे सर्वश्रुत आहे. हार्डीसारख्या इंग्रजी वाङ्मयातील प्रादेशिक कादंबरीकाराच्या वाङ्मयीन प्रवृत्तींचा परिणाम त्यांच्यावर मोठा दिसतो. स्वत: ते प्रथमत: कवी आहेत. दोन्ही गोष्टी एकत्र आल्यामुळे काव्यमयता, रोमँटिक वृत्ती, भाषेला स्वतंत्र स्थान देऊन तिचा उपयोग करून घेणे, वास्तवापेक्षा कल्पनेत, अद्‌भुततेत रमणे हे त्यांच्या वाङ्मयीन स्वभावात दिसते. तशात ते ज्या काळात लिहू लागले त्या काळात फडक्यांची कथा ऐन भरात होती. तिच्या यशाची मर्मे त्यांनी हेरली असावीत.

शृंगार-प्रेम हा विषय त्यांना जवळचा वाटला असावा. 'कसे सांगतो' हे महत्त्वाचे, भाषाशैली महत्त्वाची, असे त्यांना कळून चुकले असावे. साहित्य हे जीवनदर्शनापेक्षा वाचकांचे मनोरंजन करण्यासाठी असावे; याची त्यांना खात्री पटली असावी. या धोरणातूनच ते कथा लिहायला प्रवृत्त झाले असावेत. या गोष्टींच्या जोडीला ग्रामीण जीवनाचा अनुभव सांगाड्यासारखा उभा राहिला. त्याच्या आधाराने ती कथा फुलून आली. ग्रामीण जीवनाच्या दर्शनापेक्षा वरील इतर घटकांचा प्रभावच त्यांच्या कथांतून जास्त दिसून येतो. यामुळे मनोरंजकतेच्या दृष्टीने त्यांची कथा प्रभावी झाली असली तरी, ग्रामीणतेच्या दृष्टीने ती फिकी वाटते. माटे याबाबतीत ग्रामीणतेशी, अनुभवांशी एकनिष्ठ राहिले. त्यामुळे 'ग्रामीण कथा' म्हणून त्यांच्या कथांचा 'कस' मोठा वाटून आपोआपच त्यांच्याकडे ग्रामीण कथेचे जनकत्व गेले आणि ठोकळांकडे 'फडकेपण' आले. त्यामुळेच ते काय सांगतात हे महत्त्वाचे राहिले नाही.

र. वा. दिघे आणि ठोकळ यांचे यशापयश जवळजवळ सारखेच आहे. दिघे आणि ठोकळ तसे समकालीनच. दिघ्यांनी कोकणच्या पार्श्वभूमीवर ग्रामीण कथा लिहिली. ठोकळांच्या इतके नसले तरी दिघ्यांचे कथाविश्व व्यापक आहे. ठोकळांच्या मानाने दिघे अधिक काव्यमय वाटतात. वर्णन करताना ते तपशिलात अधिक घुसतात. त्यामुळे त्यांची वर्णने सर्वत्र स्वतंत्ररीत्या जाणवतात. अद्‌भुतता हे तर त्यांचे मोठे आकर्षण. कल्पनारम्यता तिच्या जोडीला असतेच. अनेकवेळेला त्यांनी

खेडेगावच्या जीवनातील प्रश्न आपल्या कथांतून हाताळले आहेत. पण हे प्रश्न हाताळताना त्यांनी सुधारणावादी दिशाही दाखविल्या आहेत. त्यामुळे कथा कित्येकवेळा लाकडी झाल्या आहेत. या प्रश्नांना हाताळताना ते कुठेही गंभीर झालेले जाणवत नाहीत. जीवनाच्या बुडाशी जाऊन काही अर्थपूर्ण, जीवन घुसळून काढणारे त्यांनी काही सांगितले आहे, असे जाणवत नाही. प्रवृत्तीने ते बऱ्याच प्रमाणात ग. ल. ठोकळांना जवळचे वाटतात.

याच काळात वामन चोरघडे, दत्त रघुनाथ कवठेकर आदी मंडळी आपल्या पांढरपेशा जीवनासंबंधीच्या कथांबरोबरच अधून-मधून तुरळक स्वरूपात ग्रामीण कथाही लिहीत होती. त्यांनी अशा ग्रामीण कथा लिहिल्या असल्या तरी ते काही ग्रामीण कथाकार म्हणून प्रसिद्ध नाहीत. त्यांच्या एकूण कथाविश्वात त्या कमी वाटतात. चोरघड्यांची कथा एकदम दिवाकर कृष्णांशी नाते सांगणारी जशी वाटते, तशी ती त्यानंतरच्या काळातील नव-कथेशीही आपले नाते जोडणारी वाटते. उत्कट, तरल, सूचक, भावनाविष्कार त्यांच्या कथांतून प्रभावीपणे प्रत्ययाला येतो. तिला हळुवारतेचा स्पर्श कायम लाभलेला. घटना, कथानक, आदी-मध्य-अंत आदी बाह्य घटकांतून ती मुक्त होऊन मानवी मनाचे हळुवार पापुद्रे उकलताना, दर्शन घडविताना सदैव जाणवते. चिंतनशीलतेने ती वजनदार झालेली आहे. भावनेची काव्यमय पातळी, भाषेची अत्यंत सूचक, संयत घडण, जीवनातील अबोल दुःखे, कारुण्य, स्त्रियांच्या मनांचा घेतला जाणारा वेध इत्यादी वैशिष्ट्यांनी त्यांची कथा नटलेली आहे. 'गोरी बायको', 'भाकरी', 'हरीख', 'अतिथिदेवो भव', 'क्रव्याद', 'ज्योतिर्मयी', इत्यादी कथा वरील वैशिष्ट्यांचा प्रत्यय द्यायला पुरेशा आहेत. या कथा परंपरेतील संकेतांपेक्षा एकदम वेगळ्या वाटतात. ज्याला आपण 'कलावंताच्या व्यक्तिमत्त्वाचा आविष्कार' म्हणतो तशा त्या आहेत. याचा अर्थ असा की कथेतील व्यक्ती, त्यांची मने, त्यांचे विचार, त्यांची जीवनदृष्टी या गोष्टी वामनरावांच्या व्यक्तिमत्त्वात न्हाऊन निघालेल्या आहेत. त्यामुळे या कथांतून वामनरावांमधील प्रतिभावंत लेखकच जास्त जाणवतो. कवितेमध्ये जसा कलावंतांच्या व्यक्तिमत्त्वाचा आविष्कार इतर प्रकारांच्या तुलनेने जास्तीतजास्त अनुभवायला मिळतो तसा वामनरावांच्या व्यक्तिमत्त्वाचा आविष्कार त्यांच्या कथांतून अनुभवायला मिळतो. त्या अर्थाने त्यांची कथा हे काव्य वाटते. त्यांनी ठोकळांच्याप्रमाणे सतत आणि विपुल प्रमाणात ग्रामीण कथा लिहिली असती तर ग्रामीण कथेला ऐन उमेदीच्या काळात एक वेगळेच परिमाण लाभले असते. वामनरावांची ग्रामीण कथा जीवनमूल्यांचा अंतर्मुख होऊन भावनात्मक पातळीवर शोध घेताना दिसते. हा शोध अत्यंत जिव्हाळ्याने आणि नाजूकपणे चाललेला असतो. मांगल्य, उदात्तता याकडे त्याची वाटचाल होताना सदैव दिसते. एक कवी या कथांत जीवनाला सामोरा

गेलेला दिसतो. हीच त्यांच्या कथांची प्रेरणा आहे. मात्र 'ग्रामीण' कथा म्हणून ती फार मोठा ठसा उमटवू शकली नाही; ही तिची मर्यादा.

श्री. कवठेकर हे य. गो. जोशी वळणाचे कथाकार वाटतात. कौटुंबिक भावना आणि संबंध यात त्यांची कथा रमताना दिसते. कारुण्यावर त्यांचा जास्त भर. कित्येकवेळा त्यांची कथा भावविवश वाटावी इतकी ती भावनेने ओथंबून गेलेली असते. याच वैशिष्ट्यांनी त्यांची ग्रामीण कथा सजली असल्यास नवल नाही. अशा अधून-मधून बदल म्हणून ग्रामीण कथा अनेकांनी लिहिल्या. पण ग्रामीण कथेची नस फारच थोड्या लोकांना पकडता आली. कवठेकरांनीही ग्रामीण कथेकडे रुचिपालट म्हणूनच पाहिले.

म. भा. भोसले यांनी ग्रामीण जीवनावर निष्ठा ठेवून ग्रामीण कथा सातत्याने लिहिल्या आहेत. पण त्यांची कथा एकपदरी झालेली आहे. ती क्वचितच संघर्ष जिवंतपणे पकडते. त्यांचा हा क्वचित दिसणारा संघर्षही स्थूल, सांकेतिक, अनाकर्षक असा असतो. निवेदनशैलीतही सरळपणा आहे. जीवनाची अर्थपूर्णताही त्यांना सखोलपणे जाणवल्यासारखी वाटत नाही. या सर्वांमुळे त्यांची कथा ग्रामीण जीवनाशी प्रामाणिक असूनही कुठेही जोर घेत नाही, ताकदवान होत नाही. त्यामुळे सतत निष्ठेने लिहूनही ते असे बाजूला पडल्यासारखे वाटतात. त्यांची प्रेरणा केवळ ग्रामीण जीवन (स्वत:स आकलन झाले तेवढेच) रेखाटत राहण्याची आहे. पण एवढ्याने साहित्य निर्माण होत नाही. त्याला प्रतिभेचा स्पर्श आवश्यक असतो. भोसल्यांचे तसे क्वचित होते.

१९४५च्या आसपास अशा रीतीने ग्रामीण कथा ही अनेक वेगवेगळ्या प्रेरणांनी लिहिली जात होती. पण त्यानंतर नव्या वाङ्मयीन दृष्टीची चाहूल लागली. गाडगीळ, गोखले, भावे हे नव्या दमाचे कथालेखक पुढे आले. ग्रामीण विश्वातून व्यंकटेश माडगूळकर त्यांना येऊन मिळाले. आणि तेही नव्या कलात्मक दृष्टीने ग्रामीण कथा, ग्रामीण व्यक्तिचित्रे लिहू लागले. जसे नागरकथेला वरील त्रयींनी नवे बाळसे आणून तिचा विकास साधला; तेच नेमके व्यंकटेश माडगूळकर यांनी ग्रामीण साहित्यात करून दाखविले.

त्यांचा अनुभवाचा प्रदेश 'माणदेश'सारखा वेगळा असला तरी आजवर लिहिल्या गेलेल्या ग्रामीण कथेपेक्षा त्यांचे अनुभवविश्व वेगळे नाही. त्याचा विस्तार तोच आहे. सुखठणकर-सरदेसाई, ठोकळ-दिघे, माटे-चोरघडे यांचे साहित्य वाचून माडगूळकरांकडे वळल्यावर हे कळून येते. माणदेशच्या दुष्काळी मातीत जगणारी, धडपडणारी, दरिद्री, धाडसी, वेडी-विद्री, दु:खी, सहनशील, बेरकी, नाठाळ अशी नानाविध प्रकारची माणसे त्यांनी पाहिली आहेत. या माणसांच्या स्वभावांतून निर्माण होणाऱ्या घटना, गोष्टी, गमती, अवस्थांतर त्यांनी आपल्या कथांतून रेखाटले आहे. गावातील

हेवेदावे, चुरस, भानगडी, गाव व महारवाडा यांचे संबंध, गावातील परस्परांचे संबंध, शेती, पिके, जनावरे यातून निर्माण होणारे संघर्ष हे सर्व त्यांनी आपल्या कथांतून आणले आहे. हेच वरील तीन जोड्यांनी कमी-अधिक फरकाने टिपलेले जाणवते.

माडगूळकरांच्या अनुभवाचा विस्तार, व्याप तोच असला तरी अनुभवाचा कस, त्याची खोली, त्यातील सूक्ष्मता, त्यातील तरलता, त्यातील घनता त्यांनी पकडली आहे. या बाबतीत त्यांचा हात धरणारे आतापर्यंत ग्रामीण लेखकांत कोणी नव्हते. (चोरघडे त्यामानाने नाजूक वाटतात.) आजपर्यंत कमी-अधिक फरकाने विस्तारत गेलेली ग्रामीण कथा माडगूळकरांनी विकसित केली. तिला वेगळे परिमाण दिले. त्यामुळे तिला वेगळे तेज चढले.

गाडगीळ, गोखले, भावे यांच्याबरोबर माडगूळकरही जेव्हा वाङ्मयीन ग्रामीण क्षेत्रात लिहू लागले त्यावेळी देशाला नुकतीच स्वातंत्र्याची देणगी लाभली होती. तरुणांची मने आता देशाभिमान, देशभक्ती, सामाजिक सुधारणा, जीवनासाठी साहित्य आदी गोष्टींपासून मुक्त होत होती. वाङ्मयीन क्षेत्रातही बा. सी. मर्ढेकरांनी लेखकाची 'आत्मनिष्ठा' म्हणजे काय हे अचूकपणे सांगितले. नवसाहित्य जोमाने निर्माण होऊन वाङ्मयातील कलात्मकतेला बाळसे चढत होते. ललित वाङ्मयात अनुभवाच्या सौंदर्याला विशेष स्थान प्राप्त होऊ पाहत होते. ललित वाङ्मय हे जीवनाचे साधन नसून त्याला कलाविश्वात स्वतंत्र स्थान आहे, ते स्वयंभू आहे, ही धारणा होत होती. ललित वाङ्मयाची भाषा ही केवळ निवेदनाची बाब न मानता ती 'आविष्काराची' बाब मानली गेली. या सर्वांचा परिणाम या नव्या साहित्यिक पिढीवर होत होता. व्यंकटेश माडगूळकरही यातून जाणता-अजाणता मुक्त नव्हते. सत्यकथा, मौज, अभिरुची (जुनी) त्यांना त्या दृष्टीने घडवीत होती.

या सर्वांचा परिणाम व्यंकटेश माडगूळकर यांच्या कथाविश्वावर झालेला दिसतो. म्हणून ते अनुभवाला अनुभव म्हणून, एक कलात्मक बाब म्हणूनच सामोरे जातात. जसे आरंभीच्या ग्रामीण कथालेखकांवर बाह्य घटक प्रभावीपणे कार्य करीत होते आणि मूळ अनुभवांना अतिरंजित, बोधवादी, इतिहासाभिमानवादी, अद्‌भुत, मनोरंजक, सुधारणावादी असा बाहेरचा आकार देऊन विकृत करीत होते, तसे माडगूळकरांचे झाले नाही. ते या सर्वांतून मुक्त झाले आणि उरले फक्त साहित्यिक-कलावंत. याचा स्पष्ट अर्थ असा की, त्यांची प्रेरणा शुद्ध कलेची होती आणि तिच्या जोडीला ग्रामीण जीवनाचा अनुभव भरपूर आणि प्रत्यक्ष होता. त्यामुळे त्यांची ग्रामीण कथा अल्पावकाशात मराठी वाचकांचे लक्ष वेधून घेऊ लागली. नव्या उन्मेषाने पुढे जाऊ लागली. तिला वेगळीच लोकप्रियता लाभली.

शंकर पाटील हे त्यांच्या पाठोपाठ नव्या दमाचे व वेगळ्या ताकदीचे ग्रामीण कथाकार पुढे आले. त्यांनी आरंभी आपली सर्व भिस्त कथेवर ठेवली. माडगूळकरांनी

नव्याने ताज्या स्वरूपात आणि यथार्थपणे ग्रामीण जीवनदर्शन घडविले. या पार्श्वभूमीवर शंकर पाटील यांची कथा वेगळ्याच रूपात उठून दिसते. माडगूळकर नाही म्हटले तरी माणसे व त्यांच्याभोवतीची परिस्थिती यांचे परस्पर संबंध दाखवितात. त्यामुळे त्यांच्या कथांत मनुष्य आणि भोवतालची परिस्थिती हे संघर्ष-केंद्र बनते. त्यामुळे माडगूळकरांची कथा चित्रवती वाटते. ठळक वाटते. गंगाधर गाडगीळ म्हणतात त्याप्रमाणे सोपी, सरळ वाटते. शंकर पाटील मनुष्याच्या प्राथमिक संघर्षातून पुढे गेले आणि त्यांनी मानवी मनात बुडी मारली. नुसते मानवी मनांचे दर्शन घडविण्यापेक्षा मानवी मनाची गुंतागुंत, त्याची आंदोलने, त्याचे अनेकविध पापुद्रे त्यांनी उकलून दाखविले. त्यामुळे त्यांची कथा अधिक खोल, अधिक आविष्कारशील बनत गेली. त्यामुळे माडगूळकरांच्या निवेदनशील, थंड व अलिप्त कथेपेक्षा तिला अधिक तप्तता प्राप्त झाली. तुलनेने अधिक प्रभावी झाली. पाटलांच्या 'आभाळ', 'वेणा', 'पात', 'सारवण', 'भार' इत्यादी कथा त्या दृष्टीने अभ्यासनीय आहेत. आरंभीच्या त्यांच्या काही कथा सोडल्या तर त्यांनी निसर्गाचा व त्याच्या एकूण स्वरूपाचा कथेच्या रूपाशी अत्यंत प्रभावीपणे एकजीव करून घेतलेला आहे. माडगूळकरांनीही त्याचा असा उपयोग करून घेतलेला असला तरी पाटलांचे प्रतिमाविश्व हे अधिक एकजीव, अधिक अपरिहार्य बनून येते. माडगूळकरांच्या मानाने पाटलांची घाटाची जाणीव अधिक तीव्र वाटते. तसेच त्यांचा मानवी जीवनापेक्षा मानवी मनांच्या गुंतागुंतीवर जास्त भर असल्याने त्यांची कथा माडगूळकरांपेक्षा वेगळ्या पद्धतीने संपते. सामान्य वाचकाला तर ती अपुरी, अजून पुढे असल्यासारखी वाटते. 'सारवण', 'भुजंग' यांसारख्या कथा शेवटाच्या दृष्टीने पाहण्यासारख्या आहेत. 'कुस्ती'सारखी त्यांची कथा सांकेतिक पद्धतीने कुस्तीचा निकाल न लावता केवळ 'कुस्तीचे वातावरण' हाच विषय घेते आणि वातावरणाचा परिणाम मनावर बिंबवून तिथेच संपते. पात्रांच्या मनातील गुंतागुंती आणि मनाचा वेग व उत्कटता दाखविण्यासाठी पाटलांची निवेदनशैली एकदम पात्रांच्या अंतर्मनात शिरून आविष्कारू लागते, हळूच बाहेर पडून पुन्हा निवेदनावर येते. त्यांच्या या पद्धतीचा अभ्यास करण्यासारखा आहे. पाटलांनी खेड्यांतील जीवन थोडे गौण मानून खेड्यांतील मने अधिक व्यक्त केली. कलात्मक जाणीव अधिक तीव्र करून ग्रामीण कथा अधिक समृद्ध केली. कलेच्या दिशेने तिला वेगळ्या वाटा दाखविल्या. वेगळ्या शक्यता निर्माण करून ठेवल्या.

द. मा. मिरासदार यांनी ग्रामीण कथेला एक वेगळीच दिशा दाखवली. ही दिशा त्यांची कथा वाचताना तशी सोपी वाटते पण ती दाखविणे आणि त्या मार्गाने पुढे जाणे हे तितकेच अवघड होते; हे आजच्या अनेक ग्रामीण कथालेखकांनी तथाकथित ग्रामीण विनोदी कथा लिहून न बोलता लेखी कबूल केले आहे. माडगूळकर-पाटील यांची यशस्वी ग्रामीण कथा प्रामुख्याने गंभीर. तिच्यात अधूनमधून

मिस्कीलपणा येत होता; नाही असे नाही. पण शुद्ध ग्रामीण विनोदी कथा द. मा. मिरासदार यांनीच लिहिली. मराठी वाङ्मयात अनेक विनोदी साहित्यिक झाले. त्यांनी व्यक्तिचित्रे, ललित लेख, टीकात्मक लेख, नाटके इत्यादी प्रकार विनोदाच्या प्रेरणेने हाताळले. पण सतत विनोदी कथा यशस्वीपणे लिहिणारे द. मा. मिरासदार हेच पहिले लेखक. मुळात विनोदी लेखापेक्षा विनोदी कथा हा प्रकार थोडा अवघडच. कारण कथेतील व्यक्ती, प्रसंग, घटना, कथानक मुळात काही वस्तुनिष्ठेच्या मर्यादा निर्माण करतात आणि त्या मर्यादांतच विनोद निर्माण करणे अटळ होऊन बसते. तरीही मिरासदारांनी ग्रामीण विनोदी कथा यशस्वीपणे लिहिली. त्यांचा विनोदही शब्दनिष्ठा, कोटिक्रम इत्यादी तात्कालिक बाबींवर आधारलेला नसतो. तो सरळ सरळ स्वभाव, व्यक्ती, प्रसंग यांच्यावर आधारलेला असतो. जीवनातील विसंगतीवर त्यांनी प्रामुख्याने बोट ठेवले. मराठी साहित्यात असा विनोद फार थोडा आहे. केवळ विनोदाच्या प्रेरणेनेच मिरासदारांनी ग्रामीण कथा लिहिली.

त्यामुळे त्यांच्या विषयाच्या निवडीवरही काही मर्यादा पडल्या. बढाईखोर, भित्रट, इरसाल, कावेबाज, धूर्त, विक्षिप्त, एखादा दोष किंवा गुण 'अति' असलेली वल्ली माणसेच त्यांना निवडावी लागली. त्या अनुषंगानेच प्रसंग-निर्मिती होणार. भुते, प्रेते, चोऱ्या, फसवणूक, व्यसने, गुन्हे, खटले, साक्षी इत्यादी मुळातच रंजक असलेले विषय त्यांनी कथांसाठी निवडले. यांच्या आधाराने त्यांची मोठी मिस्कील विनोदी शैली कथा रंगवते. त्यांची शैली वरून गंभीर आणि काही ठिकाणी भोळसट-बावळटपणा याचा मुखवटा धारण करते. मुळात असलेला मिस्कीलपणा नंतर उघडकीला येतो आणि विनोदाला पंख फुटतात. त्यांचा निवेदक विनोदासाठी नेहमी विसंगतीवर बोट ठेवीत पुढे जातो. ही विसंगती दोन शब्दांच्या जवळपणापासून तो दोन विसंगत व्यक्तींच्या एकत्र येण्यापर्यंत सर्व प्रकारांनी साधलेली आहे.

या कथांतील अतिशयोक्तीचे पायही वास्तवात, मूळ स्वभावात आहेत, म्हणून या कथा पुन:पुन्हा वाचाव्यात असे वाटते. ग्रामीण कथेला हे एक वेगळेच परिमाण लाभले. त्यामुळे ती कथा अनेकमुखी होऊ शकली. आज ग्रामीण कथेत माडगूळकर-पाटील व मिरासदार यांचा प्रभाव मोठ्या प्रमाणात दिसतो; यावरूनच वरील तीन लेखकांचे वैशिष्ट्य व प्रभावीपण प्रस्थापित होते.

देशाला स्वातंत्र्य मिळून गेले होते. बहुजन समाजाची अस्मिता जागी होत होती. आजवर 'आपले जिणे लाजिरवाणे' ही जी बहुजन समाजाची भावना होती, ती कमी कमी होत जाऊन लोप पावली. जगण्याच्या हक्काची अस्मिता जागी झाली. लोकशाहीने दिलेले अधिकार या जागृतीला कारणीभूत झाले. नवे शिक्षण, नवे हक्क, नव्या सुखसोयी, नवे नवे कायदे, नवी अधिकारक्षेत्रे उपलब्ध झाली. त्यामुळे दारिद्र्यात जगणे, अज्ञानात खितपत पडणे, मागासले राहणे, परिस्थितीशी

झगडत असता आलेले अनुभव इत्यादी सर्वांना नव्याने वाचा फुटली. समाजातील अनेक थरांत हे घडून आले. दुसऱ्या बाजूने साहित्यात अनुभवनिष्ठा, आत्मनिष्ठा, कलानिष्ठा यांना विशेष स्थान प्राप्त झाले होते. त्याचाही वेडावाकडा परिणाम झाला आणि बहुजन समाजातून प्रत्यक्ष अनुभव असलेले अनेक ग्रामीण लेखक जाणता अजाणता निर्माण झाले. वरील लेखकत्रयी आपल्या निर्मितीने नवी वाट रुळवत होतेच. या काळात कोकण, सांगली-सातारा, कोल्हापूर, खानदेश, मराठवाडा, विदर्भ आदी भागांतून अनेक ग्रामीण लेखक नव्याने ग्रामीण कथा लिहू लागले. उद्धव ज. शेळके, रणजित देसाई, ग. दि. माडगूळकर, डॉ. सरोजिनी बाबर, शंकरराव खरात, अण्णाभाऊ साठे, नामदेव व्हटकर, हमीद दलवाई, बाबा पाटील, मधु मंगेश कर्णिक, द. का. हसमनीस, रा. रं. बोराडे, बा. भ. पाटील, आनंद यादव, महादेव मोरे, बजरंग शेलार, सखा कलाल, चारुता सागर, द. ता. भोसले, व. बा. बोधे इत्यादी कितीतरी नावे घेता येतील. या दृष्टीने ही यादी अजूनही वाढविता येईल. पण येथे नुसती नावांची नोंद अगर वैयक्तिक लेखकाची वैयक्तिक निर्मिती यांचेही परीक्षण करावयाचे नाही. इतिहासाच्या संदर्भात फक्त वेगवेगळ्या प्रेरणा आणि विकास ही सामग्र्याने पाहावयाची आहेत.

उद्धव ज. शेळके हे त्या दृष्टीने व्यंकटेश माडगूळकरांच्या मांडीला मांडी खेटून बसल्यासारखे वाटतात. माडगूळकरांनी माणदेशी ग्रामीण जीवन तेवढ्याच ताकदीने आपल्या कथांतून रेखाटले. अर्थात प्रदेशानुसार माणसां-माणसांतही फरक पडतो. संस्कृतीच्या रंगात वेगवेगळ्या छटा असतात. धंदे काही प्रमाणात वेगळे असतात. यांना जोडूनच लेखकाचे खास असे एक व्यक्तिमत्त्व असते. त्यानुसारही त्या त्या कथांना वेगळा रंग लाभतो. शेळक्यांच्या कथांना ही वैशिष्ट्ये लाभलेली आहेतच. तरीही ग्रामीण जीवनातील असाह्यता, दैवाधीनता, दारिद्र्य भोगत राहण्याची मौनी वृत्ती यावर त्यांनी भर दिलेला आहे. शिवाय त्यांच्या खास तिकडील प्रादेशिक भाषेने एक वेगळाच गोडवा निर्माण केलेला आहे. त्यांना 'विदर्भातील माडगूळकर' असे प्रा. एस. एस. भोसले यांनी वर्तमानपत्रातील एका लेखात म्हटल्याचे आठवते. ते इतिहासाच्या संदर्भात अगदी बरोबर आहे.

रणजित देसाई यांचा 'रूपमहाल' ते 'कातळ'पर्यंत स्वत:पुरता असा कथाकार म्हणून विकास झालेला दिसतो. रूपमहालमधील कथा घटनाप्रधान आणि 'मृत्यू'त शेवट करणारी, स्थूल वाटते. तरी तिचे नाट्यपूर्णतेकडे लक्ष अधिक आहे. तिच्यात योगायोगही आहेत. 'कणव', 'कातळ'मधील कथा अधिक सकस, अधिक कलात्मक वाटतात. त्यात अनेक शक्यता दिसतात पण एकंदरीत त्यांची कथालेखनाची संथ गती, सतत प्रयोग न करीत राहण्याची सुखवस्तु-वृत्ती असल्यामुळे त्यांच्या कथा लक्ष वेधून घेत नाहीत. 'कातळ'मध्ये त्यांची एक वेगळीच ताकद दिसून येते.

त्यांची भाषा तेथे अत्यंत संयत झालेली आहे. निवेदकाच्या भाष्यापेक्षा ते प्रसंग, व्यक्ती यातून खूप सुचविताना दिसतात. पण एकंदरीत त्यांच्या अनुभवविश्वाच्या सततच्या बदलामुळे व पुन्हा दुर्लक्षामुळे एक चांगला ग्रामीण कथाकार वेगळ्या क्षेत्रात निघून गेल्यासारखे वाटते.

ग. दि. माडगूळकर, डॉ. सरोजिनी बाबर यांची प्रेरणा काही वेगळे लिहिण्यापेक्षा आपणास आलेले अनुभव आपापल्या विशेष अशा शैलीने मांडावेत, इकडेच त्यांचा कल दिसून येतो. माडगूळकर यांच्या अनुभवात नाट्यपूर्णता, जीवनातील मांगल्य, पावित्र्य, उदात्तता, परंपरागत कौटुंबिक मूल्यांचा आदरपूर्वक मान हे विशेष जाणवतात. त्यांच्या प्रसन्न शैलीने हे सर्व जिवंतपणे व्यक्त होते. सरोजिनी बाबर यांचीही विशेष अशी शैली आहे. तिला लोकसाहित्याचे काही विशेष लाभलेले आहेत. सुबोध, सरळ निवेदन करीत जाण्याकडे त्यांची प्रवृत्ती. 'झालं गेलं' सांगण्याकडे त्यांचा कल. त्यात पुन्हा खेड्यातील स्त्रीमनाचे त्यांना झालेले आकलन यांचे त्यांना विशेष आकर्षण आहे. जीवनातील परंपरागत मूल्यांवर माडगूळकरांच्याप्रमाणेच त्यांचाही विश्वास दिसून येतो आणि तो कथेतून व्यक्त होतो.

शंकरराव खरात, अण्णा भाऊ साठे यांनी आपापल्या जाती-जमातीविषयी लक्षात येण्याइतके लिहिले आहे. त्यात पुन्हा खरात आपल्या जातीबरोबरच समाजातील इतर उपेक्षित जातींविषयीही लिहितात. त्यांच्या अनुभवांचा विस्तार विशेष जाणवतो. पण त्यांचा दृष्टिकोन सामाजिक स्वरूपाचा आहे. उपेक्षितांकडे पाहण्याची इतर वर्गांची दृष्टी काय असावी, याचा त्यांनी आपल्या मनाशी काही अंदाज बांधलेला त्यांच्या कथांतून दिसतो. त्यामुळे त्या कथांना विशेष असा एक पवित्रा प्राप्त झालेला असतो. त्यांची पात्रे बहुतेक मुकाटपणे सहन करतात. अन्यायाच्या खाईत शांतपणे उभी राहतात, हे जाणवते. अण्णा भाऊ साठे यांची पात्रे याच्या उलट अन्यायाविरुद्ध चिडून उठतात. ती वैयक्तिक पातळीवर आडदांडपणे मोडतोड करू पाहतात. खून, मारामाऱ्या, गुन्हे करतात. दरोडे घालतात आणि भावनेच्या भरात असे केल्यावर त्यांची मग भावनात्मक, शृंगारात्मक, कौटुंबिक पातळीवर कुचंबणा होते आणि ती वाचकांची सहानुभूती मिळवू पाहतात. या दोनही लेखकांची शैली वेगवेगळी आहे, हे लक्षात घेण्यासारखे आहे. साठे यांची अद्‌भुताची आवड लक्षणीय आहे तर खरात यांचा मानवताधर्म विशेष जाणवतो. साठे तंत्राच्या बाबतीत ठोकळांना जवळ वाटतात तर खरात माटे यांना दृष्टीने जवळचे वाटतात.

हमीद दलवाई, मधु मंगेश कर्णिक हे कोकणचा परिसर प्रामुख्याने रंगविणारे ग्रामीण लेखक. हिंदू-मुस्लीम संबंधावर दलवाई यांनी अत्यंत मन:पूर्वक, थोडे पण बहुगुणी लेखन केले आहे. महाराष्ट्रीय समाजातील खेड्यापाड्यांतील मुस्लीम

समाजाच्या भावभावना ते अत्यंत तटस्थतेने आणि कलात्मकतेने रेखाटतात. कर्णिक हे विस्तारशील वृत्तीचे लेखक वाटतात. त्यांना कलात्मकतेची जाणीव आहे. पण सतत एखाद्या क्षेत्रावर लक्ष ठेवून त्यात ताकदीने उतरत जाण्याची, त्याची सखोलता भोगण्याची त्यांची वृत्ती दिसत नाही. पण ते कथांसाठी विषय निवडून काढून तो अत्यंत ओघवत्या शैलीत, आकर्षक रीतीने मांडण्यात तरबेज वाटतात.

रा. रं. बोराडे हे मराठवाड्यातील ग्रामीण जीवन रेखाटणारे कथाकार. त्यांची स्वत:चा शोध घेण्याची धडपड सदैव जाणवते. त्यांच्या आरंभीच्या काळात त्यांना माडगूळकर आणि विशेषत: पाटील-मिरासदार यांच्या कथांनी आकृष्ट केले असावे. कारण त्यांच्या विषयांतून आणि कथांच्या घाटातून ते जाणवते. पाटील-मिरासदार यांच्या वैशिष्ट्यांचे एकत्रीकरणही करण्याचा त्यांनी काही काळ प्रयत्न केला असावा. आज त्यांची कथा वेगळे बाळसे धरू पाहते आहे. ती स्वत:चा असा कलापूर्ण घाट शोधताना दिसते. त्यामुळे त्यांच्या निवेदनपद्धतीला एक नवे सामर्थ्य येत चालले आहे. लहान मुलांच्या दृष्टिकोनातून त्यांनी लिहिलेल्या कथा अनुभवाची एक वेगळी छटा पकडतात. ग्रामीण कथेला ती नवीन आहे. लैंगिक विषय हे त्यांचे दुसरे मोठे आकर्षण. पण त्याकडे ते गंभीरपणे अजून वळलेले दिसत नाहीत. तो केवळ त्यांच्या विनोदाचा विषय होऊन बसतो. 'पेरणी' ते 'मळणी'पर्यंतचा त्यांचा प्रवास अशा स्वरूपाचा आहे.

इतिहासाच्या संदर्भात पहिले तिघे सोडून या सर्वांच्या प्रेरणांच्या व विकासाच्या दृष्टीने एकत्रितपणे विचार करताना हाताशी फार थोडे लागते. प्रत्येकाची प्रेरणा प्रामुख्याने आपापला परिसर आपापल्या कथांत रेखाटण्याची दिसते. त्यात पुन्हा शक्य असेल तर आपापल्या समाजापुरतेच ते जीवन हिरिरीने रेखाटावयाचे. या रेखाटनात पुन्हा प्रत्येक लेखकाच्या वाङ्मयीन व्यक्तिमत्त्वानुसार विषयांची निवड दिसून येते. त्यामुळे आजच्या ग्रामीण कथेत कोकण, विदर्भ-वऱ्हाड, सातारा-कोल्हापूर, माणदेश-सोलापूर, मराठवाडा इत्यादी परिसर आलेले आहेत. उच्च मराठा शेतकरी-कामकरी, महार-मांग-चांभार, ब्राह्मण-मराठा-मुस्लीम इत्यादी जाती-जमाती आलेल्या आहेत. कौटुंबिक, सामाजिक, लैंगिक, नैतिक इत्यादी विषयांची आवड-निवड आलेली आहे. पुन्हा यात वाङ्मयीन परंपरा, संकेत येतात ते वेगळेच. रणजित देसाई-सुखठणकर-सरदेसाई यांना अनुभवाच्या दृष्टीने जवळचे वाटतात. ठोकळांची परंपरा साठे यांच्या तंत्रात दिसते, माट्यांचा दृष्टिकोन खरातांच्यामध्ये उतरलेला दिसतो. याशिवाय व्यंकटेश माडगूळकर, शंकर पाटील, द. मा. मिरासदार यांच्या आसपास वावरणारे अनेक जण आहेतच.

या पार्श्वभूमीवर आनंद यादव १९६३ पासून सातत्याने लेखन करू लागले.

त्यांच्याही अनुभवाचे विश्व या विस्ताराहून वेगळे नाही. या कक्षेतच यादवांचे अनुभवविश्व असले तरी ते अधिक कलात्मकतेने, सखोलतेने, उत्कटतेने आणि तरलतेने पकडण्याचा त्यांचा प्रयत्न असतो. अनुभवाच्या गुणवत्तेनुसार जिथे जिथे आवश्यक तिथे तिथे ग्रामीण भाषेतूनच ते कथा आविष्कृत करतात.

व्यंकटेश माडगूळकर ते आजतागायत ग्रामीण कथेचा इतिहासाच्या संदर्भात विचार करताना प्रथम चटकन एक गोष्ट जाणवते; ग्रामीण कथेला अनेक प्रदेश-परिसरांतील विविधता, विपुलता लाभली. आज अनेक लेखक आपले अनेक प्रकारचे खेड्या-पाड्यातील अनुभव व्यक्त करतात. त्या दृष्टीने ग्रामीण कथेचे पीक भरपूर येते. तरीही ही कथा एका कोंडीत सापडलेली आहे. आरंभी आरंभी त्या त्या परिसरांतील, त्या त्या जातीजमातींतील केवळ अनुभव व्यक्त करण्यालाच प्राधान्य आणि लोकप्रियता मिळू लागली. हे अनुभव व्यक्त करणे म्हणजेच ग्रामीण कथा; अशी कळत नकळत अनेकांची समजूत झाली. यातून टीकाकारही सुटले नाहीत. 'हे साताराचे, हे माणदेशचे, हे कोल्हापूरचे, हे सोलापूरचे, हे कोकणचे, हे विदर्भाचे, हे मराठवाड्याचे' ग्रामीण लेखक असेच त्यांना संबोधून तो तो प्रदेश हेच त्यांचे वैशिष्ट्य, असे मानले गेल्याने त्या त्या प्रदेशातून अनेक ग्रामीण लेखक आपल्या अनुभवांची गाठोडी सोडून लेखन करू लागले. हे लेखन हीच ग्रामीण कथा असा त्यांचा प्रामाणिक समज झाला. साहित्याला एक सनातन शाप आहे; तो म्हणजे त्या त्या काळातील नावीन्याचा. त्या त्या काळातील केवळ नावीन्य म्हणजे 'कलाक्षेत्रातील प्रयोग' नव्हेत, हे टीकाकारांनासुद्धा तत्त्वत: पटून प्रत्यक्षात मात्र कधीही येत नाही, ही मराठी टीकाकारांची शोकात्मिका आहे. या नावीन्याच्या आमिषामुळे ग्रामीण कथेला भरपूर पीक आले. तशात हा ग्रामीण साहित्यप्रकार वास्तवतेशी घनिष्ठपणे निगडित आहे. त्यामुळे आलेले अनुभव म्हणजे कथेतील वास्तवता असे समीकरण झाले आहे. दुसऱ्या बाजूने माडगूळकर-पाटील आदी लेखकांनी आरंभापासूनच ही कथा कलात्मक जाणिवेने निर्माण केलेली असल्यामुळे तिला कलात्मकतेकडेही वाटचाल करायला तूर्त फारसा वाव राहिला नाही. म्हणजे ग्रामीण कथेची अनुभवाच्या दृष्टीने आणि कलात्मकतेच्या दृष्टीने दोन्ही बाजूंनी कोंडी झालेली आहे.

सगळेच ग्रामीण लेखक या कोंडीत सापडले आहेत की काय असे वाटते. अशा रीतीने कोंडीत सापडल्यावर आपापल्या प्रदेशाचे आणि वाङ्मयीन व्यक्तिमत्त्वाचे गौण वैशिष्ट्य राखून कोंडीतच कथा लिहीत राहणे किंवा कथा-लेखन तरी बंद करणे एवढेच हातात उरते. अन्यथा सामर्थ्य असेल तर कोंडी फोडणे आवश्यक होऊन बसते.

या दृष्टीने या ग्रामीण लेखकांकडे पाहिले तर काय दिसून येते? माडगूळकर, पाटील, मिरासदार यांनी कथालेखन जवळजवळ बंद केल्यासारखे दिसते. पाटील

सोडले तर माडगूळकर-मिरासदार यांचे जे तुरळक कथालेखन दिसते ते या कोंडीतलेच आहे. ते फार फार जुन्या ओळखीचे वाटते. शेळके, खरात आदी मंडळी अनुभवाचे क्षेत्र बदलून दुसरे अनुभव त्याच पद्धतीने जमा करताना दिसतात. बोराडे यांचा स्वत:च्या संदर्भात विकास होत असला तरी त्यांची एकूण कथा या कोंडीच्या बाहेर नाही. बाबूराव बागूल, चारुता सागर ही दोन नवी नावे ग्रामीण कथेत येऊन सामील होत आहेत. पण त्यांच्याही कथांतून त्यांच्या अशा अनुभवक्षेत्रातील अनुभव सरळधोपटपणे येऊन जमा होत आहेत. त्यांच्या या अनुभवात नावीन्य, अनोळखीपणा असला तरी ते अनुभव वास्तवतेच्या पातळीवर असतात. त्यांना धड 'कथा'पणही लाभलेले नसते. आज जी ग्रामीण कथेला आवश्यकता आहे ती अनुभवांच्या वेगळ्या परिसराची नसून वेगळ्या पातळीची, वेगळ्या वाङ्मयीन व्यक्तिमत्त्वाची, वेगळ्या कलात्मक ताकदीची. आजतरी याची वाट पाहत राहणे एवढेच हातात उरते.

.२.

ग्रामीण कथेच्या या अखेरच्या टप्प्यावरून भूतकाळाकडे पाहिले तर काय दिसून येते? आरंभीच्या काळात म्हणजे १९४०-४५च्या आसपासपर्यंत पाहिले तर निर्दोष स्वरूपाची ग्रामीण कथा पाहायला मिळत नाही. तिचा आशय आणि तिची अभिव्यक्ती कोणत्या ना कोणत्या बाह्य शक्तींनी नियंत्रित केलेल्या दिसतात आणि कित्येक वेळा त्या आरोपित केलेल्या दिसतात. त्यामुळे ललित वाङ्मय म्हणून तिचा दर्जा वरचा वाटत नाही. असे असले तरी प्रवाह आरंभापासून तपासण्यासाठी व अवलोकण्यासाठी तिच्याकडे वळावेच लागते.

हरिभाऊंची 'काळ तर मोठा कठीण आला' ही कथा आशयाच्या आणि अभिव्यक्तीच्या दृष्टीने अत्यंत बटबटीत वाटते. तिच्यातील स्वभावदर्शन वास्तवपूर्ण नाही. शिवाय प्रसंगांची मांडणीही अद्‌भुततानिष्ठ वाटते. प्रसंगही अवाजवी आहेत. जे सगळे सांगायचे असते ते जर अद्‌भुत, घटनाप्रधान, माहितीपूर्ण असेल तर ती कथा 'रिपोर्ट' होते हे उघड आहे. त्यामुळे ती ग्रामीण जीवनदर्शन वगैरे घडवताना जाणवत नाही.

पण असे असले तरी ग्रामीण कथेची एक शक्यता निर्माण झाली हे विशेषच म्हटले पाहिजे. १८९७ मध्ये दुष्काळ पडला आणि त्यात शेतकऱ्याचे हाल-हाल झाले. त्याचे रिपोर्ट हरिभाऊंच्या वाचनात आले आणि तेच कारण त्यांना ही कथा लिहायला पुरेसे झाले.

एखादा वाङ्मयप्रकार जेव्हा नव्याने जन्माला येतो, तेव्हा अंतर्गत असे काहीतरी तात्कालिक कारण घडावे लागते. मग ते वाङ्मयीन अगर इतर कोणत्याही

स्वरूपाचे असू शकते. या कारणामुळे पहिली लेखनकृती ही सर्व दृष्टींनी निर्दोष अगर परिपूर्ण असली तरी ती पुढीलांना जन्म द्यायला वाट मोकळी करून देते, हे विशेष आहे. हरिभाऊंच्या कथेकडे या इतिहासाच्या दृष्टीने पाहावे लागते.

पुढचीही म्हणजे सुखठणकर-सरदेसाई यांचीही प्रादेशिक किंवा ग्रामीण कथा याच बाह्य कारणांनी प्रेरित झालेली दिसते. त्या काळी गांधीजींनी खेड्याकडे जायला सांगितले. साम्यवादाचे विचार त्या काळात प्रभावी होते. आगरकरांचा समाजसुधारणावाद प्रभावी झाला होता. चिपळूणकरांनी इतिहासाचा, जुन्या काळाचा अभिमान जागृत करण्याची परंपरा निर्माण केली होती. समाजवादाचे स्वप्न आपला देश पाहत होता. परकीयांच्या विरुद्ध झगडा देऊन स्वातंत्र्याचे ध्येय प्राप्त करू पाहत होता. या सर्व बाह्य घटनांनी यावेळच्या कथालेखकांचा आशय नियंत्रित झाला होता. याबरोबरच इंग्रजीतील ग्रामीण वाङ्मयाचा परिणामही गृहीत धरावा लागतो. कारण इंग्रजीतील सर्व प्रकार मराठीत आणण्याचा तो काळ होता, हेही विसरता येत नाही.

बाह्य घटनांनी मूळ आशय आणि अनुभव नियंत्रित झाल्याने त्याच्यावर अत्यंत बोजड दडपणे येतात. त्याच्या मूळ स्वरूपात असलेले चैतन्य गमावते. हे चैतन्य गमावले की, कलावंताची सृजनशीलताही लोप पावते आणि मग 'कला' जाऊन फक्त कौशल्य उरते. मूळ अनुभवात असलेल्या व्यक्ती आपले स्वभाव सोडून देतात. बाहेरची आलेली दडपणे व बांडगुळे हेच आपले स्वभाव, असे त्यांना लेखकाच्या इच्छेखातर मान्य करावे लागते. त्यांचा शेवटही लेखक बाह्य दडपणानेच ठरवतो. त्यामुळे सारेच यांत्रिक, कृत्रिम आणि निर्जीव होऊन बसते. उरतो फक्त सांगाडा; प्राण निघून गेलेला!

सुखठणकर-सरदेसाई यांच्या कथा या दृष्टीने पाहण्यासारख्या आहेत. त्यामुळे त्या खऱ्याखुऱ्या जीवनदर्शनाला मुकल्या आहेत.

पण दुसऱ्या एका अर्थी ही गोष्ट चांगलीच झाली. ग्रामीण कथेचा या काळातील आशय जरी बाह्य घटनांनी नियंत्रित होता, तरी तो नियंत्रित स्वरूपात का होईना मराठी साहित्यात आला आणि साहित्याला एका वेगळ्याच अनुभवविश्वाची प्राथमिक अवस्थेत तरी ओळख झाली. ग्रामीण विश्व हे काय आहे याची जाणीव मराठी लेखकांना या वाङ्मयाने करून दिली आणि अनेक शक्यता निर्माण करून ठेवल्या. खेड्यांतील जनतेविषयी वाङ्मयीन व्यक्तिमत्त्वाला त्यामुळे आस्था निर्माण झाली. त्यासंबंधी चालना मिळून विचार, आचार, लेखन सुरू झाले. त्यामुळे ग्रामीण कथा जवळ आली.

सुखठणकर-सरदेसाई यांनी रंगवलेले ग्रामजीवन त्यांच्या भूतकाळातील आहे. पुन्हा ते त्यांनी काहीशा मध्यमवर्गीय दृष्टिकोनाचा पवित्रा घेऊन पाहिलेले आहे. त्यांच्या अनुभवांचे केंद्र खेड्यातील पांढरपेशाची दृष्टी हे आहे. त्यामुळे त्या

ग्रामजीवनावर काहीसा लांबून प्रकाश टाकल्यासारखे वाटते. त्यांनी भूतकाळातील खेडे रंगविले, याला कारण त्यांच्या अनुभवांची कालिक अपरिहार्यता हे नसून, जुन्या संस्कृतीचा अभिमान, जुन्या मूल्यांचे दिव्यत्व, जुन्या निष्ठांतील आजचा हरवलेपणा इत्यादी कारणे आहेत.

'पूर्व दिव्य' निदर्शनास आणून अपेक्षित विचारांचा परिणाम साधणे, या धोरणामुळे तो भूतकाळ आलेला आहे. आजच्या ग्रामीण कथेत येणारा त्या त्या लेखकांचा भूतकाळ हा अनुभवाच्या कालिक अपरिहार्यतेतून आलेला आहे. बाह्य बंधनांमुळे नव्हे आणि काही वेगळ्या उद्देशांमुळेही नव्हे. तरीही एक गोष्ट लक्षात येते ती अशी की, ग्रामीण कथासाहित्यात कोणत्या ना कोणत्या कारणाने त्या त्या लेखकाच्या भूतकाळाचे दर्शन होत राहते.

या भूतकाळातील दिव्यता-भव्यता, निष्ठा, संस्कृती इत्यादी गोष्टी सांगून सुखठणकर-सरदेसाई यांची कथा संपते. तिच्यातील पात्रे, प्रसंग, शेवट, निवेदने त्याच हेतूने केलेली असतात. त्यांच्याकडे फारसे लक्ष दिलेच जात नाही. कारण ती कथांतून साधन म्हणूनच आलेली असतात. भर असतो अपेक्षित आशय व विचार सुप्त स्वरूपात सांगण्याकडे.

ग्रामीण कथेच्या दृष्टीने हा काळ आरंभीचाच होता आणि आरंभीच्या काळात कोणतेही वास्तववादी वाङ्मय आशयाकडे झुकते. तसे या काळात यथार्थपणे झाले नसले तरी, निदान अपेक्षित आशय व्यक्त करण्याकडेच या काळाची प्रवृत्ती दिसते. त्यामुळे त्यांच्या कथांतून स्वतःच्या आसपासचा परिसर, त्याविषयी विचार, भावना, सुधारणा इत्यादी गोष्टी त्यांच्या मनात येणे स्वाभाविक होते, त्याच त्यांनी व्यक्त केल्या. तो काळही त्या दृष्टीने अनुकूल होता. एका अर्थी ती काळाचीही मागणी होती असे म्हणावे लागते.

काळाची मागणी अशा अर्थाने की, समाजात समता, गांधीवाद, साम्यवाद, समाजवाद व इतर सुधारणा ही आली की समाजस्वास्थ्य लाभेल, अशी समाजातील लोकांची धारणा झालेली होती. त्या दृष्टीने मग त्यांच्या हाताशी मिळेल त्या साधनाने साध्य गाठण्याकडे कल सुरू होतो. ललित वाङ्मय हे तर त्या काळात जीवनाच्या संदर्भात एक प्रभावी साधन मानले जात होते. त्यामुळे त्यात अनेक वाङ्मयबाह्य वाद आपला प्रभाव गाजवत होते. त्यावेळी त्या वादांची व तत्त्वज्ञानाची समाजाला गरजही होती. समाजस्वास्थ्यासाठी, प्रगतीसाठी ते त्याला आवश्यक होते. त्यामुळे अशाप्रकारचा अपेक्षित आशय त्यात आला तर, त्याचा त्या कालापुरता तरी विधिनिषेध मानता येत नाही. पण एकदा का ही गरज संपली की, आपणच त्या वापर-पद्धतीविरुद्ध टीका करतो. टीका करणे आज ठीक असले तरी इतिहासाचा संदर्भ घेऊन विचार करणाऱ्याला ती त्या काळाची मागणीच वाटते.

या काळात या मागणीपासून कोणताही साहित्यिक अलिप्त राहिलेला दिसत नाही. कलावंत हा मुळातच अधिक संवेदनशील व उत्कट जगू पाहणारा प्राणी. आणि त्या काळात प्रत्येक जण स्वातंत्र्य-सुधारणा यांच्या ध्यासाने प्रभावित झाला होता. असे प्रभावित होणे हेच पुरुषार्थाचे लक्षण मानले जात होते आणि अलिप्त राहणे भ्याडपणाचे मानले जाई. अशाप्रकारचा वारा प्यालेला, राजकीय-सामाजिक क्रांतीला उत्सुक असलेला तो काळ. ग्रामीण कथा मग ग्रामजीवनाच्या केवळ वास्तवात रमणार कशी? त्या ग्रामजीवनाचा विचार त्यावेळच्या लेखकांनी वरील वारा प्यालेल्या अवस्थेतच राहून केला. म्हणून त्या काळातील वाङ्मयातील ग्रामीण जीवन हे आज ठोकळेबाज, स्थूल वाटते.

ठोकळ-दिघे यांच्या काळात त्याला वेगळीच कलाटणी मिळाली. या दोघांनीही हे ग्रामजीवन साधनीभूतच मानले ते राजकीय वा सामाजिक कारणासाठी नव्हे. वाचकाचे मनोरंजन हे फडके-पद्धतीचे वाङ्मयीन कारण त्या काळात निर्माण झाले. त्यामुळे या दोघांना सुखठणकर-सरदेसाई यांच्यापेक्षा ग्रामीण अनुभव जवळून असूनही ते यथार्थपणे मांडले गेले नाहीत. ग्रामीण कथा ही वास्तवाशी घनिष्ठपणे निगडित आहे, हे अवधान त्यांच्याकडून राखले गेले नाही. त्यांनी वाचकाचे मनोरंजन प्रमाण मानले. त्यासाठी त्यांनी आपापली तंत्रे वापरली. निसर्गवर्णने शैलीदारपणे घातली. वाक्यांच्या फेकी आणि लकबी यावर भर दिला. संवादात खटके आणले. पात्रांना शृंगार शिकविला. स्वभावांशी सुसंगत वागण्यापेक्षा अद्‌भुत, काव्यमय घटना निर्माण करायला त्यांनी सक्ती केली. अतिरेकी वागणे त्यांना पढवले. हे सर्व मध्यमवर्गीय वाचक लक्षात घेऊन केले जात होते. थोडक्यात, फडके यांनी जे नागर वाङ्मयात तरुण-तरुणींच्या करवी घडवले तेच ठोकळ-दिघे यांनी ग्रामीण वाङ्मयात कमीजास्त प्रमाणात निर्माण केले. त्यामुळे त्यांच्या अनेक कथांतील आशय आरोपित, उपरा, अवास्तव वाटतो. थोडक्यात असे म्हणता येईल की, आतापर्यंतची ग्रामीण कथा ही पांढरपेशांनी पांढरपेशांसाठी निर्माण केलेली होती.

श्री. म. माटे हे पांढरपेशेच असून, त्यांनी पांढरपेशांसाठीच ग्रामीण कथा लिहिली असली तरी ती बव्हंशी ग्रामीण कथा होती. हे असे का झाले? ठोकळ-दिघे यांनी पांढरपेशांचे फडके-पद्धतीचे मनोरंजन हा आदर्श ठेवला नि माटे यांनी हरिभाऊंची वाङ्मयीन दृष्टी आचरली. त्यांनी ग्रामीण कथेत उपेक्षित माणसेच रंगवली असली तरी ती हाडा-मांसाची होती. म्हणून वाङ्मयीनदृष्ट्या त्यांचे लेखन आशयसंपन्न झाले. ते लेखन स्वत: लेखकाचा 'अपेक्षित' आशय घेऊन न येता त्याने 'मुळात अनुभवलेला' आशय घेऊन आले. माट्यांचे विश्व लहान होते तरी ते अत्यंत कसदार आणि सखोल, मानवतेच्या स्पंदनाने जिवंत झालेले होते.

म्हणूनच ग्रामीण कथेचे जनक त्यांना मानावे लागते. पुढे व्यंकटेश माडगूळकरांनी हेच अत्यंत मन:पूर्वकतेने, व्यापकतेने, सूक्ष्मतेने, सातत्याने केले.

तरी माटे आणि माडगूळकर यांची कथा वेगळी आहे. माट्यांची कथा तशी शैलीदार आणि अधिक विस्तृत आहे. माट्यांच्या कथेला नाही म्हटले तरी उदात्तीकरणाची काहीशी पातळी लाभली आहे. प्रगाढ माणुसकीने ते कथा लिहितात. त्यामुळे तिला सामाजिकतेचा प्रचंड अर्थ प्राप्त होतो. तिचा व्यापही तसा मोठा असतो. जीवनातील एखादा अनुभव घेऊन तेवढीच कथा लिहावी, असे माट्यांना सहसा वाटत नाही. त्या त्या व्यक्तीचा संपूर्ण जीवनपटच ते घेतात. त्यांना व्यक्तीचे सबंध जीवन हाच एक अनुभव वाटतो. त्यांच्या व्यक्तींच्या या सबंध जीवनामुळे त्यांचा सांधा सामाजिकतेशी जोडला जातो. व्यक्तीचे सबंध जीवन साकार करण्यासाठीच त्यांनी त्या त्या व्यक्तीच्या बोलीतील संवाद वापरले. प्रसंग निर्माण केले. पण त्या काळातील फडके-पद्धतीची लोकप्रिय साहित्यविषयक जाण न ठेवल्यामुळे त्यांच्या कथांना जसे सामर्थ्य प्राप्त झाले, तसे अनेक ठिकाणी भावविवशता, कणव, वर्णनांची दीर्घता, प्रसंगांतील अ-निवड राहून गेली.

व्यंकटेश माडगूळकरांमध्ये हे सर्व कलात्मक जाणिवेमुळे टळले आहे. माडगूळकरांच्या कथेतील आशयाचे स्वरूप, त्याची कारणे व माडगूळकरांच्या आसपासच्या इतर कथाकारांच्या कथेचे स्वरूप पहिल्या भागाच्या शेवटी आपण पाहिलेच आहे. आशयाच्या संदर्भात ग्रामीण कथेविषयी असे काही विचार येतात.

अभिव्यक्तीच्या संदर्भात विचार करतानाही काही ठळक गोष्टी दिसून येतात. हरिभाऊ सुखठणकर, सरदेसाई यांची कथा वाचकाला काही सांगू पाहणारी होती. म्हणून तिने फक्त आशयाकडे लक्ष दिले. तिच्यातील व्यक्ती आणि त्यांचे चैतन्य यांच्याकडे त्यांचे फारसे लक्ष नव्हते. त्यामुळे त्यांच्या कथांतील व्यक्ती बटबटीत आणि ठोकळेबाज वाटतात. तशीच कथेची घडणही प्राथमिक स्वरूपाची वाटते. हरिभाऊंची कथा तर सरळ 'गोष्टी'सारखी पुढे सरकते. सुखठणकर-सरदेसाई यांची कथा प्राथमिक स्वरूपाच्या तंत्राचा अवलंब करताना दिसते. त्यांच्या अनेक कथा त्यांनाच कुणीतरी सांगते आहे, अशा पद्धतीने आरंभ साधतात. त्यांत पात्रांची निवड दिसत नाही. अनेक पात्रे कथा सांगण्यासाठी, काही निवेदन करून कारणपरत्वे आलेली असतात. काही पात्रे आरंभ करून मोकळी होतात. कथेच्या ओघात ती मागेच पडून राहतात. कित्येकवेळा आरंभी कुठला तरी एक नाट्यपूर्ण प्रसंग योजण्याची प्राथमिक हातोटी त्यात दिसून येते. एखादे पात्र प्रवास करताना अगर एखादा प्रसंग रंगविण्याच्या पूर्वी त्याच्याभोवतीचा निसर्ग आणि परिसर त्यात वर्णनरूपाने येतो. तो कथेत दुसरे काही साधत नाही. पण वाचकाला काही चवदार देऊन जातो. अनेक वेळेला कलाटणीने शेवट होतात. सुखठणकरांच्या कथांतील

शेवट नाट्यपूर्ण घटनांनी होतात. त्यात अनेक वेळेला फडक्यांचा योगायोग येतो. सुखठणकरांच्या कथा सरदेसाई यांच्या कथांच्या तुलनेने मोठ्या वाटतात. त्यांच्या कथांतील संवादांत अनेक वेळा प्रादेशिक भाषेची छटा येते. अनेक वेळेला ते नाटकी वाटतात. सरदेसाई यांनी प्रादेशिक बोलीतील शब्द शक्यतो टाळले आहेत. संवादात नागर भाषाच वापरली आहे. सुखठणकरांच्या तुलनेने सरदेसाई यांची कथा अधिक नीटनेटकी वाटते. तिने पात्रांची अधिक दखल घेतलेली आहे. दोघांच्याही कथांत अद्‌भुताला वाव आहे.

ठोकळ-दिघे यांच्या कथेने तिचे असे एक तंत्र सांभाळले. हे तंत्र मनोरंजननिष्ठ होते. त्यामुळे पात्रांकडे व्यक्ती म्हणून दुर्लक्ष झाले असले तरी, वेगळ्या कारणांसाठी त्यांनी त्यांच्यावर आपले लक्ष केंद्रित केले आहे. हे कारण म्हणजे त्या पात्रांच्या स्वभावात लेखकांना हवे असतील तसे रंग भरावयाचे. म्हणजे एका बाजूने सुखठणकर-सरदेसाई यांनी पात्रांकडे दुर्लक्ष केले, त्यामुळे ती फिकी वाटली तर ठोकळ-दिघे यांनी स्वत:ला हवे असलेले रंग त्यात भरून त्यांना गडद आणि अतिरंजित करून टाकले. पण याचा एक चांगला परिणाम असा झाला की, ठोकळ-दिघे यांची पात्रे पूर्वसुरींच्या पात्रांपेक्षा अधिक मुक्त वाटू लागली. त्यांना मनोरंजनासाठी वापरायला म्हणून का असेना, पण ती कथा त्यांची अशी वाटू लागली, त्यामुळे सुखठणकर-सरदेसाई यांच्यातील सांगणेपणा मागे पडून ठोकळ-दिघे यांच्या कथांतून माणसे पुढे आली, सांगणेपणा पाठीमागे पडला. त्यानुसारच ठोकळ-दिघे यांच्या कथेचे तंत्र निर्माण झाले.

वाचकांचे मनोरंजन हे ध्येय प्रमुख असल्याने कळत-नकळत त्यांच्या कथांतून वर्णनांना खूप मोठे स्थान प्राप्त झाले. ही वर्णने केवळ एखाद्या प्रदेशाची न होता कल्पनानिष्ठ होऊ लागली. त्यांनी अधिक मनोरंजक व्हावे म्हणून ती काव्यमय आणि तपशिलाने भरली जाऊ लागली. मध्यमवर्गीय वाचक अशा वर्णनावर खूश असे. व्यक्तीच्या स्वभावात रोमँटिक वृत्ती अपरिहार्यपणे येऊ लागली. कोणत्याही गुणांचा अगर दोषांचा त्यांच्यात अतिरेक होऊ लागला. बंधने तोडून ती सहजपणे वागू लागली. त्यामुळे प्रसंगांतून अद्‌भुतता, चटकदारपणा व स्वप्निलता भरपूर येऊ लागली. भाषाही त्यांना अनुकूल अशीच लपेटदार, काव्यमय, कल्पनांनी भरलेली, शब्दांच्या फेकी करणारी अशी होऊन गेली. कथेचा आरंभ, मध्य आणि शेवट ठरून गेल्यासारखा झाला. त्या अनुषंगाने आरंभीचे संवाद, आरंभीचे प्रसंग, आरंभीची वर्णने वाचकाच्या जिज्ञासानिर्मितीसाठी एकापेक्षा एक आकर्षक होऊ लागली. शेवटच्या कलाटण्या महत्त्वाच्या मानल्या जाऊ लागल्या. या सर्वांच्या आराधनेत वास्तवातील ग्रामीणता हरवून तिचा फक्त ग्रामीणाचे काहीही ज्ञान नसलेल्या मध्यमवर्गीय वाचकासाठी 'आभास' उरला.

ग्रामीण कथेचा हाही एक विकासच म्हटला पाहिजे. ती माटे यांनी निर्माण केलेल्या अतिगंभीर, आशयाने टिच्चून भरलेल्या अवघडलेपणातून मोकळ्या वातावरणात आली. माटे यांची दृष्टी सांभाळून कथा लिहिणे तसे जिकिरीचे होते. तिचा त्या दिशेने विकास करणे तर त्याहून अवघड होते. ठोकळ-दिघे यांनी अभिव्यक्ती तशी हलकी-फुलकी केली.

माडगूळकरांच्या आसपास जी आरंभी आरंभी ग्रामीण कथा निर्माण झाली तिच्यावर आशयाच्या दृष्टीने माट्यांचा असला तरी अभिव्यक्तीच्या दृष्टीने ठोकळ-दिघे यांचा परिणाम आहे, हे विसरता येत नाही. व्यंकटेश माडगूळकर, शंकर पाटील, द. मा. मिरासदार यांच्यावरही त्यांच्या आरंभीच्या काळात हा परिणाम सूक्ष्म स्वरूपात आहे. निसर्गाची वर्णने यांच्या कथांतून अधिक वास्तवतापूर्ण असली तरी त्यांनी कथेत बरीच मोठी जागा अकारण व्यापलेली दिसते. या वर्णनांनी एका बाजूला वास्तवतेची बूज जशी राखली, तशी दुसऱ्या बाजूने ती चटकदार कशी होतील याचीही सूक्ष्म दक्षता घेतलेली दिसते. त्यांनी कथेत वाजवीपेक्षा जास्त जागा व्यापली, याला आणखी एक कारण या काळात संभवते. ही वर्णने दिघे-ठोकळपद्धतीची केवळ निसर्गाची नव्हती. ती निरनिराळ्या ऋतूंतील, काळातील होती. त्यांच्यातून मध्यमवर्गीय वाचकाचे केवळ मनोरंजन नव्हते, तर त्याच्या समोर ग्रामीण परिसर उभा करण्याचा तो साधा-सोपा उपाय होता. शिवाय ही वर्णने व्यक्तीच्या रूपांची, कृतींची, बोलण्या-चालण्याची होती. यांचाही हेतू तोच. कित्येक मूळ घटनेचा संदर्भ कळण्यासाठी या वर्णनाच्या द्वारा माहितीही पुरवली जात होती. पण सगळे मध्यमवर्गीय वाचकावर लक्ष ठेवून केले जात होते. आजही वर्णने गाळून जरी त्यावेळच्या कथा वाचल्या तरी काही फारसे बिघडेल असे वाटत नाही.

याच काळातील ग्रामीण कथेतील आरंभीची पात्रे काहीशी अतिरंजित, स्थूल, ओबडधोबडपणे घडलेली वाटतात. लेखकांनी त्यांच्या मनांवर भर देण्यापेक्षा त्यांच्या शरीरांवर, त्यांच्या हालचालींवर, त्यांच्या चालण्यावर, त्यांच्या बाह्य कृतींवरच अधिक भर दिलेला दिसतो.

ही पात्रे वाजवीपेक्षा अधिक अघळपघळ बोलतानाही आरंभीच्या काळात दिसतात. या दोन गोष्टींचा परिणाम 'प्रत्यक्षात ही माणसे अशीच बोलतात' अशी भाबडी समजूत लेखकांची झालेली असावी. हे प्रत्यक्षाच्या संदर्भात काही प्रमाणात खरेही आहे आणि ग्रामीण कथेतील वास्तव म्हणजे प्रत्यक्ष; अशीही समजूत आरंभीच्या काळात होणे स्वाभाविक होते. अजूनही ही समजूत अनेक ग्रामीण लेखकांची आहे, हे विसरता येत नाही. पण प्रत्यक्षातील वास्तव आणि कथेतील वास्तव यात मोठा फरक आहे, हे फार थोड्यांच्या ध्यानी आले. हे ध्यानी येणे फार महत्त्वाचे होते.

दुसरे कारण सूक्ष्म आहे. संवादात येणारी ग्रामीण भाषा, तिच्या लकबी, तिची शब्दरचना, तिची अशी एक उच्चारानुगामी ठेवण यांचा परिणाम मध्यमवर्गीय वाचकावर फार होत असे. हा परिणाम अनेक नाटकांतून गड्यांच्या तोंडी ग्रामीण भाषा घालून बऱ्याच पूर्वीपासून साधला जातही होता. मध्यमवर्गीय वाचकाला तो मोठा मनोरंजक वाटे. यामुळे ज्यांच्या कथेतील संवाद अधिक रंगतदार, अधिक प्रमाणात, अधिक खटकेबाज आणि अधिक ग्रामीण शैली दाखविणारे तितकी त्यांची कथा लोकप्रिय होई. आरंभीच्या काळात तर काही लेखक संवादासाठी प्रिय होते हे लक्षात ठेवण्यासारखे आहे.

याच काळात (आणि अजूनही) मोठ्या प्रमाणात किस्से जास्त पिकले. कथांना शेवटी सारख्या कलाटण्या मिळू लागल्या. शिव्या जास्त येऊन पात्रे रंगू लागली. प्रसंगांची मांडणीही काही कलापूर्ण नव्हती. एकूण ग्रामीण कथा सरळमार्गी, धोपट पद्धतीचीच होती.

पण हे लेखन माडगूळकर-पाटील यांच्यातून लवकरच ओसरले. त्यांची कथा नंतर अधिक मन:पूर्वक झाली. तिच्यातील वर्णनपरता जाऊन कथेचे एक अपरिहार्य अंग म्हणून निसर्ग येऊ लागला. कथेची अर्थपूर्णता तो अधिक समृद्ध करू लागला. संवादातील खटके, पैसपणा, रंगत जाऊन कथेच्या ओघाशी ते एकजीव होऊ लागले. माणसांच्या हालचाली, लकबा नाहीशा होऊन त्यांच्या मानसिक अवस्था प्रकट होऊ लागल्या. माडगूळकर, पाटील, रणजित देसाई यांच्या नंतरच्या कथा वाचताना हे लक्षात येते.

१९६५ नंतरची ग्रामीण कथा लहान-मोठ्या मोहांतून मुक्त होऊन कलात्मकतेच्या दिशेने अधिक जागरूकतेने वाटचाल करताना दिसते. ती अधिकाधिक आत्मनिष्ठ आणि अंतर्मुख होताना जाणवते. अनुभवाच्या निरनिराळ्या पातळ्या शोधत, कलात्मकतेची जाणीव राखत तिने पुढे वाटचाल करणे अपरिहार्य आहे. या दिशेनेच तिला पुढे जावे लागेल. वेगळ्या परिसरांतील, वेगळ्या जमातीतील वास्तवाच्या पातळीवरच्या अनुभवाच्या भरीची मातब्बरी तिला आज राहिली नाही. अशा कथा नावीन्यामुळे काही काळ चमकतील आणि पुढे ते अनुभव ओळखीचे झाल्यावर त्या गंजूनही जातील. कारण कलेच्या क्षेत्रात शेवटी मातब्बरी असते ती प्रथम कलात्मकतेची आणि नंतर तिच्या अनुषंगाने येणाऱ्या अनुभवाची. निदान नव्याने लेखन करू पाहणाऱ्या ग्रामीण लेखकांनी ही दृष्टी ठेवणे आवश्यक आहे, असे वाटते. या दृष्टीने आनंद यादवांची कथा तपासून पाहण्यासारखी आहे.

ग्रामीण कथेतून गतजीवन येते का आजच्या खेड्याचे जीवन येते हे फारसे महत्त्वाचे नाही. तसेच ती नागर भाषा वापरते का ग्रामीणच भाषा वापरते, हेही कलावंतांच्या आणि कलेच्या दृष्टीने महत्त्वाचे नाही. गतजीवन कथेत आल्याने

तिचा दर्जा मुळीच कमी होत नाही किंवा आजचे खेडे आल्याने तिचा दर्जा वाढतही नाही. कारण ग्रामीण कथेला कलेच्या क्षेत्रात उभे राहावयाचे आहे. तिला कुठल्याही काळाचे जीवन दाखवायची जिद्द नाही, अगर विधिनिषेधही नाही. तिला सगळेच अनुभव सारखे. ग्रामीण कथेची ओढ आणि दिशा असली पाहिजे ती यापलीकडे असलेले मानवी जीवन, त्या ग्रामीण मनाचे अनेक पापुद्रे, मनामनाचे संबंध, त्या अनुषंगाने निर्माण होणाऱ्या भावना, संवेदना, विचार-आंदोलन यांच्याकडे. तिने अनुभवांच्या तारखांत न सापडता या मनाशी संवाद, विरोध, तोल साधला पाहिजे. अशा सौंदर्य-निर्मितीच्या वेळी मग नागरभाषा आवश्यक असेल तर तिने ती अवश्य वापरावी आणि ग्रामीण बोलीच आवश्यक आणि अपरिहार्य वाटत असेल तर ती नागर भाषेच्या वाचकांना न भिता अवश्य मन:पूर्वकतेने वापरावी. सारांश, आजची ग्रामीण कथा ही अधिक मन:पूर्वक होणे आवश्यक आहे. तिच्यातील अनुभवांची तीव्रता, व्यामिश्रता, सखोलता वाढणे जरूर आहे. अभिव्यक्तीच्या नव्या वाटा तिने शोधण्याची नितांत गरज आहे. तरच ती पुढे जाऊ शकेल. अन्यथा वाचकांच्या मनोरंजनात गुंतून विदूषकाचे जिणे जगेल असे वाटते. ती वाचकांना हसवील पण तिची शोकांतिका होईल.

◆

रविकिरण मंडळकालीन ग्रामीण कविता

ग्रामीण कविता हा प्रकार इंग्रजीतील 'पॅस्टोरल पोएट्री'वरून मराठीत आला आहे हे उघड दिसते. वर्डस्वर्थच्या 'सॉलिटरी रीपर'सारख्या कवितांवरून बेतलेल्या ग्रामीण कविता अनेक मराठी कवींनी लिहिलेल्या आहेत. ग. ल. ठोकळ तर थॉमस हार्डीपासून प्रेरणा मिळाल्याचे कबूल करतात. चंद्रशेखरांनी 'सफोक मिरॅकल'चे 'काय हो चमत्कार' हे रूपांतर केले. म्हणजे आरंभीची ग्रामीण कविता ही इंग्रजीवरूनच प्रेरणा घेताना दिसते.

असा इंग्रजीतून मराठीत आणण्याचा ग्रामीण कवितेच्या बाबतीतही प्रतिष्ठा-समारंभ झालेला असल्यामुळे इंग्रजी संस्कृतीलाच फक्त प्रमाण मानणाऱ्या मराठी लेखक-वाचकांनी ग्रामीण कवितेच्या बाबतीत वास्तविक खळखळ करण्याचे काही कारण नव्हते. तरीही त्या लेखक-वाचकांचे मनोगत नोंदविताना 'सुगी'च्या प्रस्तावनेत वि. स. खांडेकर म्हणतात, 'खेड्याविषयीची कविता म्हटली की, अनेकांची तोंडे विश्वरूप दर्शन घेणाऱ्या अर्जुनाप्रमाणे होतात...' सर्वसामान्य वाचकाला खेड्याविषयीच्या कवितेबद्दल काय वाटत होते याची कल्पना खांडेकरांच्या या वरील वाक्यावरून पुरेशी येते. अजूनही १९७८ सालापर्यंत या वस्तुस्थितीत फरक झालेला दिसत नाही.

पुढे ते म्हणतात, 'जातिभेद मोडण्याच्या गोष्टी बोलणाऱ्या लेखकांनी वाङ्मयात नागर व खेडवळ हा भेद तीव्रतेने पाळावा, हे विलक्षण विरोधाभासाचे उदाहरणच नव्हे काय? हिंदू-मुसलमानांच्या एकीवर आणि विवाहावर आम्ही कादंबऱ्या लिहू, पण खेड्यांतल्या कुणब्यांच्या भाऊबंदकीवर अगर जीवनावर लिहायची पाळी आली की, आमची लेखणी रुसून बसलीच! खेड्यांतल्या लोकांचा आमच्या ललित वाङ्मयात प्रवेश झालाच तर तो त्यांचा भोळेपणा अगर अडाणीपणा दाखवून विनोदाला रंग भरण्याकरताच व्हायचा!...' ग्रामीण जीवनाकडे पाहण्याची वाचकांसह लेखकांचीही दृष्टी त्यावेळी कोणत्या प्रकारची होती याची कल्पना या उताऱ्यावरून येते.

उलट तत्कालीन मराठी साहित्य कोणत्या सवंग वाङ्मयकल्पनेत अडकले असावे आणि त्यामुळे एकूण सकस साहित्याची व पर्यायाने कसदार ग्रामीण साहित्याची निर्मिती होणे कसे शक्य नव्हते याची कल्पना पुढील विचारांवरूनही येईल. खांडेकर म्हणतात, '...कला म्हणजे सौंदर्य, हे सौंदर्य श्रीमंती व विलास यांचे एकुलते एक अपत्य आणि प्रणयवृत्ती ही या अपत्याची दाई, या त्रिकोणात वावरणाऱ्या कल्पनेचा ज्यांच्या मनावर पूर्णपणे पगडा बसला आहे, त्यांना बहुजन समाजाशी समरस होणे अगर खेड्यातल्या जनांचे, मनाचे आणि वनाचे विविध सौंदर्य आपल्या वाङ्मयातून कुशलतेने प्रकट करणे फारसे शक्य नाही...' हे तर त्यावेळी ग्रामीण साहित्य लिहिणाऱ्याकडून घडलेच. पण तत्कालीन तथाकथित ग्रामीण कवितेतही घडले.

पुढे खांडेकरांनी गंभीरपणे एकूण वाचकवर्गाला आणि लेखकवर्गालाही काही इशारे दिले आहेत. ते लिहितात, 'शहरातील दलितवर्गाची चित्रे रेखाटणाऱ्या लेखकांना आज ना उद्या खेड्याकडे वळावेसे वाटेलच. ही प्रवृत्ती म्हणजे काही वाङ्मयातली फॅशन अगर चवचाल लहर नव्हे. महात्मा गांधी 'खेड्याकडे चला' म्हणून उपदेश करीत आहेत; इलाखाधिपती ग्रामोद्धारासाठी दौरा काढीत आहेत; तेव्हा आपणही खेड्याच्या नावाने गोंधळ घालू या, अशा कल्पनेने या नव्या मनूचे स्वागत करणाऱ्या लेखकांची कीवच करावी लागेल... शाळेत असताना निबंधात अगर वादविवादसभेत खेड्यातील जीवनाची स्तुती करण्याचे काम कोणीही करील. पण समुद्राप्रमाणे अफाट पसरलेल्या आपल्या खेडवळ जीवनाचे मंथन करून त्यातली रत्ने काढायला मात्र प्रतिभासंपन्न लेखकच हवेत.' ग्रामीण वाङ्मय-निर्मितीकडे पाहण्याचा तथाकथित लेखकांचा 'फॅशनेबल दृष्टिकोन व त्यातून घातला जाणारा गोंधळ' तत्कालीन अनेक ग्रामीण कवितांत, कथा-कादंबऱ्यांत आपणास दिसून येतो. अशा साहित्याविषयी व लेखकांविषयी खांडेकरांनी १९३३ सालीच दिलेला इशारा फारच महत्त्वाचा वाटतो. तो आजही मराठी साहित्याच्या जाणकारांनी लक्षात ठेवण्यासारखा आहे.

खांडेकरांच्या या विचारांच्या पार्श्वभूमीवरच रविकिरण मंडळकालीन ग्रामीण कवितेचा विचार करावयाचा आहे.

आधुनिक मराठी कवींच्या केशवसुतोत्तर पिढीचे वाङ्मयीन कार्य १९२० च्या आसपास संपुष्टात आले आणि त्याच सुमारास रविकिरण मंडळाची स्थापना झाली. या काळातील कविता एखादा अपवाद वगळता बहुतेक विस्तारशील होती. आधुनिक कवितांचा उगम आणि उन्मेष केशवसुतांपासून होऊन तो प्रवाह स्वतंत्रपणे, आपली वाट आपण निर्माण करीत, जोमाने वाहत १९२० पर्यंत आला. तेथून त्याचे पाणी संथ, शांत आणि विस्तारशील झाले, पाणी जेवढे संथ तेवढी त्याची

गती कमी. हे पाणी शांत झाल्याने त्याच्या काठावर 'सुंदरतेचे' आणि त्याच प्रवाहाची शोभा वाढविणारे शैलीदार घाट बांधणे शक्य झाले. अगोदरच्या पिढीने जी कविता नव्या जोरकस प्रेरणेने निर्माण केली व तीमुळे ज्या काव्यप्रवृत्ती निर्माण झाल्या त्याच प्रवृत्तींच्या रिंगणात राहून नंतरच्या रविकिरण पिढीने वाङ्मय-विलास केला. त्यात पूर्वसुरींनी सिद्ध केलेले अनुभवच अधिक बारकाव्यानिशी येऊ लागले. तपशिलाचे बारकावे आले तरी सखोलता अगर सूक्ष्मता आली नाही. किंबहुना नुसतेच बारकावे येऊ लागल्याने ही कविता कसाच्या दृष्टीने सत्त्वहीन, पण शैलीविभ्रमामुळे नटलेल्या तरुणीसारखी दिसू लागली.

काव्यगायनाच्या प्रसार-प्रचारात ती अधिक लोकप्रिय झाली. १९२० पूर्वीच्या तुलनेने नंतर तिला वाचकवर्गही अधिक प्रमाणात मिळाला हेही खरे. फडक्यांच्या कादंबऱ्यांप्रमाणे तीही वाचकाचे मनोरंजन करण्यात गुंगून गेली.

याचा परिणाम असा झाला की, रविकिरण मंडळातील कवींची व त्यांचे अनुकरण करणाऱ्या दुय्यम दर्जाच्या कवींची कविता वाचकवर्गनिष्ठ प्रसिद्धीच्या कल्पनांत अडकून पडली. रविकिरण मंडळाच्या हातात योगायोगाने तत्कालीन मराठी कविता गेली होती. त्यांनीच तिची चारी बाजूंनी कोंडी करून टाकली. पूर्वपरंपरेचा विस्तार, शैलीतच धन्यता मानणे, स्वत:जवळ सांगण्यासारखे फारसे काही नसणे, कविता गेय-प्राधान्यावर भिस्त ठेवून करणे, एखादा विषय घेऊन तो भावनेत बुडवून सजवणे या प्रवृत्तींची दाट छाया तत्कालीन मराठी कवितेवर पडत गेली.

त्यावेळी नव्याने जन्माला येऊ घातलेली ग्रामीण (जानपद) कविता या छायेबाहेर पडू शकली नाही. रविकिरण मंडळ प्रवृत्तीच्या कवितेला ती समांतरच जात राहिली. तत्कालीन वाङ्मयीन परिस्थिती व ग्रामीण कवितेचे तत्कालीन एकूण कवितेतील स्थान लक्षात घेता ती तशीच समांतर जाणे स्वाभाविकही होते. कारण रविकिरण मंडळाची कविता हीच त्यावेळी प्रमाण मराठी कविता समजली जात होती आणि ग्रामीण कविता लिहिणारे कवी हे रविकिरण मंडळातील कवींचे अनुकरण करून ग्रामीण कविताही तशाच प्रकारे लिहिणारे होते. त्यामुळेही त्यांची ग्रामीण कविता रविकिरण मंडळाच्या कवितेसारखीच निपजणे स्वाभाविक होते. त्यांची एकच निर्मिती-कुवत दोन्हींकडे कार्य करीत होती. ग्रामीण कविता एक हौस, केवळ एक सुनीत, विडंबन इत्यादींप्रमाणेच नवा प्रकार एवढ्याच मर्यादित दृष्टीने ते तिच्याकडे पाहत होते.

टीकाकारांनीही तो 'आणखी एक नवा प्रकार' म्हणून तिच्याकडे पाहिलेले दिसते. एक स्वतंत्र कविता म्हणून पाहण्याइतक्या तिच्या वेगळ्या प्रेरणा असू शकतील, तिला संपूर्ण वेगळे अनुभवविश्व, एक वेगळाच संस्कृतिसंदर्भ, एक

वेगळी (उदा. ग्रामीण लोकवाङ्मयातील) घडण असण्याची शक्यता आहे; असा किंवा या दिशेने जाणारा विचार कोणा कवीने अगर टीकाकाराने तिच्या संदर्भात केलेला दिसत नाही.

अशा परिस्थितीत जन्माला आलेली आरंभीची स्फुट ग्रामीण कविता वेगळा संसार थाटणे किंवा आपले स्वतंत्र अस्तित्व प्रभावीपणे प्रस्थापित करणे शक्य नाही. हौसेखातर नागर मुलीने खेड्यातल्या मुलीचा पोशाख घटकाभर धारण करावा आणि मिरवावा तसा हा केवळ बदलाचा एक नवा प्रकार म्हणूनच ही कविता आरंभी तरी जन्माला आली. रविकिरण मंडळकालीन कवितेत असे अनेक वरवरचे काव्य-प्रकार जन्माला येत होते, हे ऐतिहासिक सत्य सर्वांना माहीत आहेच.

यामुळे भा. रा. तांबे यांनी 'प्रथम 'गुराख्याचे गाणे' लिहिले व तेव्हा आधुनिक मराठीतील जानपद काव्याला प्रारंभ झाला...' अशी एकुलती एक कविता लिहिल्याबरोबर 'मराठी जानपद काव्याला प्रारंभ झाला' असे म्हणण्याचे काही कारण नाही किंवा 'सबंध कविताच जानपद-भाषेत लिहिली गेल्याचे पहिले उदाहरण गिरीशांच्या 'भलंरी'चे होय. यशवंतांनी लगेच 'प्रेमाची दौलत' ही त्याच भाषेतली दुसरी कविता लिहिली...' व तेव्हापासून संपूर्ण ग्रामीण भाषेत कविता लिहिण्याची 'प्रथा' पडली असे म्हणण्याचेही कारण नाही.

कारण त्यानंतर अनेक ग्रामीण कविता व ग्रामीण कवितांचे संग्रहही अग्रामीण (नागर) भाषेत लिहिले गेलेले आहेत. दुसरे असे की, मराठी कविता जशी मराठी भाषेत लिहिण्याची प्रथा पाडावी लागत नाही; तसेच ग्रामीण कविता ग्रामीण भाषेत लिहिण्याची ही प्रथा पाडण्याचेही काही वेगळे कारण नाही. आणखी असे की, केशवसुतांच्याही अगोदर त्यांच्या प्रवृत्ती दाखविणारी कविता अनेक कवींनी तुरळकपणे लिहिली आहे; म्हणून त्यांना आपण लगेच आधुनिक कवितेचे जनकत्व बहाल करीत नाही. याच्या पाठीमागे जशी एक गंभीर कारणमीमांसा आहे; तशीच ग्रामीण कवितेच्या बाबतीतील जनकत्वाची मीमांसाही गंभीरपणे करणे आवश्यक आहे. प्रथम ग्रामीण कविता कुणी लिहिली, प्रथम ग्रामीण भाषेत संपूर्ण कविता लिहिण्याची प्रथा कुणी पाडली हे प्रश्न किंवा त्यासंबंधीची चर्चा ही शालेय आणि उथळही आहे. मूळ प्रश्न असा आहे की, या सर्व खटाटोपात 'ग्रामीण मनाचे स्पंदन' आहे की नाही आणि त्याचा आविष्कार कितपत वैपुल्याने आणि समृद्धीने झालेला आहे.

: १ :

'सुगी' हा ग्रामीण कवितांचा प्रातिनिधिक संग्रह व्हायच्या अगोदर मराठीत कवी चंद्रशेखर यांचे 'काय हो चमत्कार' आणि गिरीशांचे 'आंबराई' अशी शेतकरी जीवनावर दोन खंडकाव्ये प्रसिद्ध झालेली आहेत. ही दोन्ही खंडकाव्ये त्या काळात

गाजलेली होती. मध्यमवर्गीय जीवन जगणाऱ्या मराठी वाचकाला, साहित्यिकाला व टीकाकारालाही नव्या विषयाचे अजूनही अमाप कौतुक आहे. केवळ या वाङ्मयबाह्य कारणासाठी मराठीत अनेक साहित्यिक प्रतिष्ठा पटकावून बसलेले आहेत. वरील दोन्ही खंडकाव्ये 'शेतकरी-जीवनावरील' म्हणूनच केवळ गाजलेली दिसतात.

श्री. म. माटे यांच्या ग्रामीण कथेच्या अगोदर जी मराठी-ग्रामीण कथेची स्थिती होती तीच स्थिती या खंडकाव्यांची आहे. यांतील एक तर रूपांतरित आहे.

या दोन्ही खंडकाव्यांत काव्यापेक्षा कथाच महत्त्व पावलेली दिसते. एखादी कथा मनात किंवा कागदावर तयार ठेवून तिचे त्याच क्रमाने सर्व खंड पद्यबद्ध करून टाकलेले दिसतात. जमेल तेव्हा, फावल्या वेळात ही पद्य-कारागिरी करता येते. सतत उद्योग करत राहण्याची चिवट कष्टाळू वृत्ती आणि थोडी ललित भाषा आत्मसात असेल तर हा उद्योग 'काव्य' म्हणून त्या काळात यशस्वीही होत असे; असे दिसते. 'काय हो चमत्कार'ला स्फूर्तीचा, अंतर्गत उमाळ्याचा प्रश्न नव्हता. 'आंबराई'चे रूपही ठोकळेबाज आणि सांकेतिकच आहे. – प्रथम सर्वसामान्य निसर्गवर्णन, ते झाले की त्याच्या पार्श्वभूमीवर कथेचा खंड म्हणजे एखादा ठोकळेबाज प्रसंग, त्यात संवाद, देहाच्या हालचालींची तपशीलवार... काहीशी स्वच्छंद वर्णने, चित्रपटात शोभतील अशा नायक-नायिका यांच्या कृती. मधूनच चिंतनाचा अनाहूत शिडकावा, त्यातूनच लाकडी उपदेश सांगण्याची शिक्षकी वृत्ती, दुष्टतेच्या, सौजन्याच्या, प्रेमाच्या, सुखाच्या, दुःखांच्या, अद्‌भुताच्या अंतिम टोकाला जाणाऱ्या नाटकी भडक व्यक्ती आणि तशीच कथानके गुंफून ही खंडकाव्ये निर्माण झालेली आहेत. स्फूर्तीचा उन्मेष, मौलिक काव्याचा प्रत्यय, जीवनाचे सघन दर्शन किंवा समृद्ध अनुभव यांचा काव्यपातळीवरील आविष्कार पूर्णपणे अनुपस्थित आहे. सांकेतिक काव्यतंत्र मात्र कामाला जुंपून त्याच्याकडून पुरेपूर काम करून घेतलेले या दोन्ही खंडकाव्यांतून जाणवते. कडवी रचून काव्य तडीला नेण्याची चिकाटी व कष्टाळू वृत्ती चंद्रशेखरांपेक्षा गिरीशांची विशेष जाणवते. ग्रामीण जीवनाचा दोघांचाही अनुभव प्राथमिक पातळीवरचा, गफलतींनी भरलेला, कल्पनाजन्य आणि नाटकी वाटतो. हे दोघेही कवी अनुभवात न रमता (कारण तो नव्हताच) कथानकाच्या बांधणीत, त्यातील संवादात, रोमँटिक व्यक्ती स्वैरपणे रेखाटण्यात, ग्रामीण भाषेच्या बेगडी आभासासाठी नागर भाषेची मोडतोड करण्यात, कल्पनाजन्य निसर्गात, स्वप्नाळू वातावरणात, धक्के देणाऱ्या अद्‌भुतात रमलेले दिसतात. ग्रामीण वास्तव जीवनाला आणि काव्यालाही त्यामुळे ही दोन्हीही काव्ये मुकली आहेत. विषयाच्या एका नावीन्यापलीकडे त्यांनी मराठी कवितेला काही दिले असे वाटत नाही. या कवींनी आपल्याच रोमँटिक कल्पना व प्रवृत्ती शेतकऱ्यांच्या जीवनावर या काव्यांत आरोपित केल्या आहेत. त्यामुळे शेतकऱ्यांचे वास्तव जीवन त्यातून अभावानेच प्रकट झाले आहे.

'आंबराई' प्रसिद्ध झाल्यानंतरच्या चार-पाच वर्षांत अनेक कवींनी ग्रामीण (जानपद) स्फुट कविता लिहिलेली दिसते. १९३३ साली प्रसिद्ध झालेल्या 'सुगी'त या कवींचे संमेलनच भरलेले आहे. तीस-पस्तीस कवींनी भाग घेतलेला आहे. प्रत्येक कवीच्या नावावर एकपासून पाचपर्यंत कविता दिसतात. मराठीत प्रसिद्ध झालेला ग्रामीण स्फुट कवितांचा हा पहिलाच संग्रह. शिवाय ग्रामीण स्फुट कवितांचा प्रातिनिधिक-संग्रहही पहिलाच. याअगोदर कोणाही कवीची ग्रामीण स्फुट कविता स्वतंत्रपणे, संग्रहरूपाने प्रसिद्ध झालेली दिसत नाही. अनेक कवी ग्रामीण स्फुट कविता या काळात लिहीत असले तरी इतर कवितांच्या बरोबरच तीही 'एक प्रकारची कविता' याच दृष्टिकोनातून ते तिच्याकडे पाहत होते. या कवींच्या इतर कवितांची संख्या पाहिली व ग्रामीण कवितांची संख्या पाहिली तर ती फारच कमी आहे. पाच-दहा कवितांपलीकडे कोणा कवीने ही कविता लिहिलेली नाही. अधूनमधून लेखणीला बदल म्हणून, ग्रामीण कविता लिहिण्याची हौस म्हणून या कवितांचे लेखन बहुतेक कवींनी केलेले असावे. बहुसंख्य ग्रामीण कवितांत यापलीकडे काही वेगळी प्रेरणा जाणवत नाही.

तरीही या काळात काही कवींचा 'जानपद जीवनावर कविता लिहिणारे कवी' म्हणून खास उल्लेख होत होता. त्या कवींचीही कविता 'सुगी'मध्ये आहे.

गिरीशांची ग्रामीण स्फुट कविता ढोबळ वर्णनापलीकडेसुद्धा जात नाही. यशवंतांची कविताही सांकेतिक वर्णनात, कल्पनारम्य चमत्कृतीत व वरवरच्या शाब्दिक नाट्यात रमलेली दिसते. जवळ तसेच काही सांगण्यासारखे नसल्यावर अशा गोष्टी बहुधा येतात. अन्यथा विचार व भावना यांनी युक्त असलेली यशवंतांची एरवीची कविता ग्रामीण रूपात अशी का दिसावी? सोपानदेव चौधरींची कविताही अशाच ग्रामीण जीवनातील प्राथमिक माहितीच्या वर्णनात, नाटकीपणात, चमत्कृतीतच रमताना दिसते. भ. श्री. पंडित, वि. भि. कोलते, वा. गो. मायदेव यांचेही असेच झालेले आहे. ना. घ. देशपांडे यांची कविता गेयनिष्ठेने डागळून गेलेली आहे. गाता येण्यासारखे काहीतरी ग्रामीण जीवनावर रचावे हेच भान त्या कवितेने वागविले आहे. त्यामुळे तिच्यातील अनुभव व भाषा सुंदर कल्पनांना आणण्यासाठी व कृत्रिम यमकांसाठी राबताना दिसतात. किंबहुना तिच्यात एकसंध असा अनुभव नाहीच. असंबंधित कल्पनांचे तुकडे एकत्र आलेले आहेत. – काव्यविहारींची ग्रामीण कवितेची प्रेरणा ही शहरी जीवनाच्या कृत्रिमतेतून व दांभिकतेतून खेड्यातील नैसर्गिकतेकडे व प्रांजळतेकडे आकृष्ट होण्याच्या प्रतिक्रियात्मक वृत्तीतून निर्माण झालेली आहे. म्हणजे ग्रामीण जीवनाचे शहरी मनाला वाटणारे आकर्षण हीच तिची प्रेरणा आहे. ग्रामीण जीवनाच्या अंतर्गत गाभ्यातून उमलून आलेली, त्यातून निर्माण झालेली ती प्रेरणा नव्हे. कवी आनंद यांना शेतकरी व सावकार यांचे संबंध व

त्यातून होणारी शेतकऱ्यांची पिळवूक व फसवणूक विशेष जाणवताना दिसते. बाकीची वैशिष्ट्ये इतर कवींच्या कवितांप्रमाणेच आहेत.

ग्रामीण कवितेविषयी त्यावेळी कवींची सर्वसामान्य कल्पना काय होती, याची कल्पना वरील व तत्सम इतर कवींच्या कवितांवरून येते. रोजच्या ग्रामीण जीवनातील सामान्य प्रसंग, सामान्यपणे रंगविण्याची प्रवृत्ती या कवितांची आहे. बहुतेक कविता वर्णनपर माहितीच्या पातळीवरच आहेत. त्यातल्या त्यात शेतावरची पिके, निसर्ग, मोट, सुगी, पेरणी, काढणी, निंदणी, इर्जिक, पाऊस, सकाळ-संध्याकाळचे वातावरण, पतिपत्नी व प्रियकर-प्रेयसी यांच्यामधील काल्पनिक मुक्त (रोमँटिक) प्रेम (हे जरा जास्तच आहे), तरुण मुली, गुराखी, तिथल्या माणसांच्या मनाचा निकोपपणा इत्यादी विषय 'सुगी'त आहेत. या विषयासंबंधीचे लेखन बहुतेक प्राथमिक, स्थूल, अनेकवेळा काल्पनिक, आपल्या मध्यमवर्गीय भावना-कल्पना आरोपित करून झालेले आहे. त्यामुळे अनेक कवींनी 'सुगी'तील कवितांत तपशिलाचे घोटाळे केलेले आहेत. चंद्रशेखरांचा 'उघडं गुपीत'मधला संताजी शेलार हा 'पाटील' एकदा श्रीमंत वाटतो तर अनेक ठिकाणी त्याची परिस्थिती हलाखीची वाटते. 'खेडेगावातील सकाळ'मध्ये (द. ग. जयवंत) तर नांगरणी, भातकापणी व गहू आणि जोंधळा ही एकाच ऋतूत आलेली दिसतात! 'उसाच्या मळ्यात' (भ. श्री. पंडित) सहज फिरायला गेल्यावर 'उसाचा रस' गुऱ्हाळ नसतानाही (कधीही) मिळतो. 'आवळे' खाऊन झाल्यावर लगेच रुचिभेट म्हणून 'सीताफळे' खायला मिळतात. अढीत त्यांना पिकवावे लागत नसावे. ती पेरू-आवळ्यांप्रमाणे झाडांवरूनच तोडून खाता येत असावीत. सोपानदेव चौधरींच्या 'मळ्यात जाताना' या कवितेत मंजुळा ही तरुण स्त्री डोईवर न्याहारीची 'पाटी' असूनही खुरपे, 'कमरेलाच खोवते' पाटीत ठेवीत नाही हे आश्चर्य आहे! पुन्हा न्याहारीची पाटीही 'सूर्य डोईवर' आलेला असताना तिच्या डोईवर आहे. न्याहारीची वेळ कधीची व जेवणाची वेळ कधीची याचा तिला पत्ताच लागलेला दिसत नाही. यशवंतांच्या शेतकऱ्यांचीही न्याहारी नांगूरसुटीच्या वेळी म्हणजे दीस डोईवर आल्यावर 'जेवणाच्या वेळी' चालताना दिसते (न्याहारीचे गाणे). हे काही नमुने. अशा अनेक बारीकसारीक तपशिलांच्या घोटाळ्यांनी 'सुगी'तील ग्रामीण कविता भरलेली आहे. ठरावीक गोष्टींच्या वर्णनातच ती पुन:पुन्हा घोटाळताना दिसते.

दोन-तीन कवींनी मात्र शेतकऱ्यांची श्रीमंतांकडून होणारी पिळवणूक दाखवून देण्याचा प्रयत्न केलेला आहे. पाटीलकी, मराठेपण गेल्याचीही काहींनी हळहळ व्यक्त केलेली आहे.

'सुगी'तील काही कवींचा स्वतंत्रपणे उल्लेख करणे आवश्यक आहे. कवी सुरेश यांच्या 'सुगी'त चार-पाच कविता आलेल्या आहेत. त्यांची कविता प्रामुख्याने

वर्णनातच रमणारी असली तरी, तिच्या तपशिलात सुसंगती व वास्तवता आहे. त्यामुळे ते वर्णन प्रत्ययकारी वाटते. शेतकऱ्यांच्या अवस्थांची व शेतांची चित्रे वास्तवपूर्णतेने त्यांनी काढलेली आहेत. इतर कवींपेक्षा त्यांनी शेतकरी जीवन जवळून अनुभवल्याचे जाणवते. ग्रामीण व्यक्तिमत्त्वाचा स्पर्श त्यांच्या कवितेला लाभलेला आहे. उरलेले दोन-तीन कवी म्हणजे पां. श्रा. गोरे, ग. ह. पाटील, ग. ल. ठोकळ आणि के. नारखेडे यांचा विचार त्यांच्या संग्रहाच्या वेळी येईलच.

'सुगी' वाचताना आणखी काही गोष्टी दिसून येतात. काही कवींचा ग्रामीण भाषेचा सोस जाणवतो. त्यांनी नागर भाषेची मोडतोड करून 'स्वतंत्र' ग्रामीण भाषा तयार केलेली आहे. तिच्यात कुठेही सुसंगती नाही. ग्रामीण भाषेची सक्ती कुणाला कळली आहे असे वाटत नाही. ग्रामीण मनाला कुणी गंभीरपणे हात घातलेला आहे असेही दिसत नाही. बहुतेक सर्व कविता बहिर्मुख आहेत. चालीवर कशी म्हणता येईल इकडे अवधान ठेवून हे लेखन केलेले आहे. बहुतेक कवी शहरातील असल्याने ग्रामीण जीवनाचे त्यांना आकर्षण वाटते. या आकर्षणातून खेड्याविषयीच्या ज्या काही रम्य कल्पना आकार घेतील त्यांचा आविष्कार म्हणजे 'सुगी' असे म्हणता येईल. आणखी एक गोष्ट इथेच नमूद करून ठेवलेली बरी. ती अशी की, ग्रामीण कविता शक्य आहे तेवढेच या संग्रहाने जाणवून दिले. त्यामुळे त्यातील कवींपेक्षा तिचे संपादन करून प्रकाशन करावे एवढी ती महत्त्वाची आहे, असे वाटणाऱ्या ग. ल. ठोकळ यांना तिचे श्रेय अधिक द्यावे लागते. कवींनी 'एक प्रकार' म्हणून जानपद गीते रचली आणि त्या गीतांत एका वेगळ्याच सामर्थ्याची शक्यता आहे हे प्रथम ओळखून तिचा प्रातिनिधिक संग्रह काढण्याची कल्पना सुचणे ही घटना मराठी साहित्याच्या संदर्भात अर्थपूर्ण वाटणारी आहे.

पांडुरंग श्रावण गोरे यांच्या 'सुगी'तील व 'बोबडे बोल' या १९३२ साली प्रसिद्ध झालेल्या त्यांच्या संग्रहातील ग्रामीण कवितांचे विशेष महत्त्व वाटते. संख्येने कमी असल्या तरी त्या तत्कालीन इतर कोणाच्याही ग्रामीण कवितेपेक्षा अधिक वस्तुस्थितिनिदर्शक आहेत. ग्रामीण जीवनातील दारिद्र्य आणि असहायता हा त्यांच्या सर्वच ग्रामीण कवितांचा स्थायिभाव आहे. भाषा ग्रामीण नसली तरी अधूनमधून ग्रामीण शब्द येतात. या भाषेचे वैशिष्ट्य असे की, तिचा सूर (रिंग) ग्रामीण आहे. ग्रामीण भाषेच्या ठेवणीचा स्पर्श तिला आहे. तिच्यातील वाक्ये, शब्द, विशेषणे, क्रियाविशेषणे, शब्दप्रयोग, शब्दांची क्रमशीलता ही नागर भाषेपेक्षा ग्रामीण भाषेच्या पोताला जवळची आहे. केवळ 'नाही'चे 'न्हाई' केले की नागरीची ग्रामीण भाषा होऊ शकत नाही हे त्यांना माहीत आहे. 'सुगी'तील कवितांत मात्र ग्रामीण भाषा वापरणाऱ्या बहुसंख्य कवींनी अशीच ग्रामीण भाषा 'तयार' केलेली आहे. आज ती भाषा वाचताना हसायला होते. पां. श्रा. गोरे यांची भाषा नेमकी

याच्या उलट आहे. तिची आंतरिक शक्ती ग्रामीणच आहे. फक्त तिचे उच्चारण व लेखन नागर भाषेच्या वळणाने केलेले आहे. 'भारेवाली', 'शेतकऱ्याचे गाणे' ('बोबडे बोल'), 'खोळंबा' ('सुगी') यासारख्या कवितांतील त्यांची भाषा त्या दृष्टीने पाहण्यासारखी आहे. ग्रामीण बोलीचा आत्मा तिने बरोबर पकडलेला आहे. त्यामुळे तिचे लेखन प्रमाणभाषेच्या लेखनपद्धतीनुसार झाले तरी ग्रामीण कवितेच्या संदर्भात ती शेतकऱ्याच्या तोंडीही खटकत नाही. सरळपणे भावना व्यक्त करीत जाते.

शहरी व्यक्तिमत्त्व या कवितेत मिसळलेले नाही. त्यामुळे शहरी व्यक्तिमत्त्वातील प्रेमभावना, कल्पना, काल्पनिक निसर्गवर्णने, अद्‌भुत व नाटकी प्रसंग इत्यादींपासून ती अलिप्त आहे. वस्तुनिष्ठ राहून स्वतःच्या कुवतीनुसार विषयाशी तादात्म पावणारी त्यांची कविता आहे. काव्यात्म कल्पनांचा, खोट्या विचारांचा, उपमादी अलंकारांचा रिकामा व कोरडा विहार तिच्यात नाही. सगळे लक्ष 'परिस्थिती' पकडण्याकडे, जाणवलेले सरळपणे, परिणामकारकतेने व्यक्त करण्याकडे आहे. त्यामुळे ती अधिक प्रामाणिक वाटते. एक टूम म्हणून ती लिहिली आहे असे वाटत नाही. त्यांची ही वैशिष्ट्ये लक्षात घेता, त्यांना मराठीतील पहिले ग्रामीण कवी म्हणता येईल. पण इथेच त्यांचे श्रेय संपते. त्यांच्या ग्रामीण कवितांची संख्या त्या काळात अगदीच बोटावर मोजता येण्याजोगी होती. निदान ती मराठी ग्रामीण कवितेच्या प्रवाहावर स्वतःचा ठसा उमटवील इतकी खास नव्हती किंवा असेही म्हणता येईल की, कवीच्या ग्रामीण व्यक्तिमत्त्वाचा परिपूर्ण आविष्कार करील व स्वतःचे एक अनुभवविश्व स्वतंत्रपणे जाणवून देईल इतकी नव्हती. आहेत त्या ग्रामीण कविता तत्कालीन ग्रामीण कवितेत तुलनेने सच्च्या आहेत; श्रेष्ठ नाहीत. अशा कवितेने आपला आविष्कार संख्येने जरी विपुल केला असता, तिचा एखादा जरी संग्रह स्वतंत्रपणे निघाला असता तर तिला तिचा असा खास चेहरा-मोहरा प्राप्त झाला असता.

'सुगी'त आपल्या ग्रामीण कविता प्रसिद्ध करणाऱ्या ग. ह. पाटील यांचा 'रानजाई' हा संग्रह १९३४ साली म्हणजे 'सुगी'नंतर एकच वर्षाने प्रसिद्ध झाला आहे. ग. ह. पाटील यांच्या 'रानजाई'तील कवितांत ग्रामीणतेची ओढ असलेली दिसून येत असली तरी तिला ग्रामीण कविता म्हणता येईल असे वाटत नाही. ग्रामीणतेची ओढ असणे वेगळे आणि ग्रामीण व्यक्तिमत्त्वाने प्रेरित होऊन कविता लिहिणे वेगळे. पण असे असले तरी तत्कालीन तथाकथित ग्रामीण कविता लिहिणाऱ्या अनेक कवींच्या व्यक्तिमत्त्वापेक्षा ग. ह. पाटील यांचे व्यक्तिमत्त्व ग्रामीणतेला अधिक जवळचे आहे. किंबहुना ग. ह. पाटील यांच्या व्यक्तिमत्त्वाची एक वैशिष्ट्यपूर्ण घडण आहे. ग. ह. पाटील यांचे बालपण खेड्यात गेलेले. त्यात गाव-पाटीलकीचा वारसा चालत आलेला. मराठा घराणे. शेती प्रत्यक्ष घरी असलेली. खेड्यातील निसर्गाचे प्रत्यक्ष दर्शन व विशेष आकर्षण. हे सगळे त्यांच्या व्यक्तिमत्त्वाचे

मुळातून आलेले काही विशेष घटक. हेच व्यक्तिमत्त्व पुढे शहरी वैशिष्ट्यांनी संस्कारित झाले. म्हणजे असे की, ग. ह. पाटील शिक्षणक्षेत्रात कार्य करू लागले. शहरी राहणी स्वीकारावी लागली. तिच्याबरोबर त्या संस्कृतीचा स्वीकार झाला. त्यातून अपरिहार्यपणे शहरीपणा, मध्यमवर्गीय निष्ठा निर्माण झाल्या. अनुभवात येणारे आदेशात्मक, उपदेशात्मक विचार, तत्कालीन लोकप्रिय व प्रतिष्ठित अभिरुचिमान्य अशा साहित्याविषयीच्या कल्पना त्यातूनच उपदेशात्मक वृत्तीमुळे येणारी जबाबदारी या सर्वांचा परिणाम होऊन ग. ह. पाटील यांची कविता घडलेली आहे.

आपल्या वैशिष्ट्यपूर्ण व्यक्तिमत्त्वाशी पाटील प्रामाणिक राहिले. या व्यक्तिमत्त्वाचाच ते आविष्कार करू लागले. त्यामुळे कविता म्हणून त्यांच्या कवितेचे मोल विशेष आहे. सच्च्या व्यक्तिमत्त्वाचा आविष्कार तिच्यात झालेला आहे. किंबहुना त्यासाठीच त्यांनी ती कविता लिहिली आहे असे जाणवते. त्यामुळे ती आत्मनिष्ठ, प्रांजळ, मन:पूर्वक व प्रत्ययकारी झालेली आहे. केवळ वर्णनासाठी ते सहसा लिहिताना दिसत नाहीत.

त्यांच्या कवितेमागचे प्रेरक व्यक्तिमत्त्व अशा स्वरूपाचे असल्याने ती 'ग्रामीण कविता' होऊ शकत नाही. ग्रामीण कविता लिहिण्यासाठी संकरित वा संमिश्र व्यक्तिमत्त्वातील नागर भाग जाणीवपूर्वक बाजूला सरकवून त्यातील ग्रामीण भाग कार्यप्रवण ठेवावा लागतो. कारण मराठी समाजरचनेत निदान आज घडीपर्यंत तरी दोन अपवाद वगळता कविता करण्याइतपत सुशिक्षित झालेला माणूस शेतकरी म्हणून खेड्यावर राहिलेला दिसत नाही. त्याला अपरिहार्यपणे किंवा प्रभावी सामाजिक परिस्थितीमुळे शहरी नोकरीचा पेशा पत्करावा लागतो. त्यामुळे त्याला शहरी जीवनात राहावे लागते, मध्यमवर्गीय जीवनमूल्ये कळत नकळत स्वीकारावी लागतात; आत्मसात होत जातात आणि त्यांचा अपरिहार्य परिणाम व संस्कार मूळच्या ग्रामीण व्यक्तिमत्त्वावर होणे स्वाभाविक असते. अशा परिस्थितीत ग्रामीण म्हटली जाणारी कविताच लिहावयाची असेल तर शहरी संस्कारांचा भाग जाणीवपूर्वक बाजूला सरकवून, ग्रामीण व्यक्तिमत्त्वच कार्यप्रवण होईल याची दक्षता घेतली पाहिजे. शहरी संस्काराचा, विचारशक्तीचा परिणाम झालाच तर तो ग्रामीण व्यक्तिमत्त्व समृद्ध करण्याकडे कसा होईल याची जाणीव ठेवून ग्रामीण व्यक्तिमत्त्व मनोमन जोपासणे, विकसित करणे आवश्यक असते. पुढे व्यक्तिमत्त्वाची तशी ठेवणही बनून जाते.

पण ग. ह. पाटील यांना खास ग्रामीण कविता लिहिण्यासाठी असे काही करावे असे वाटले नाही. आपल्या एकसंध व तत्कालीन शिक्षणपद्धतीला धरून स्वाभाविकपणे घडत गेलेल्या व्यक्तिमत्त्वाचाच त्यांनी आपल्या कवितेतून आविष्कार केला आहे. त्यामुळे त्यांनी बालपणी भोगलेले खेडे पुढे शहरात व नोकरीपेशात

आल्यावर एक आकर्षक स्थान म्हणून त्यांना सतत आवाहन करू लागलेले दिसते. त्यामुळे त्यांच्या कवितेतून खेड्याची व खेड्यातील संस्कृती, परंपरा, लोककल्पना, निसर्ग, प्रांजळपणा, तेथील इतिहास व इतिहासाबाहेरील भूतकाळात गेलेल्या व नाहीशा झालेल्या गोष्टी यांची ओढ सदैव लागून राहिलेली दिसते.

'रानजाई' वाचल्यावर रुखरुख लागून राहते ती ही की, या कवीने आपले ग्रामीण व्यक्तिमत्त्व ओळखून, 'ग्रामीण कविते'ची मौलिक प्रेरणा लक्षात घेऊन कविता लिहिली असती तर त्या काळात लोकप्रिय असलेल्या, खोली नसलेल्या, वर्णनपर, माहितीपर ग्रामीण कवितेच्या पलीकडची, वास्तववादी, प्रांजळ, सच्च्या आत्मनिष्ठेतून जन्मलेली, चिंतनाने युक्त, अधिक अंतर्मुख ग्रामीण कविता जन्माला आली असती.

'मीठभाकर' १९३८ साली प्रसिद्ध झाला व लगेच एक वर्षाने के. नारखेडे यांचा 'शिवार' हा संग्रह प्रसिद्ध झाला. हे दोन्ही कवी समकालीनच. के. नारखेडे यांच्या कवितांचे विषय हे 'सुगी'च्या बाहेरचे नाहीत. उलट त्यांच्या विषयांची हाताळणी स्थूल, बटबटीत आणि अति सामान्य आहे. शिवाय ती सांकेतिकही आहे. त्यांनी ग्रामीण कविता नागर भाषेत लिहिली. नागर भाषाच ग्रामीण कवितेला वापरावी असा त्यांचा आग्रह आहे. त्यांच्या आग्रहाबद्दल इथे काही म्हणावयाचे नाही. पण त्यांनी आपल्या ग्रामीण कवितेला अभिजात मराठी कवितेची, संस्कृत काव्यातील काव्यसंकेतांसह संस्कृतनिष्ठ नागर भाषा वापरली आहे. कित्येकवेळा ती भा. रा. तांबे यांच्या ललितमधुर भाषेची आठवण करून देते.

या भाषेतून एक साहित्यपुष्ट, सुसंस्कृत, मध्यमवर्गीय जीवनमूल्याचे परिणाम झालेले मन व्यक्त होते. हे मन शेतकऱ्याच्या कायेत प्रविष्ट झालेले आहे. त्यामुळे शेतकरी जीवनातील 'विषय घेऊन' एक मध्यमवर्गीय अभिरुचीच्या 'नागर मनाने' केलेली ग्रामीण कविता असे तिचे धेडगुजरी रूप झालेले आहे.

उदाहरणार्थ, त्यांचा शेतकरी म्हणतो,

'घामाने शिंपुनि मळा
पेरतो कधी जोंधळा,
मोत्यांची खुलते कळा,
ते अन्न-ब्रह्म वितरिते.'

या कडव्यातील 'ते अन्न-ब्रह्म वितरिते' ही कल्पना मराठी शेतकऱ्याच्या आवाक्याबाहेरची आहे. यावरून थोडीशी कल्पना येईल की, नागर भाषेबरोबर नागर मनही प्रवेश करते आणि मूळ अनुभव शुद्ध स्वरूपात व्यक्त होऊ शकत नाही. शिवाय ग्रामीण जीवनाची निर्जीव लाकडी माहितीच फक्त त्यांच्या कवितेत उतरलेली आहे, प्रत्यक्ष चैतन्यपूर्ण ग्रामीण जीवन बाजूलाच राहिले आहे तो भाग वेगळाच.

ग. ल. ठोकळांचा 'मीठभाकर' हा संग्रह १९३८ साली प्रसिद्ध झाला असला तरी त्यात १९२८ पासूनच्या ग्रामीण कविता आहेत. ठोकळ्यांच्या एकूण कवितेवरच रविकिरण मंडळाच्या कवितेची छाया आहे. त्या काळात ती बहुतेक कवींच्या कवितेवर होती. रविकिरण मंडळाच्या कवींचे कविताविषय, अभिव्यक्तीची पद्धती, कवितेच्या द्वारा व्यक्त होणारे त्यांच्या व्यक्तिमत्त्वाचे सर्वसामान्य गुण यांना समांतरच ठोकळांची कविता आहे. पण या सर्वसामान्य गुणांबरोबरच ठोकळांच्या व्यक्तिमत्त्वातील काही वेगळ्या गुणांचा आविष्कारही त्यांच्या कवितेत झालेला दिसून येतो. पण हे वेगळे गुण आनुषंगिक व दुय्यम आहेत. केवळ त्यांच्यामुळे कवितेला वेगळेपणाचा लाभ होत असला तरी अंतर्बाह्य मौलिक वेगळेपण व स्वतंत्रपण तिला तेवढ्यामुळे लाभणे कठीण आहे.

एकूण ग्रामीण कवितेलाच त्यावेळी नागर कवितेच्या तुलनेने मोठा इतिहास नव्हता. केवळ १९२५ ते २७ च्या आसपासच ती लिहिली जाऊ लागली होती. ग्रामीण जीवनाचा अव्वल दर्जाचा, प्रत्यक्ष, आतून अनुभव असलेले कवी तिच्या क्षेत्रात नव्हते. त्यामुळे मुळातच जन्माच्या वेळी ग्रामीण कविता व्याज, कृत्रिम व सांकेतिक असल्याने वास्तवाला वंचित झालेली होती. शिवाय तत्कालीन वाङ्मयीन संकेत व कल्पनाही तिला असे करण्यास कारणीभूत झालेले असणार. गेयनिष्ठा, भाषा-माध्यमासंबंधीचा वरवरचा विचार, कवितेकडे पाहण्याचा कवींचा दृष्टिकोन यासारख्या बाबींचाही त्या वंचनेला हातभार लागलेला असावा. तिचे एकूण स्वरूपच त्यामुळे प्राथमिक राहिले.

या पार्श्वभूमीवर 'मीठभाकर'चे स्वरूप निराशाजनक नाही. हा संग्रह वाचत असताना प्रथमच जाणवते की, कवीला ग्रामीण जीवनाची प्रत्यक्ष व जवळून माहिती आहे. त्यामुळे त्यांच्या कवितेत बारकावे आलेले आहेत. त्यामुळे ती वास्तवाचा प्रत्यय देते. केवळ बारकाव्यासाठी बारकावे आले तर कविता नुसती वर्णनपर होते आणि कित्येकवेळा पाल्हाळीकही होण्याची शक्यता असते. पण सहज ओघात हे बारकावे आले तर तेच कवितेला चैतन्यपूर्ण करतात. आतापर्यंत ग्रामीण कवितेने जे विषयविश्व हाताळले तेच विषय असूनही ठोकळांची कविता प्रत्ययकारी व जिवंत वाटते याला कारण हेच असावे.

ठोकळांनी ग्रामीण जीवनातील पतिपत्नीच्या प्रेमसंबंधांचे बारकावे मार्मिकपणे टिपले आहेत. खेड्यातील पतिपत्नीच्या प्रेमभावना बहुधा एकमेकासमोर उघड पद्धतीने व्यक्त होत नाहीत. काहीतरी निमित्ताने, कृतीतून, अप्रत्यक्षपणे, संयम ठेवून त्या व्यक्त होत असतात. ठोकळांनी हे औचित्य बरोबर ओळखले आहे. ठोकळांनी ओवीचं ग्रामीण कवितेतील सामर्थ्य व स्थानही अचूक ओळखलं आहे. ग्रामीण कवितेला मराठी साहित्यात प्रवेश करायला ओवीचे, लोकसाहित्याचे

सनातन महाद्वार फारच उपकारक आहे हे ठोकळांनी ओवीच्या केलेल्या वापरावरून चटकन पटते. यात प्रेमभावना व्यक्त होताना बहुधा संयम असतो. प्रसंगपरत्वे, अप्रत्यक्षपणेच, एखाद्या कृतीतूनच त्या व्यक्त केलेल्या असल्यामुळे त्यांना हा संयम प्राप्त झालेला असण्याची शक्यता आहे. मात्र 'तुझ्या खातर', 'गरिबीचा संसार' यासारख्या प्रियकर-प्रेयसीच्या संबंधांवर आधारलेल्या कवितांतून ग्रामीण जीवनातील रोमॅंटिक वृत्तीपेक्षा कवीचीच रोमॅंटिक वृत्ती नाट्यरूपात व्यक्त झालेली दिसते.

त्यांच्या अनेक कवितांतून खेड्यातील सावकार, शेतकरी, मजूर यांच्या सामाजिक स्थितीवर प्रकाश पडतो. मांग, महार यासारख्या पददलितांची त्यांनी रेखाटलेली शब्दचित्रेही लक्ष वेधून घेतात. ग्रामीण जीवनातील मुलांच्या भावनाही मुखरित केल्या आहेत. स्वाभाविकच ग्रामजीवनातील निसर्गाच्या अनेक अवस्था त्यांच्या कवितेतून आलेल्या आहेत.

ठोकळांच्या काही वैशिष्ट्यपूर्ण ग्रामीण कविता आहेत. 'गरिबीचा पाहुणचार', 'मोटेवरलं गाणं', 'खळ्यावर' यांसारख्या कविता वाचताना हे जाणवते. ग्राम-संस्कृतीतील अनेक रीतिरिवाज कसे आहेत; घरात, मळ्यात, खळ्यात हे जीवन कसे असते याचा प्रत्यय या कवितांतून येतो. खेड्यातील मराठी संस्कृतीची अनेक मार्मिक चित्रे या कविता उभी करतात.

आणखी एका प्रकारच्या कविता लक्ष वेधून घेतात. १९३१-३२ मध्ये त्यांनी त्या लिहिल्या आहेत. आपण खेड्यातील आहोत. तिथे आपले खरे जीवन आहे. पण शहरात आपणास नोकरी मान पकडून नेते आणि खेड्यातील नैसर्गिक, साधे, सरळ, रसरशीत जीवन जगता येत नाही याची रुखरुख त्यांना लागून राहिलेली दिसते आणि ती अतिशय प्रत्ययकारी रीतीने कवितेतून व्यक्त झालेली आहे. 'मायघर', 'सुखाचे ओझे', 'कष्ट आणि विश्रांती' यांसारख्या कविता त्यामुळे लक्षात राहून जातात.

खेडेगावात ज्याचे बालपण गेले आहे आणि जो त्या जीवनाशी मनाने एकरूप होऊन गेलेला आहे अशा माणसाला ग्रामीण नैसर्गिक जीवनाची ओढ लागणे आणि सक्तीने वा परिस्थितीने स्वीकाराव्या लागलेल्या शहरी, कृत्रिम, अस्वाभाविक जीवनाचा तिटकारा वाटणे साहजिक आहे. अशाप्रकारच्या कविता या 'खेड्याकडे चला. स्वाभाविक जीवन जगा; शहरी, यांत्रिक व कृत्रिम जीवनापासून परावृत्त व्हा.' यासारख्या गांधीतत्त्वज्ञानातून निर्माण झाल्या असण्याची शक्यता बोलून दाखविली जाते. त्यांच्या काही नागर कवितांच्या बाबतीत तसे काही प्रमाणात झालेलेही आहे. पण सुदैवाने त्यांच्या कवितेवर त्याची छाया कुठे पडलेली दिसत नाही. त्यांची बहुतेक ग्रामीण कविता ही ग्रामीण व्यक्तिमत्त्वाच्या आंतरिक प्रेरणेतून जन्माला आलेली आहे.

ठोकळांची बहुतेक ग्रामीण कविता ही प्रसंगनिष्ठ आणि नाट्यगीतात्म आहे. जीवनातील एखादा प्रसंग ते या ना त्या स्वरूपात घेतात आणि त्याचे कथन

करतात. त्या कथनातूनच तेथील निसर्गचित्रे, भावना, विचार, कल्पना आणि इतर बाबी साकार होत असतात. कवितेतील एखादी व्यक्ती ती कविता अभिव्यक्त करीत असते. मोटकरी, गुराखी, पती, पत्नी, प्रेयसी, मांग, महार, वाघ्या-मुरळी, कोळी इत्यादी व्यक्ती आपापल्या भाषेत आपापल्या भावना व्यक्त करतात. कवी त्यांना बोलके करून नाटककाराप्रमाणे बाजूला सरकतो.

ठोकळांच्या या भूमिकेमुळे ग्रामीणतेला प्रत्यक्षता प्राप्त होते. त्या व्यक्ती प्रत्यक्ष बोलू लागतात. त्यांची मने सरळपणे वाचकासमोर उघड होतात. त्यांच्या भाषेतून त्यांची बोलण्याची रीत, लकब, शब्दप्रयोग येतात आणि सबंध कविताच ग्रामीणतेचा आविष्कार करते.

याला विरोधी म्हणून पूर्वीच उद्‌धृत केलेले के. नारखेडे यांच्या कवितेतील कडवे पाहा -

'घामाने शिंपुनि मळा, पेरतो कधी जोंधळा,
मोत्याची खुलते कळा, ते अन्न-ब्रह्म वितरिते.'

या कवितेत सगळीच काव्यात्मता कृतक कशी आहे हे या कडव्याच्या नमुन्यावरून दिसून येते. कारण 'घाम शिंपण्यापेक्षा' शेतकऱ्याला 'घाम गाळावा लागतो'. शिंपण्यामध्ये सुखद संवेदना आहेत, त्या 'गाळण्या'मध्ये नाहीत. उलट कष्टाच्या, पराकाष्ठेच्या प्रयत्नाच्या अर्थसंवेदना 'घाम गाळणे' या शब्दप्रयोगात सूचित होतात. दुसऱ्या चरणात 'कधी' हा शब्द पादपूरणार्थ आलेला असला तरी अर्थाची हानी करणारा आहे. जोंधळा 'कधी' तरी पेरायचा नसतो. तो नेमाने, प्रत्येक वर्षी पाऊस लागल्यावर, घात साधून वेळच्या वेळीच पेरायचा असतो. कारण त्यावर सर्व सालाची भाकरी अवलंबून असते. नंतर मग 'मोत्याची कळा' खुललेली अनुभूती आलेली आहे. 'पेरणी' ते 'मोती देणारी' मळणी अशी उडी मारलेली आहे. मधले ढोरकष्ट मात्र गाळून टाकलेले आहेत. त्यामुळेच 'मोत्याची खुलते कळा' हा सुखद अनुभव व्यक्त होऊन मधले वास्तव हरवले आहे. शेवटचा चरण तर संपूर्ण नागर आहे; अग्रामीण आहे. 'अन्न-ब्रह्माची कल्पना' मराठी शेतकऱ्याच्या हयातीतही त्याला कधी ठाऊक नसते. – त्यामुळे सगळे कडवेच गायला चांगले वाटत असले तरी प्रत्ययकारी नाही. वस्तुस्थितीशी भावावस्थाच विसंगत असेल तर प्रत्यय येणार तरी कसा?

उलट–

'साफ नांगरुन शेत त्यावरी औतहि चालीवलं ।
जोंधळं मगशानी पेरलं ।
साबर फणिचं काटंकुंपण सभोवार घातलं ।
कुठं तर केकताड वाढलं ।।' (मोटंवरलं गाणं)

ही ठोकळांच्या कवितेतील अभिव्यक्ती घ्या. तिच्यात मोठा विचार नसला, नुसते वर्णन असले तरी जे व्यक्त झालेले आहे ते सुसंगत आहे. तिच्यातील घटनाक्रम व असलेली माहिती चुकीची नाही. 'साफ', 'सभोवार' हे शब्द नागर असले तरी एकूण भाषेचा सूर, तिच्यातील शक्ती ग्रामीणतेची आहे.

ठोकळांनी कवितेसाठी वापरलेली भाषा संपूर्ण ग्रामीण किंवा प्रादेशिक नसली, तिच्यात नागरी भाषेतील शब्द येत असले तरी एकंदरीत तिची ठेवण ग्रामीण भाषेची आहे. त्यामुळे नागरी शब्द येऊनसुद्धा ठोकळांच्या भाषेतील ग्रामीणतेला फारसा ढळ पोचत नाही. नागरी शब्दांचे प्रमाणही फारच विरळ आणि तुरळक आहे. बहुधा ते मात्रांचा भरणा कमीअधिक करण्यासाठी येतात. तसेच मूळ ग्रामीण भाषेला ढळ न पोचेल अशा गौण स्थानीच त्यांची योजना होते. याउलट चंद्रशेखर, गिरीश, यशवंत यांनी नागरी भाषेच्या आधारेच ग्रामीण भाषा तयार केलेली असल्याने जरी ती तथाकथित ग्रामीण असली तरी तिचे सगळे वळण नागरी वाटते. तिच्यात अस्सल तेवढे गमावलेले दिसते.

ठोकळांची ग्रामीण भाषेतील अभिव्यक्ती सहजपणे होते. तिला ओढाताण करावी लागत नाही. त्यांच्या कवितेतील व्यक्ती त्या विशिष्ट प्रसंगी बोलत असते. अशाप्रकारच्या प्रसंगात सापडलेल्या व्यक्ती कशा बोलू शकतील हे ते बरोबर हेरतात. त्यांच्या भावस्थितीप्रमाणे भाषेची ठेवण सांभाळतात. 'गरिबीचा पाहुणचार' ही सर्वच कविता त्या दृष्टीने पाहावी. तिला खास गावरान अभिव्यक्ती कशी लाभली आहे हे कळून येईल.

अनेकवेळेला प्रत्यक्ष कवीनेच कवितेचे निवेदन केलेले असले तरी त्यांच्या नागर भाषेला ग्रामीण भाषेतील मार्मिक शब्दांची व शब्दप्रयोगांची शक्ती लाभते. त्या भाषेलाही ग्रामीणतेचा स्पर्श लाभतो. 'शेतकरी' ही कविता याचा उत्तम नमुना आहे. 'डोळा न उघडणे', 'अंगाने राकट, रंगाने सावळा', 'खेड्यावरला आडमुठा नांगऱ्या' यासारखे शब्दप्रयोग असा स्पर्श द्यायला कारण होतात.

या विशेषांमुळे ठोकळांची ग्रामीण कविता इतर कुणाही तत्कालीन कवीच्या ग्रामीण कवितेपेक्षा अधिक ग्रामीण आणि प्रत्ययकारी वाटते. ठोकळांशिवाय इतरांची ग्रामीण कविता कोणत्या ना कोणत्या कारणामुळे मूळ ग्रामीणतेच्या प्रेरणांपासून बाजूलाच राहिली. ही उणीव ठोकळांनी भरून काढली. ग्रामीण कवितेत या दृष्टीने ठोकळांचे कार्य महत्त्वाचे आहे.

पण त्यांची कविता रविकिरण मंडळ-कालातील कवींच्या कवितेविषयी ज्या जाणिवा होत्या त्या जाणिवांतून सुटली नाही; यातच तिच्या मर्यादा आहेत. त्यांची कविता वरवरच्या ग्रामीण जीवनातच रेंगाळते, वर्णनातच रमते. कलाटणीवजा एखादा विचार येतो; नाही असे नाही. पण एकूण कवितेत वर्णनशीलताच विशेष

आहे. त्यांची कविता वास्तववादी आहे. ग्रामीण जीवनातील प्रसंगच रेखाटले आहेत पण मधूनच ती रोमँटिक होताना जाणवते. त्यामुळे वास्तवाला मधूनच तडा जातो; ग्रामीणतेचे भान उरत नाही. विशेषत: प्रेमभावना व्यक्त करताना असे होते. अनेक वेळा परिणाम साधण्याच्या उद्देशाने, चित्र गडद करून लक्षात आणून देण्याच्या उद्देशाने नाट्यविवश व भावविवश झालेली दिसते. विशेषत: करुण रसाच्या वेळी ही विवशता जास्त दिसते. शहरातील मध्यमवर्गीय वाचकाला ग्रामीण जीवनाची माहिती करून द्यावी, त्याला सहज समजेल अशा बेताने भाषा वापरत कविता लिहावी अशीही एक सूक्ष्म जाणीव या कवितेत अधूनमधून डोकावताना दिसते. अनेकवेळा शहरी जीवनाची नकळत प्रतिक्रिया होऊन, विरोधाने खेड्यातील जीवनाचे वर्णन होते तेव्हा कवीचे शहरी व्यक्तिमत्त्व कवितेत डोकावते. — ठोकळांच्या या उणिवा क्वचित ठिकाणीच जाणवतात.

त्यांच्या ग्रामीण कवितेचा खरा बहर हा १९२८ ते ४५ या काळातच आहे. १९३९ च्या आसपास ते ग्रामीण कथा-कादंबरीच्या लेखनाकडे वळले. कदाचित त्याचाही परिणाम त्यांच्या नंतरच्या काव्य-लेखनावर झाला असण्याची शक्यता आहे.

वास्तविक त्यांनी ग्रामीण कविता ऐन तारुण्यात लिहिली. पुढे प्रौढपणीही तितक्याच निष्ठेने ते ग्रामीण कविता लिहीत राहिले असते तर 'लक्ष्मी', 'नदीपल्याड', 'सासुरवाडी' यासारख्या कवितांत काही प्रमाणात दिसून येणारी वर्णनपरतेच्या पलीकडची भावगर्भता व चिंतनशीलता अधिक सखोलतेने येऊ शकली असती आणि ग्रामीण कविता अंतर्मुख होऊन मन:पूतही झाली असती. पण हे होऊ शकले नाही. त्यामुळे रविकिरण मंडळ-सदृश ग्रामीण कवितेचाच ठसा मनावर राहतो. पण ठोकळांची ग्रामीण कविता इतरांच्या तुलनेने अधिक सच्ची आहे. ग्रामीण कवितेला मराठी वाङ्मयात स्वतंत्रपणे प्रस्थापित करणारा व तिला प्रतिष्ठा प्राप्त करून देणारा हा पहिला ग्रामीण कवी त्याच्या मर्यादा लक्षात घेऊनही मानावा लागतो.

◆

द. मा. मिरासदार यांची कथा

मिरासदारांच्या कथांतून येणारी माणसे त्यांच्या 'जबरदस्त गप्पागोष्टींच्या वेडातून' त्यांना मिळाली आहेत. मुळातच 'ऐसपैस नि स्वास्थ्यप्रिय स्वभाव'. ते राहत होते त्या पंढरपूरचाही असाच स्वभाव. अशा स्वभावाला विरंगुळा मिळण्यासाठी अशा 'गप्पां'सारखा सांस्कृतिक कार्यक्रम लागतोच. ही माणसे कथांतूनही अशाच गप्पागोष्टी करताना दिसतात– यापेक्षा आणखी एक गोष्ट महत्त्वाची आहे. वडिलांच्या वकिली व्यवसायामुळे 'खेडेगावची नमुनेदार माणसे' त्यांना शोधावी लागली नाहीत. तीच मंडळी त्यांना शोधत त्यांच्या घरी आली आणि आपल्या आचारातून, पोशाखातून आणि बोलण्या-चालण्यातून आपले विविध नमुने मिरासदारांना देऊन गेली. मिरासदारांनी ग्रामीण जीवन लहानपणीच थोडेफार खेड्यात राहून पाहिले आहे - त्यांनीच सांगितल्याप्रमाणे त्यांच्या कथालेखनासाठी मिळालेला कच्चा माल हा असा आहे.

त्यांच्या या अशा ऐकण्या-पाहण्यामुळे आणि त्या प्रमाणात प्रत्यक्ष उत्कट अनुभवणे कमी असल्यामुळे त्यांच्या विनोदी दृष्टीला एका अर्थी पुष्टीच मिळाली. प्रत्यक्ष जीवनाच्या ढवळणीतून स्वत:ला जे सुखदु:खाचे आणि एकाकीपणाचे अनुभव घ्यावे लागतात ते आपलेच असल्यामुळे त्यांचे गंभीरपणे चिंतन नकळत का होईना मनुष्य करू शकतो. पण दुसऱ्याचे, प्रत्यक्ष वा अप्रत्यक्ष ऐकलेले, गप्पागोष्टींच्या हलक्याफुलक्या आणि सामुदायिक वातावरणातून आलेले जे अनुभव असतात ते आपण सहजासहजी तटस्थपणाने हाताळू शकतो. त्यामुळेच ग्रामीण जीवनातील विसंगतीवर व विनोदावर मिरासदारांचे सहजासहजी लक्ष केंद्रित झाले असण्याची शक्यता आहे.

अर्थात मिरासदारांचा स्वभावही त्याला कारणीभूत आहे; ही गोष्ट विसरता येणार नाही. कारण नुसत्या तटस्थपणाने विनोद निर्माण होऊ शकत नाही. त्यांनी निवडलेल्या पात्रांच्या ठिकाणी असलेली बढाईखोर, भित्रट, इरसाल, धूर्त, कावेबाज,

विक्षिप्त इ. सर्वसामान्याहून वेगळ्या स्वरूपाची वृत्ती. भुते, प्रेते, चोऱ्या, फसवणूक, व्यसने, गुन्हे, खटले, साक्षी – आदी मुळातच रंजक असलेले विषय - त्यांच्या कथेला चटकन विनोदी पातळीवरचा रंजकपणा आणतात.

मिरासदार आपल्या पद्धतीने सांगताना हे विषय विशेष खुलतात. प्रसन्न आणि हसरे होत जातात. कथा-निर्मितीच्या वेळी मिरासदार घाटाचा शोध-वेध घेण्याच्या भरीस फारसे पडत नाहीत. त्यांची कथा निवेदन करते. घटनांच्या क्रमानुसार व चढत्या भाजणीनुसार ती पुढे सरकते. शेवटी कलाटणी अनपेक्षितपणे येते आणि तिचा उत्कर्ष व शेवट साधला जातो. त्यामुळे कथेचा घाट पेन्सील न उचलता काढलेल्या रेखाचित्रासारखा काहीसा ढोबळ वाटतो. पण या सरळ-सोपेपणाच्या पद्धतीने त्यांनी एक गोष्ट निश्चित साधली आहे. घटनांचा कालिक क्रम आणि चढती भाजणी असल्यामुळे कथा विनोदाच्या दृष्टीने रंगत जाते. वाचक मनोरंजनात एककेन्द्र होऊन पुढे सरकतो. बाकीच्या इतर अंगांचा विचार करायला त्याला फुरसतच मिळत नाही.

वाचकावर लक्ष ठेवून नसले तरी वाचकाचे अवधान ठेवून कथेचे सदैव निवेदन केले जाते. अंतर्मुख आविष्कारापेक्षा ती सदैव बहिर्मुख निवेदनाच्या पातळीवर येते. म्हणून गोष्टी (tale) सारखी ती एकपदरी दिसते. अर्थात यामुळेच तिच्यातील विनोद-स्थाने फुलून येतात. सूचकता, गहिरेपणा त्यांच्या तळाला राहतच नाही. वाचक सरळसरळ कथेबरोबर हसत जातो आणि कथा संपते.

अशा निवेदन पद्धतीमुळे लेखकाच्या कल्पक विनोद-बुद्धीला वाव राहतो. या कथांत अनेक ठिकाणी 'मी'नेही निवेदन करून हेच साधले आहे. या 'मी'चे निवेदन लेखकाच्या इतर कथांतील निवेदनापेक्षा कोणत्याही दृष्टीने भिन्न पातळीवरचे नाही. 'आजारी पडण्याचा प्रयोग' या कथेतील 'मी'चे निवेदन मात्र त्याच्या वय-वृत्तीला धरून वाटते. तेथे 'मी'ची कलात्मक अपरिहार्यता जाणवते. त्यामुळे त्या कथेतील भाषेला विनोदाबरोबर निरागसतेची आल्हादक छटा मिळालेली आहे. असा काही वेगळेपणा 'माझ्या बापाची पेंड' अगर 'शिवाजीचे हस्ताक्षर' इ. कथांतील 'मीं' ना आलेला नाही. या व तत्सम इतर कथा लेखकानेच निवेदित केल्या असत्या तरीही काही कमी पडले असते असे वाटत नाही.

बहुतेक विनोदी कथांतून दिसून येणारा निवेदक मोठा मिस्कील आहे. वरून त्याने गंभीर आणि काही ठिकाणी भोळसट-बावळटपणा असलेला मुखवटा धारण केला आहे. तो खरोखरच तसा आहे असे वाटते पण तो तसा नसतो. मुळात असलेला मिस्कीलपणा उघडकीला येतो. त्यामुळे अनपेक्षितता वाढते. हा निवेदक विनोदासाठी नेहमी विसंगतीवर बोट ठेवत जातो. ही विसंगती दोन शब्दांच्या जवळपणापासून तो दोन विसंगत व्यक्तींच्या एकत्र येण्यापर्यंतच्या सर्व प्रकारात दिसून येते.

—विनोद ही बुद्धीच्या कल्पक शक्तीची निर्मिती आहे. ही कल्पक शक्ती मुळातच स्वैर स्वभावी असते. एकातून दुसरा, दुसऱ्यातून तिसरा असे विनोद तिला सुचत जाण्याची फार शक्यता असते. तिच्या या स्वभावावर नियंत्रण ठेवणे अनेक विनोदी लेखकांना कठीण गेले आहे. त्यामुळेच की काय मिरासदारांच्या अगोदरच्या लेखकांना विनोदी 'कथा' लिहिणे शक्य झाले नसावे. मिरासदारांनी हे कठीण अवधान सांभाळले आहे. तुलनात्मकदृष्ट्या विनोदी लेखात कथेतल्या इतके विनोदावर नियंत्रण नसते. तेथे लेखकाच्या विनोद निर्मिणाऱ्या कल्पक शक्तीला बरेचसे स्वैरपणाने हिंडता येते, कोट्या करता येणे शक्य असते. मनासारखी रचना करून श्लेष साधता येतो. तसे कथेत नसते. मिरासदारांची कथा तर तशात प्रामुख्याने प्रसंगनिष्ठ. तेव्हा मात्र प्रसंगांनी नियंत्रित केलेल्या तिच्या वस्तूतच विसंगती शोधून ती लिहावी लागते. अनुषंगाने खूप विनोद सुचले तरी ते लेखातल्याप्रमाणे घुसडता येत नाहीत. निष्ठा ठेवावी लागते ती कथेतील विनोदाच्या कलात्म घाटावर व नेटकेपणावर. त्यामुळे अनेक मोह आवरावे लागतात. मिरासदारांनी हे अनेक कथांतून यशस्वीपणे साधले आहे.

या कथांतील अतिशयोक्तीचे पायही वास्तवात आहेत. म्हणून या कथा पुन:पुन्हा वाचाव्या असे वाटते. 'झोप' हे अतिशयोक्तीतून निर्माण झालेल्या कथेचे उत्तम आणि ठळक उदाहरण.

पण काही कथांत अतिशयोक्तीची अतिशयोक्ती झाली आहे. 'माझी पहिली चोरी', 'पंचनामा', 'निरोप' ही तिची उदाहरणे म्हणून देता येतील. वास्तवापासून या कथा तुटून घरंगळताना दिसतात. त्यातील विनोद हा एकसंध न वाटता उतरंडीसारखा वाटतो. त्यामुळे तो निर्जीव झाला आहे. कथेत सुसंगत न वाटता पूर्वनियोजित, घडवलेला वाटतो. विनोदातील विसंगती व अनपेक्षितता पूर्वनियोजित झाली की, ती एका अर्थाने अपेक्षित आणि मग वाचकाच्या अंदाजाशी सुसंगत होते. त्यामुळे तिच्यातील तणावे ढिले पडून निर्माण केलेले विनोद पंक्चर होतात. शिवाय वाजवीपेक्षा एखादा विनोद जास्त ताणवला की तुटतो नि त्यातील 'गंमत' हुकते. ... 'पहिल्या चोरी'तील शेवटची चार-पाच पाने याचे उदाहरण म्हणून देता येतील. 'पंचनामा', 'निरोप' या कथांमध्येही अशीच अनावश्यक वाढ आहे. एका अर्थाने येथे विनोदविवशता आलेली आहे. त्यामुळे त्या कथा अखेरीला आपला घाट बिघडवून बसतात.

अतिशयोक्तीतून निर्माण होणारी विनोदी टीका डोळ्यांत भरण्याइतकी गडद करण्याच्या भरीस पडल्याने, आपल्या शैलीतील खास वैशिष्ट्ये उठून दिसली पाहिजेत या जाणिवेने, कथा अधिक रंजक करण्याच्या नादात या कथा बिघडल्या असतील असे वाटते.

सामाजिक टीका (social satire) करण्यासाठी 'माझी पहिली चोरी'सारखी कथा लिहिली गेल्याचे त्यांनी 'उलटतपासणीत' नमूद केले आहे. वास्तविक कथाकाराने सामाजिक टीका वगैरे करण्याच्या नादी जाणीवपूर्वक लागण्याचे काहीच कारण नसते. कारण ही निष्ठा कथाबाह्य म्हणून कलाबाह्य आहे. विनोदी लेखकाला हे धोके जास्त टाळावे लागतात.

त्यांच्या विनोदी शैलीच्या वैशिष्ट्यांच्या जोरावर त्यांनी काही कथा लिहिल्याची जाणीव त्यांच्या नंतरच्या बऱ्याच कथा वाचताना होते.

त्यांनी 'रंजकता' हे कथेचे मूल्य प्रामाणिकपणे मानले, त्याची मर्यादा त्यांनी लक्षात घेतलेली दिसत नाही. त्यामुळे वाचकाच्या मनोरंजनावर निष्ठा ठेवून त्यांना प्रत्येक कथा काठोकाठ विनोदी आणि करमणूकप्रधान करावी, असे वाटले असावे. तोपर्यंत त्यांचा आपल्या शैलीतील वैशिष्ट्यांवरील आत्मविश्वास चांगला वाढला होता. पुढे ती वैशिष्ट्ये ते राबविताना दिसतात. 'हुबेहूब', 'चुटक्यांच्या गोष्टी', 'चकाट्या' या कथासंग्रहांतील अनेक कथा त्याची उदाहरणे म्हणून घेता येतील. एखाद्या लेखकाला आपले सामर्थ्य वा वैशिष्ट्य कशात आहे; हे स्पष्टपणे कळल्यावर तो केवळ त्याच गोष्टींच्या नादी लागून इतर आंगिक गोष्टींना विसरण्याचा धोका असतो. अशावेळी यश मिळवून देणारे त्याचे तेच सामर्थ्य आणि वैशिष्ट्य त्याच्याच मर्यादांना आणि अपयशाला कारणीभूत होते. मिरासदारांच्या 'उलट तपासणीत' ते म्हणतात, 'मनोरंजन हीही साधीसुधी गोष्ट नव्हे. वाटेल त्याला ते जमत नाही आणि जमणारही नाही. ते काही 'येरागबाळाचे' काम नोहे.' हे अगदी बरोबर आहे. पण ते काही कथेचेही मूल्य नव्हे आणि करमणूक म्हणजे हसवणूक एवढाच त्यांनी त्याचा अर्थ घेतलेला दिसतो आणि दुसरी गोष्ट 'गोष्टीवेल्हाळपणा' ही मिरासदार या व्यक्तीची शक्ती असली तरी ती 'कथाकार मिरासदारांची' कथेमध्ये शक्ती होऊ शकणार नाही. अशाप्रकारच्या अनेक शक्ती माणसामध्ये असतात. म्हणून त्या कलाक्षेत्रात योग्य असतातच असे नव्हे. त्या कलाक्षेत्रातील आवश्यक शक्तींचा नि:पातही करू शकतात.

आणखी एक गोष्ट : कथांना दिलेली विशेषणे ही नेहमी दिशाभूल करणारी असतात. ग्रामीण, विनोदी, मनोविश्लेषणात्मक इ. विशेषणे ही अशाच प्रकारची आहेत. विनोदी कथा ही नुसती विनोदीच असली पाहिजे, तिच्यात गंभीर काहीच येता कामा नये किंवा मनोविश्लेषणात्मक कथा ही अव्वलपासून अखेरपर्यंत तशीच असली पाहिजे; हा आग्रह किंवा समज चुकीचा आहे. शिवाय सगळ्याच चांगल्या कथा मनाला आनंद देतात. चांगल्या अर्थाने मनोरंजनच करीत असतात. त्यासाठी ती काठोकाठ विनोदीच असली पाहिजे असे काही नाही. कारण कोणतेही असो, मिरासदारांच्या विनोदी कथांचे नंतरच्या काळात घाट बिघडून त्या किस्सेवजा होऊ लागल्या; हे नाकारता येणार नाही.

या पार्श्वभूमीवर 'नव्याण्णवबादची एक सफर', 'कोणे एके काळी'सारख्या त्यांच्या विनोदी कथांविषयी विचार करताना पुन:पुन्हा वाटायला लागते की, 'केवळ गंमत' आणि 'रंजकता' हे सांभाळूनच मिरासदार मानवी मनात गहिरेपणाने अधिक खोल गेले असते तर मानवी दु:खावर त्यांची गमतीदार, पण हळुवार बोटे फिरली असती आणि त्यांच्या कथांची ताकद निश्चितपणे खूपच वाढली असती. या कथा तशा विनोदी आहेत, पण त्यांनी गंभीरपणे लिहिल्या आहेत. निष्ठा आहे ती वाचकांवर नाही, कथांतील पात्रांवर त्यांनी आपले मन एककेंद्र केलेले येथे दिसते.

एकूणात मिरासदारांची कथा ही शुद्ध स्वरूपाची मनोरंजक विनोदी कथा आहे. तिला मानवी दु:खाच्या अंतर्मुखतेचा आणि गंभीरतेचा स्पर्श झालेला नाही. अर्थात त्यामुळे तिच्या मनोरंजक, निखळ विनोदाला काहीच कमीपणा येत नाही. 'केवळ गमती'मुळे विनोद प्रसन्न वाटतो. ग्रामीण पार्श्वभूमीवर तर तो मोठा खुमासदार वाटतो. वाचकाचे खूप मनोरंजन करतो. मिरासदारांनी पत्करलेल्या भूमिकेला भरपूर यश देतो.

◆

अस्त की नव्या युगाकडे वाटचाल

साहित्य आणि समाज यांचा परस्परसंबंध शोधताना काही प्रश्न मनात उभे राहतात. आजवरच्या श्रेष्ठ साहित्याने व साहित्यिकांनी समाजाच्या घडणीमध्ये कोणता वाटा उचलला आहे? श्रेष्ठ साहित्यिकांच्या साहित्याला जाती-जमातींचा, समाजसुधारणांचा, वादांचा ध्यास असतो का? त्यांच्या साहित्यातील पात्रांची जात-जमात, त्यांची सामाजिक-राजकीय मते, त्यांचे समाजातील स्थान, वर्ण-वर्ग हे रसिक वाचकावर परिणाम करीत असते की या टरफलांच्या खाली स्पंदणारे मूळ मानवी मन वाचकाला स्पर्श करत असते? या साहित्याचे श्रेष्ठपण कशात आहे? त्याच्या पुरोगामी-प्रतिगामी की मूळ मानवी चिरंतन स्पंदनाच्या अभिव्यक्तीत?... यांची उत्तरे थोडी वेगळी येतात.

प्रतिभावंत साहित्यिकाला आपली जात-जमात, समाज-सुधारणा, वाद, पक्षोपपक्ष यांचे सोयरसुतक नसते. सामाजिक परिवर्तने, चळवळी, तत्कालीन घटना, सुधारणा यांना साक्षी पद्धतीने तो अनुभवत असतो. यांना वास्तवाच्या पातळीवर रेखाटणे ही त्याची प्रेरणा नसते. या वरवरच्या फेसाला बाजूला सारून त्याच्या बुडात कार्यप्रवण झालेल्या मानवी मूलभूत संवेदना, मनाची तळातील आंदोलने त्याचे मौलिक अस्तित्व, त्याचा मूलगामी अन्वयार्थ शोधण्याचा तो प्रयत्न करीत असतो.

पण असे जे श्रेष्ठ गुणांनी युक्त आहे तेवढेच साहित्य मानावयाचे का? या श्रेष्ठ साहित्याच्या आलेखाच्या काहीशी खालून जाणारी, श्रेष्ठ गुणयुक्त नव्हे पण चांगल्या, दर्जेदार साहित्याची एक रेषा अधिक दाट, अधिक ठळक असते. वाङ्मयाच्या इतिहासात घडामोडी होतात त्या या रेषेच्या आसपासच. प्रयोगशीलतेचा ध्यास याच साहित्याला विशेष स्वरूपात असतो. हे साहित्य त्या त्या समाजमनाशी जवळीक साधणारे असते. समाजातील तात्कालिकातून प्रेरणा घेऊन ते चिरंतनाकडे झेपावू पाहत असते. श्रेष्ठ साहित्याच्या अंतिम टप्प्यावर ते जाऊन पोचलेले नसले तरी तिकडे त्याची ओढ असते.

या कक्षेच्या खाली आणखी एक साहित्याची रेषा सतत वावरताना जाणवते. प्रामुख्याने हे साहित्य विस्तारवादी, अनुकरणशील, उमेदवारी प्रवृत्तींचे, समाजातील घटना-घडामोडींना, नाना प्रकारच्या चळवळींना महत्त्व देणारे, आशयवादी, वास्तवाच्या वर्णनातच रमत राहणारे, संख्याबहुल, अनेक वाङ्मयबाह्य प्रयोजनांनी प्रेरित झालेले असते. वाङ्मयीन इतिहासकक्षेतून अपवाद वगळता ते बहुधा बाहेर राहते. त्यातील काही साहित्य तत्कालीन समाजप्रवृत्तींशी घनिष्ठपणे निगडित असते. त्या त्या प्रवृत्तींच्या साध्यासाठी त्या त्या वेळी त्याची नितांत गरज असते. त्या त्या वेळी ते अतिशय लोकप्रिय होते. ती समाजप्रवृत्ती साध्य झाली किंवा मागे पडली की त्या साहित्याचे मोलही संपते. ते निकालात निघून गतकाळात जमा होते.

पण असे असले तरी या प्रकारचे साहित्य निर्माण करणारे काही (काहीच फक्त) साहित्यिक स्वत:ची प्रगती साधून, चांगले व योग्य संस्कार घेत घेत दुसऱ्या कक्षेत येऊन सामील होण्याची शक्यता असते. समाजातील एखादा घटक जेव्हा नव्याने जागृत झालेला असतो व साहित्यनिर्मितिसन्मुख होतो तेव्हा तर ही शक्यता अधिक असते.

समाजात सदैवच श्रेष्ठ साहित्य आणि श्रेष्ठ साहित्यिक यांचे प्रमाण विरळ असणार. तुलनेने दर्जेदार, चांगल्या साहित्याचे प्रमाण अधिक असते आणि तिसऱ्या श्रेणीच्या साहित्याचे प्रमाण सदैवच विपुल असते.

साहित्यविषयक अशी परिस्थिती नेहमीच जाणवते. असा परिस्थितीत 'साहित्याला वाहिलेल्या' नियतकालिकांचे कार्य काय असावे, असा प्रश्न मनात येतो. – खरे तर कार्य काय करावयाचे हे त्या नियतकालिकांनीच ठरवायचे असते. साहित्याच्या एका कक्षेपुरते, एका अंगापुरते, एका दिशेपुरते कृतिशील राहावयाचे का शक्यतो साक्षेपाने, साहित्याच्या भूत-वर्तमान-भविष्यावर लक्ष ठेवून कृतिशील राहावयाचे, हे ज्याने त्याने ठरवावे. साक्षेपाने कृतिशील राहावयाचे असेल तर जबाबदारी अधिक वाढते हे उघड आहे. साहित्याच्या अनेक स्तरांवर हे कार्य चालवावे लागते. कारण, साहित्यांतर्गत अनेक प्रवृत्ती, 'साहित्य' या घटनेविषयीच्या अनेक कल्पना, अनेक अभिरुची सारख्याच तोलाने कार्यप्रवृत्त झालेल्या असतात. अमुक अमुक प्रकारचे तेवढेच साहित्य, तेवढेच खरे प्रयोग, तेवढीच खरी अभिरुची असे मानणे कठीण जाते. अशा नियतकालिकांची अभिरुची अनेकाभिमुख असणे आवश्यक असते.

साक्षेपाने कार्य करणाऱ्या अशा नियतकालिकांना समाजातील नवजागरणाच्या वेळी तर अधिक जोखमीने साहित्यकार्य करावे लागते. अशा कार्यात ती कित्येकवेळा उलटीपालटी होतील, कित्येकवेळा ती पूर्वीची आपली प्रस्थापित प्रतिमा मोडून बसतील ('अभिरुचि'चा नवा प्रयत्न काहीसा असाच झालेला दिसतो.) पण या घडामोडीत व मोडामोडीत त्यांची कृतिशीलता, धडपड, प्रवाही दृष्टी हीच प्रत्ययाला

येणार असते. एका बाजूला अशा नियतकालिकांना श्रेष्ठ साहित्य सतत प्रसिद्ध करून आदर्शाचे नमुने उभे करत करत पुढे जावे लागते; दुसऱ्या बाजूने त्यातल्या त्यात दर्जेदार साहित्यनिर्मितीविषयी, तिच्यातील प्रयोगांविषयी आस्था ठेवून त्या निर्मितीला व प्रयोगांना वाव द्यावा लागतो तर तिसऱ्या बाजूने काहीशा तात्कालिकाला महत्त्व देणाऱ्या, विस्तारवादी, आशयवादी साहित्यातील नव्या शक्तींची चाहूल घेऊन, त्या शक्तींचे स्वागत करू, त्यांचे जाडे-भरडेपण आपल्या कक्षेत घेऊन, त्यांच्यावर त्यांच्याच दिशांनी पण संस्कार करणे आवश्यक असते. या तिसऱ्या बाजूकडे समाजाच्या नवजागरणाच्या संदर्भात तर विशेष लक्ष पुरविणे आवश्यक असते. म्हणून केवळ साहित्याला वाहिलेली जरी नियतकालिके असली तरी साहित्याच्या अंगाने त्यांचा समाजातील नवजागरणाशी साहित्यसंदर्भापुरता संबंध येतो.

यासंदर्भात स्वातंत्र्योत्तर (गेल्या) पंचवीस वर्षांतील 'सत्यकथे'चे साहित्यकार्य व तिच्या भोवतीच्या मराठी समाजातील नवजागरण यांच्या संदर्भात काही विचार मनात येतात :

१९४५-४६ च्या आसपास मराठी साहित्यात एका नव्या पिढीचा उदय होऊ लागला. 'अभिरुचि' आणि 'सत्यकथा' यांच्या द्वारा हा उदय होताना दिसतो. नंतर ऐनवेळी 'अभिरुचि' बंद पडले आणि 'सत्यकथा' मासिकच ही वाटचाल एकाकीपणे करू लागले. १९५० च्या आसपास नव्या पिढीला ठळक रूप प्राप्त झाले. तिच्या नव्या प्रेरणा ठळकपणे दिसून, त्या दिशांनी नवे साहित्य झेपावू लागले. याच काळात मर्ढेकरांची कविता आणि सौंदर्यमीमांसा जन्माला आली. त्यांनी साहित्यक्षेत्रात निर्मिती आणि निर्मितीविषयक नवे विचार परिणामकारकतेने मांडले. याचा परिणाम साहित्याच्या निर्मितीवर तर प्रत्यक्षाप्रत्यक्ष झालाच, पण कळत नकळत 'सत्यकथे'चे वाङ्मयीन कार्यक्षेत्र व दिशाही निश्चित होण्यावर झाला, असे दिसून येते.

नंतरच्या बारा-तेरा वर्षांत म्हणजे १९६२-६३ पर्यंत आणखी एक (दुसरी) पिढी 'सत्यकथे'ने निर्माण केली. जी. ए. कुलकर्णी, शरच्चंद्र चिरमुले, कमल देसाई, शंकर पाटील, दिलीप चित्रे, आरती प्रभु, केचे अशी प्रमुखांतील काही नावे समोर ठेवता येतील.

त्यानंतरच्या पाच-सात वर्षांत आणखी एक लहानसा बहर येऊन गेलेला दिसतो. नंतर म्हणजे गेल्या पाच-सहा वर्षांत पुन्हा नवी नावे जमा होताना दिसतात.

म्हणजे गेल्या पंचवीस वर्षांत मराठी साहित्यात एकूण चार पिढ्यांचा उदय झालेला आहे. हे सर्व स्थूलमानानेच गृहीत धरावयाचे आहे. पिढ्या किती झाल्या हे महत्त्वाचे नाही. पण १९५० पासून तो आजपर्यंत 'सत्यकथे'च्या निमित्ताने निर्माण झालेल्या या वाङ्मयीन लाटांकडे पाहिले तर त्या क्रमाने (अपवाद

वगळता) मंदतेज होत गेलेल्या दिसतात. गुणवत्ता आणि संख्या या दोन्हीही दृष्टीने हे विधान घेता येईल. याला काय कारणे असावीत?

'सत्यकथे'तील साहित्य व सामाजिक स्थिती यांच्या संबंधात काही अंदाज व अनुमाने करता येण्यासारखी आहेत. १९५० ते १९६२-६३ च्या आसपासपर्यंत 'सत्यकथे'च्या वाङ्मयीन अभिरुचीत अनेकाभिमुखता जाणवते. मुळात कुठेतरी एक मध्यवर्ती सूत्र बळकटपणे धरून त्यावेळच्या 'सत्यकथे'तील साहित्य विविध दिशांनी, विविध तऱ्हांनी, विविध पातळ्यांवर झेपावताना दिसते.

पुढे मात्र ही 'सत्यकथे'ची चौफेर दृष्टी व अनेकाभिमुख असलेली अभिरुची हळूहळू बंदिस्त होत गेलेली जाणवते. तिची विशिष्ट अभिरुचीच टोकदार होत गेली, एकांतिक प्रयोगशीलतेविषयीच तिला फक्त आस्था वाटू लागली. हळूहळू तिचा हा स्वभाव ठळक होत गेला आणि त्याचीच एक चाकोरी बनत गेली असे दिसते. स्वाभाविकच तिच्या कक्षेत येणारे साहित्य हे संख्येने कमी होत गेलेले दिसते. कमी होत गेल्याने पुढेपुढे त्या प्रकारातील कृतक साहित्य प्रसिद्ध होत गेले आणि तिला (रसिकांच्या दृष्टीने) आजची असमाधानकारक अवस्था प्राप्त झालेली असावी.

या तिच्या वर्तमान दृष्टीला व अभिरुचीला एकदेशीय का असेना, पण शक्ती आहे, हे नाकारता येत नाही. तीमुळे तर याही काळात काही चांगले साहित्यिक 'सत्यकथे'ने मराठी साहित्यात आणून सोडले आहेत, सोडत आहे. पण त्याबरोबर हेही खरे की, या सामाजिक नवजागरणाच्या काळात 'सत्यकथे'च्या आजच्या दृष्टीच्या व अभिरुचीच्या कक्षेबाहेर राहणारे, पण काही शक्ती असलेले अनेक साहित्यिक अनघड राहूनच 'सत्यकथे'बाहेर स्वतंत्रपणे निर्मिती करू लागले आहेत.

'सत्यकथे'ने १९५० सालीच साहित्याचे मर्म ओळखून आपले कार्यक्षेत्र निश्चित केले होते. साहित्यातील प्रयोगांचे महत्त्व तिला कळले होते, नव्या आशयासंबंधी ती जागरूक होती. अभिव्यक्तीच्या विविध पातळ्या तिला मान्य होत्या, अनुभवातील अनेक स्तरांविषयी व त्यांच्या आविष्काराच्या विविध परींविषयी तिला सारख्याच तोलाची आस्था होती, असे दिसते.

१९६३ नंतरच्या टप्प्यात मात्र तिने विशिष्ट प्रयोग, विशिष्ट आशय, अभिव्यक्तीची विशिष्ट पातळी, अनुभवातील विशिष्ट स्तर यांनाच प्राधान्य दिलेले जाणवते. त्यामुळे काही ठरावीक दारेच उघडी राहिली असावीत. साहित्याविषयीच्या विशिष्ट कल्पनांचा तर हा परिणाम नसावा?

समाजात नेमके याच वेळी काही नवे घडू घातले जात होते. आजवर साहित्य निर्माण करणारा शहरवासी मध्यमवर्ग प्रामुख्याने समाजातील विशिष्ट वर्ग होता. लोकमतानुवर्ती राज्यात एकूण समाजाच्या संदर्भात सांख्यिकदृष्ट्या तो कमी असल्याने

त्याच्या हातातील आजवर असलेली राजसत्ता, अर्थसत्ता, ज्ञानसत्ता जाऊ लागली. त्यातच शहरी जीवनपद्धती व तेथील यांत्रिक गतिमानता यात त्याची अधिक कुचंबणा होऊ लागली. त्याच्या परीने त्याच्या जीवनात संघर्ष आणि स्पर्धा वाढली. या सर्वांचा परिणाम त्याचा एकूण जीवनाविषयीचा उत्साह, आशावाद मावळण्यात झाला असावा. एक प्रकारची जीवनाविषयी, आसपास घडणाऱ्या घडामोडींविषयी, नव्या समाजजागराणाविषयी उदासीनता, काहीशी 'सिनिक' वृत्ती निर्माण होण्यात झाला असावा. यामुळे जीवनातील अनेक प्रकारच्या निष्ठा तो गमावून बसलेला दिसतो.

दुसऱ्या बाजूने त्याची शहरी जीवनाविषयीची चाकोरी ठरून गेलेली होती. अशा चाकोरीच्या जीवनात व्यक्तिपरत्वे अनुभव वेगळे असले तरी दुसऱ्या बाजूने ते चाकोरीतीलच असतात. अशा परिस्थितीत त्याच्याकडून सकस साहित्यनिर्मिती होणे, नवे नवे अनुभव साहित्यात जमा होणे कठीण आहे. क्रियाप्रतिक्रियेच्या स्वरूपात जे काही प्रसंगपरत्वे स्फुट साहित्य निर्माण होईल तेवढेच.

कारण साहित्यनिर्मिती हीसुद्धा एक निष्ठा आहे तसेच तिचा कृतिशील मनोवृत्तीशी घनिष्ठ संबंध आहे. जीवनातील ज्याच्या निष्ठाच हरपल्या आहेत, ज्याचे मन कृतिशीलतेवरून उडून उदासीन झाले आहे, अशा मनाकडून साहित्यकृती सकसपणे घडणार कशी? शिवाय या वर्गाकडून आजवर साहित्यनिर्मिती इतकी झाली आहे आणि त्याचे अनुभवक्षेत्र इतके ठरावीक प्रकारचे आहे की, सहजासहजी काही वेगळे, नवे साहित्य निर्माण होण्याची शक्यताच फक्त आता शिल्लक राहिली आहे. प्रत्यक्ष जीवनातील अनुभव साहित्यात वापरून वापरून, गोळी उडून गेलेल्या, पण आकार मात्र तोच राहिलेल्या गोळीच्या वरच्या टोपणासारखे राहिले असल्यानेच की काय, सतत लेखनाचा ध्यास घेणारे हे साहित्यिक आता इतिहास, पुराण, इंग्रजी वाङ्मय, लिंगवाद याकडे वळले असावेत.

म्हणजे 'सत्यकथेची' स्वतंत्र, सच्च्या, प्रयोगशील, कलावादी साहित्याची जी अपेक्षा वाढून राहिलेली आहे ती या वर्गाकडून आज तरी पुरी होणे कठीण दिसते. या वर्गाकडून आज जे प्रयोग होतात, जे काही वेगळेपणाचा स्पर्श असलेले साहित्य निर्माण होते ते अतिशयच फुटकळ आणि त्रुटीत स्वरूपात होत आहे. १९५० च्या आसपास प्रयोगशीलता ज्या उत्साहाने कार्यरत होती तशी ती आज यांच्यात दिसत नाही. ती अतिशय किरटी आणि तुरळक वाटते आणि सद्य:स्थितीत ती अशीच राहणार असेही दिसते.

दुसऱ्या बाजूने नेमके उलटे घडते आहे. खेड्यापाड्यातील समाजात नवजागरण होत आहे. लोकशाही येऊन स्थिर झालेली आहे. तिची फळे अनेक स्वरूपात खेड्यापाड्यातील आजवर दुर्लक्षित झालेल्या समाजाला मिळू लागलेली आहेत.

त्याला मताधिकार मिळाल्याने त्याची अस्मिता जागी झाली आहे. राजसत्ता, अर्थसत्ता त्याच्या हातात जाऊ लागली आहे. स्वत:च्या हक्कांविषयीची त्याची जाणीव प्रखरपणे जागृत झाली आहे. या जागृतीचा अनेक अंगांवर परिणाम झाला तसा साहित्यावरही होणे अपरिहार्य आहे.

१९६३ नंतर ग्रामीण साहित्यिकांची व त्यांच्या साहित्याची एक लाटच निर्माण झालेली दिसते. वरवर पाहता या लाटेतील साहित्यिक माडगूळकर, मिरासदार, शंकर पाटील, रणजित देसाई यांचे अनुकरण, त्यांच्याच वृत्तीचा विस्तार करताना दिसतात. पण त्यांच्या मौलिक प्रेरणांचा शोध घेऊ लागलो तर त्या काहीशा वेगळ्या वाटतात. साहित्यिकांची ही लाट ग्रामीण समाजातील बव्हंशी खालच्या थरातील आहे. आजवर झालेल्या सामाजिक दु:खाला, सोसलेल्याला, अन्यायाला, ती आपल्या वेड्याबागड्या भाषेत वाचा फोडू पाहत आहे. पण तिच्यासमोर आदर्श आहेत ते माडगूळकर, मिरासदार, पाटील, देसाई यांचे. ते या लाटेला पुरेसे नाहीत आणि नीट घडवायला, तिला आतून जाणून घ्यायला तिला कोणी मार्गदर्शक नाही. म्हणून पूर्वपरंपरा नसलेली, प्रथमच लेखणी हातात धरणारी, संस्काराचा तसा स्पर्श नसलेली, आपल्याला नीटसे जे म्हणावयाचे आहे ते प्रभावीपणे व्यक्त होते किंवा नाही याचे भान नसलेली ही लाट अनुकरणाचे, चुकीचे धडेच आजवर गिरवत बसलेली दिसते. एखादा अपवाद वगळता 'सत्यकथा' या लाटेला, लाटेतील साहित्यिकांना फारशी घडवू शकली नसावी असे वाटते.

दलित साहित्य हीही या नवजागरणातील नंतरची एक लाट आहे. यांच्याही प्रेरणा अण्णा भाऊ साठे, शंकरराव खरात यांच्यापेक्षा वेगळ्या असल्याची जाणीव होते. पण हे साहित्यिक अनेक सामाजिक, शैक्षणिक, राजकीय कारणांमुळे संख्येने कमी असूनसुद्धा संघटित झालेले आहेत. त्यांची स्वत:ची नियतकालिके, साहित्यसंस्था निघत आहेत. या लाटेतील साहित्यिकांनाही अपवाद वगळता 'सत्यकथा' विशेष घडवू शकताना दिसत नाही.

मर्ढेकर-गाडगीळ यांच्या पिढीच्या नव्या प्रेरणा, नव्या प्रवृत्ती ज्या सातत्याने घडवून व त्यांचा दाब निर्माण करून सबंध मराठी साहित्यालाच नवे वळण 'सत्यकथे'ने लावले तसे सातत्य, चिकाटी, प्रयत्नशीलता या नव्या लाटांच्या संदर्भात का राहू नये असा प्रश्न निर्माण होतो.

या अनुषंगाने काही विचार सुचतात. जेव्हा समाजातील एखादी विशिष्ट कृती (इथे साहित्यनिर्मिती) एखाद्या विशिष्ट वर्गाशी, घटकाशी निगडित असते व जी सतत निर्वेधपणे एका दिशेने पुढे जात असते तेव्हा इतर समाज-घटकांच्या तुलनेने तिचे पुढचे अनेक टप्पे संपलेले असतात. तिने विशेष प्रगती केलेली असते. प्रगतीच्या अशा विशिष्ट टप्प्यावर तो वर्ग त्या कृतीच्या संदर्भात असताना, जर

एखादा त्या समाजातील नवा घटक त्या कृतीच्या संदर्भात जागृत झाला तर त्याला प्रगतीच्या विशिष्ट टप्प्यावरच्या वर्गाइतकी प्रगती प्राथमिक अवस्थेत करणे अशक्य असते. तशात साहित्यासारखी स्वानुभवनिष्ठ कृती जर आंतरिक प्रेरणेने आकार घेत असेल तर ती स्वतंत्र, स्वयंभूच असणार. तिचा विकास स्वतंत्रपणेच होणार. स्वत:च्या 'ट्रायल-एरर' पद्धतीनेच ती पुढे सरकत राहणार. सच्च्या साहित्याच्या बाबतीत तर हे फार फार खरे आहे.

म्हणजे असे की, आज निर्माण होणारे सर्वच ग्रामीण वा दलित साहित्य हे शहरवासी लेखकांच्या साहित्याइतके दर्जेदार होऊ शकणार नाही. एक तर ग्रामीण समाज (दलित त्यातच समाविष्ट) हा तसा सरधोपटपणे जगणारा असतो. त्याचे जगणे, अनुभवणे, विचार करणे हे शहरवासी बुद्धिजीवी माणसाच्या तुलनेने वेगळे आणि सरळधोपट असते. प्राथमिक गरजांसाठी झगडण्यातच ते बहुधा संपुष्टात येते. अशा झगड्यात जीवनाच्या प्राथमिक स्तरावरच ते बहुधा स्थिर असते. त्याची सर्वांगीण वाढ व समृद्धी झालेली नसते.

अशा जीवनात जेव्हा नवजागरण होते तेव्हा साहित्यादी सांस्कृतिक घडामोडीही प्राथमिक स्तरावरच रेंगाळणे स्वाभाविक असते. कारण एका बाजूला ज्या जीवनाचे रेखाटन करावयाचे ते जीवन प्राथमिक स्थूल पातळीवर असते व दुसऱ्या बाजूने याच जीवनातून पुढे आलेला साहित्यिकही अशाच प्रकारचे प्राथमिक जीवन अनुभवून काही लेखन करू पाहत असतो. यासंदर्भात त्याला सामाजिक, सांस्कृतिक, कौटुंबिक पूर्वपरंपरा काहीही नसते. म्हणजे साहित्यविषयक त्याच्या कल्पनाही प्राथमिक स्तरावर रेंगाळत असतात. बहुधा त्या वास्तव रेखाटनावर, वर्णनावर रेंगाळताना दिसतात. याच वेळी समाजातील प्रगत घटकांचे साहित्य अनेक दृष्टींनी विकसित झालेले, नवजागृत घटकांच्या तुलनेने पुढे गेलेले असते.

अशावेळी आरंभापासून या प्रगत घटकात राहून, त्या प्रगत घटकाचेच एक अंश असलेल्या व साहित्यकार्य करणाऱ्या, त्यासंदर्भात स्थिर, प्रतिष्ठित झालेल्या पण साक्षेपी दृष्टीचा ध्यास असलेल्या नियतकालिकांना आपले सरळ रूळ व चाकोरी बदलून घेऊन नवी ॲडजेस्टमेंट करणे आवश्यक असते. अशावेळी आतापर्यंत त्या प्रगत घटकाचे अंगच बनून राहिलेले, जुने प्रस्थापित संबंध तोडताना काचू लागतात. सहसा त्यातून बाहेर पडणे नको वाटू लागते. आजवर एक विशिष्ट संकल्प करून कार्य करीत असल्याने सरावाने पूर्वीची (या नियतकालिकांची) साक्षेपी जागरूकता मंद होत गेलेली असते किंवा एका विशिष्ट दिशेनेच जात असते. म्हणून नवे संबंध प्रस्थापित करायला, बदलते केंद्र मानायला, मूळ प्रस्थापितातून उठून जाऊन बदलती दिशा स्वीकारायला प्रयास पडतात. प्रस्थापितता, स्थिरता सोडून भविष्याच्या अनिश्चित, धूसर, अस्थिर जागेवर पाय ठेवायला कठीण

जाते. शंका-संशय निर्माण होऊ लागतात. लांबच्या विषयी नव्याने प्रेम निर्माण करत बसण्यापेक्षा प्रस्थापित जवळीक सोडू नये असे वाटते. पण कार्य करणाऱ्या, नवे काही मुळातूनच घडवू पाहणाऱ्या नियतकालिकांना हे अपरिहार्य असते. वरचेवर हे प्रसंग त्यांच्या जीवनात येणारच.

मराठी साहित्यनिर्मितीचे केंद्रच आज सरकत आहे असे दिसते. आजवर साहित्यनिर्मिती प्रामुख्याने होत असलेल्या पुण्या-मुंबईसारख्या शहरांबाहेरच्या मनात, जीवनात ते स्थिर होऊ पाहत आहे. मराठी साहित्यालाच हा प्रचंड हादरा बसत आहे. पुढच्या काही वर्षांत त्याची तीव्रता विशेष जाणवेल असे वाटते. कारण लोकशाहीत राजसत्ता, अर्थसत्ता, ज्ञानसत्ता यांचे जे स्थित्यंतर व हस्तांतर झाले त्याचे परिणाम किंवा ही खांदेपालट समाजाच्या सर्व अंगोपांगांत हळूहळू होत जाणे नैसर्गिक आणि म्हणून अपरिहार्य आहे. साहित्यासारखी सांस्कृतिक बाब, अनुभवनिष्ठ घटना नवजागृत मानवी मनाशीच निगडित असल्याने, जोपर्यंत त्या मनावर त्या दिशेने पुरेसे संस्कार होत नाहीत तोवर ती मंद गतीनेच पुढे सरकणार. इतर स्थित्यंतरांसारखी ती झटपट होऊ शकणार नाही. कारण ती सूक्ष्म तरल आहे. प्राणतत्त्वासारखी ती आहे. ती उसनी घेऊन किंवा अनुकरणाने निर्माण करता येण्यासारखी नाही, प्रत्यक्ष जगण्याशी तिचा संबंध आहे. म्हणून आणखी एखादी पिढी जावी लागेल असे वाटते.

हजारो वर्षांच्या परंपरेने ज्यांच्या हातात साहित्य राहिले आहे, इतरत्र नसले तरी ज्या मनाचे प्रतिनिधित्व अजून साहित्यात राहिलेले आहे, त्या मनाला ही गोष्ट फारशी रुचणे कठीण आहे. पण जेव्हा सर्वच समाज सर्व दृष्टींनी विकासाकडे जाऊ लागतो तेव्हा अशाप्रकारचे विषम-प्रतिनिधित्व गळून पडून, आपोआपच इतर स्थित्यंतरांप्रमाणे योग्य त्या मनाकडे ते जाणार हे उघड आहे.

म्हणजे साहित्यनिर्मितीचे केंद्रच जर बदलत असेल तर साहित्याला वाहिलेल्या साक्षेपी नियतकालिकांना लक्ष्यार्थाने आपला पूर्वीचा समाज सोडून, जिथे ते केंद्र स्थिर होऊ पाहते आहे त्या समाजात जाऊन बसले पाहिजे. त्या समाजाच्या साहित्याची घडण पुन्हा 'श्रीगणेशाय'पासून केली पाहिजे. असे समाजांतर करणे अतिशय कठीण कार्य आहे असे वाटते.

म्हणजे आजच्या तुलनेने मर्ढेकर-गाडगीळ यांच्या काळात साहित्यातील नव्या प्रेरणांनी प्रेरित होऊन कार्य करणे फारसे अवघड नव्हते; कारण साहित्यनिर्मितीचे केंद्र त्या वेळी एकाच समाजमनांतर्गत कक्षेत राहून बदलले होते. पण आज ते या समाजमनातूनच बाहेर सरकून नवजागृत अशा वेगळ्या समाजघटकात स्थिर होऊ पाहत असल्याने हे साहित्य-कार्य आज अतिशय जोखमीचे आणि कठीण होऊन बसले आहे.

हे कार्य अतिशय जोखमीचे आहे; त्याला दुसरेही एक कारण आहे. नवजागरण झालेल्या या समाजात ही जी साहित्यनिर्मितीची लाट आलेली आहे, त्या लाटेत बरेच हीण मिसळलेले आहे हे उघड आहे. पण त्याचबरोबर काही साहित्यिकांजवळ सुप्त सामर्थ्य असूनही केवळ संस्कार नसल्याने त्यांना नीटपणे कुणी घडविले नसल्याने त्यांचेही साहित्य सामान्य वाटण्याची शक्यता आहे. अशावेळी सुप्त असामान्याला घडवताना सुप्त सामान्यालाही प्रसिद्धी मिळून जाते. पण काळाच्या ओघात त्याचे हीण उघड होते. त्यामुळे साहित्याला वाहिलेल्या नियतकालिकांना ही सत्त्वपरीक्षा देत असताना बराच काळ काही हाताशीही न लागण्याची शक्यता नाकारता येणार नाही. मर्ढेकर-गाडगीळ यांच्या पिढीला एक सांस्कृतिक परंपरा होती. तशी परंपराही या पिढीला नाही. म्हणून यासंदर्भात साहित्यकार्याची जोखीम वाढते.

दलित साहित्याची परिस्थिती आणखी गुंतागुंतीची वाटते. तथाकथित अनेक मुत्सद्दी टीकाकारांनी समाजकारणासाठी त्याच्या मूळ उन्मेषाला वेगळी दिशा देऊन साहित्य म्हणून त्याला जाणीवपूर्वक वाङ्मयबाह्य प्रयोजनासाठी राबवण्याचा चंग बांधलेला दिसतो. अनेक सामाजिक कारणांमुळे बिथरलेल्या या साहित्यिक पिढीला कावेबाजपणे जवळ घेऊन, तिला विपर्यस्त दिशा लावून दिली जात असताना, आजवर समाजाच्या प्रगत घटकाचे साहित्यकार्य करणाऱ्या नियतकालिकांना त्या पिढीला योग्य विकास-दिशेला सन्मुख करणे जोखमीचेच आहे. दलित साहित्यात आज प्रामुख्याने सामाजिक बंडखोर विचारांचीच प्रेरणा प्रभावी झालेली दिसते. बंडखोरपणा ही एक तीव्र प्रतिक्रिया असते. तात्कालिक फलितासाठी समाजात ती कितीही प्रभावी ठरत असली तरी, चिरंतनाकडे झेपावू पाहण्याचा स्वभाव असलेल्या साहित्यात तिला फारसे मोल प्राप्त होऊ शकत नाही, हे केशवसुतांच्या अनेक कवितांनीही दाखवून दिलेले आहे.

शिवाय आजची ही बंडखोरी दलितांतील नवसुशिक्षितांचीच अधिक वाटते. कारण त्यांच्या विचारांना जो भाषिक आविष्कार लाभलेला आहे, त्यांची जी अभिव्यक्तीची पद्धती आहे, ती प्रामुख्याने नवसुशिक्षित मनाची वाटते. या मूठभर नवसुशिक्षितांच्या पाठीमागे (त्यांच्या विशिष्ट जातिजमातींच्या बाहेरही) अथांग पसरलेला एक दलितवर्ग खेड्यापाड्यांतून मूकपणे हजारो वर्षे लाजिरवाणे जिणे जगत आहे त्याची वेदना, त्याचे दुःख, त्याच्या संवेदना प्राप्त दलित साहित्यापेक्षा अधिक प्रातिनिधिक आहेत. (आरंभीच्या) बाबूराव बागूल व नारायण सुर्वे यांच्या किंवा (हल्लीच्या) नामदेव ढसाळ यांच्या साहित्यासारखा एखादा अपवाद वगळता त्या संवेदना तथाकथित दलित साहित्यिकांच्या साहित्यातून व्यक्त होण्यापेक्षा औरंगाबादच्या मिलिंद महाविद्यालयाच्या नियतकालिकांतून आपले अनुभव मांडणाऱ्या

तरुण विद्यार्थ्यांच्या लेखणीतूनच अधिक प्रभावीपणे व्यक्त होताना दिसतात. साहित्यकार्य करू पाहणाऱ्या नियतकालिकांनी असे अनुभव जरी प्राथमिक काळात दिले तरी सच्चे दलित साहित्य अधिक बाळसे धरल्याशिवाय राहणार नाही. कारण आजचे बरेचसे दलित साहित्य एक नवी सांकेतिकता निर्माण करताना दिसत आहे. प्रत्येक दलिताच्या भावना व दु:खे या सामुदायिक भावनांशी व दु:खाशी एकजीव झालेल्या आहेत, प्रत्येकाचे अनुभव हे सामुदायिकांचेही अनुभव अशाच स्वरूपाचे आहेत; हे खरे असूनही आज सामुदायिकतेच्या काही विपर्यस्त कल्पनांमुळे त्या साहित्यात मूळ चैतन्यापेक्षा वाढवलेला सूरच अधिक ऐकायला येत आहे. या सुराची सरळ-ठोस चाकोरीही आता ओळखीची झाली आहे. जेव्हा दलित साहित्यिक अशा विपर्यस्त सामुदायिक भावनांच्या कोंडीतून स्वत:स येणाऱ्या अनुभवांकडे वाङ्मयीन आत्मनिष्ठेने वळेल, तेव्हाच या साहित्याला अधिक सतेजता प्राप्त होईल, असे आज घडीला तरी वाटते.

◆

मराठी ग्रामीण साहित्याच्या प्रेरणा

प्रादेशिक वाङ्मय म्हणजे एखाद्या प्रदेशातील लोकजीवन, तेथील संस्कृती त्या प्रदेशाशी निगडित असल्याने त्या संदर्भात निर्माण झालेल्या काही समस्या, काही जीवनसंकेत व रीती यांचे तेथील लोकांच्या समूहांचे ज्या वाङ्मयात चित्रण होते ते वाङ्मय. प्रादेशिक वाङ्मयात त्या प्रदेशाचे जीवन-चित्रण अपेक्षित असल्याने स्वाभाविकच लोकसमूहांचे चित्रण त्यात अटळ होऊन बसते. ते काहीसे प्रातिनिधिक असावे अशी अपेक्षा राहते.

या प्रादेशिक वाङ्मयात त्या प्रदेशातील शहरी जीवन-चित्रण येऊ नये, अशीही नकळत अपेक्षा असते. वास्तविक 'प्रादेशिक' म्हटल्यानंतर त्या प्रदेशातील सर्व काही असा अर्थ अभिप्रेत असतो. पण वाङ्मयाच्या संदर्भात प्रस्तुत शब्द वापरताना त्या प्रदेशातील ग्रामीण स्वरूपाचे लोकजीवन, असा अर्थ अभिप्रेत असतो. म्हणून प्रादेशिक वाङ्मय एका अर्थी 'ग्रामीण वाङ्मय'च असते. पण 'ग्रामीण वाङ्मय' असा शब्दप्रयोग मराठीत करीत असताना त्या वाङ्मयाकडून तेथील समूहाच्या ग्रामजीवनाची अपेक्षा नसते. तेखील एखाद्या व्यक्तीचे जीवनदर्शनही ग्रामीण वाङ्मयात चालते. 'बनगरवाडी'सारख्या एखाद्या ग्रामीण कादंबरीला प्रादेशिक स्वरूपही लाभते. शिवाय ग्रामीण वाङ्मयातील एखादी व्यक्तीसुद्धा त्या प्रदेशातील व्यक्तींचे प्रतिनिधित्व करू शकते. आणखी असे की, त्या त्या ग्रामीण लेखकाचे साहित्य एकत्र आले, संग्रहरूपात आले, तरीही ते सामग्र्याने प्रादेशिक स्वरूपाचे होऊ शकते. उदाहरणार्थ, व्यंकटेश माडगूळकर, शंकर पाटील यांचा कोणताही कथासंग्रह घेता येईल. सारांश, प्रादेशिक वाङ्मयात त्या त्या प्रदेशातील 'ग्राम' विभागाचेच समूहदर्शन अभिप्रेत असते आणि ग्रामीण वाङ्मयात त्या त्या ग्रामविभागातील व्यक्तिनिष्ठ जीवन अभिप्रेत असते. तो त्या प्रदेशाचाच पर्यायाने एक भाग असतो. कित्येक वेळा ते प्रातिनिधिकही होऊ शकते. 'ग्रामीण' हा शब्द त्या त्या प्रदेशातील

शहरी वाङ्मयाला आपोआप व्याघात करणारा आहे. म्हणून ‘प्रादेशिक वाङ्मय’ असे न म्हणता सर्वांना मिळून ‘ग्रामीण वाङ्मय’ असाच शब्दप्रयोग करणे जास्त योग्य वाटते.

मराठीतील ग्रामीण वाङ्मयाला १९४५ नंतर बहर आला असला तरी ते हरिभाऊ आपटे यांच्या कथा-कादंबऱ्यांइतके जुने आहे. उदाहरणादाखल हरिभाऊंची ‘काळ तर मोठा कठीण आला’ ही कथा किंवा धनुर्धारी यांची ‘पिराजी पाटील’ ही कादंबरी घेता येईल. हे साहित्य मराठी वाङ्मयाच्या आधुनिकतेच्या जन्माच्या वेळीच निर्माण झालेले आहे. महाराष्ट्रातील ग्रामजीवन आणि तेथील व्यक्ती हाच त्यांचा विषय आहे.

असे असले तरी ‘प्रादेशिक वाङ्मय’ अगर ‘ग्रामीण वाङ्मय’ या वेगळ्या नावाखाली ते त्या वेळी ओळखले जात नव्हते. तसे ओळखले जाण्याची काही गरजही नव्हती. तसे ते लक्षात येण्याइतक्या विपुल प्रमाणात लिहिलेही गेले नाही. शिवाय ग्रामीण वाङ्मयाची वेगळी प्रेरणा घेऊन ते जन्माला आले नव्हते. ग्रामीण जीवन हे वेगळे जीवन आहे, ही जाणीवही त्याच्या पाठीमागे दिसत नाही. जीवनातील अनेक समस्यांवर व वस्तुस्थितीवर भर देऊन जसे इतर वाङ्मय जन्माला येत होते, त्याच सर्वसाधारण प्रेरणेतून हे वाङ्मयही जन्माला आले होते. हरिभाऊंचा काळ हा अनेक व्यापांबरोबरच मध्यमवर्गीय सामाजिक सुधारणांत गढलेला काळ होता. त्यावेळचे ललित वाङ्मयही त्याचाच प्रत्यक्ष-अप्रत्यक्ष परिणाम होते. अशा काळात वाङ्मयीनदृष्ट्या ग्रामीण जीवनाकडे लक्ष लागणे संभवनीय आणि अपेक्षितही नव्हते, म्हणून आपातत: घडलेल्या या वाङ्मयाला सर्वसाधारण वाङ्मयातच जमा करणे स्वाभाविक होते. ‘ग्रामीण वाङ्मय’ या वेगळ्या नावाने त्याला उल्लेखण्याची काही गरज भासलेली दिसत नाही.

१९२० नंतर ही परिस्थिती बदलली. राजकीय परिस्थितीत झालेल्या स्थित्यंतराचा परिणाम सामाजिक दृष्टीवरही झाला. गांधीजींची दृष्टी राजकारणासह सर्व जीवनाला व्यापणारी होती. याच वेळी साम्यवादी, समाजवादी दृष्टीचेही आगमन होऊन त्यांचे मंथन सुरू झाले. गांधीजींनी खेड्यांचे भारतीय जीवनातील स्थान नव्या जाणिवांसह पटवून दिले. या सर्वांचा परिणाम साहित्यावर होणे अपरिहार्य होते. तसा परिणाम व्हावा अशीच साहित्यविषयक अनुकूल भूमिका त्या वेळी साहित्यक्षेत्रातही प्रभावी होती.

वरील घटनांचा परिणाम होऊन साहित्यिकांची दृष्टी खेड्यापाड्यांकडे वळली. ‘तेथे आपले खरे भारतीय जीवन आहे. तेथील लोकांचा उद्धार झाला पाहिजे. त्यांच्या जीवनातील विषमता, दारिद्र्य, अज्ञान, परंपराप्रियता नाहीशी झाली पाहिजे.

इतिहासाविषयीचा त्यांचा अभिमान जागृत करून त्यांना स्वातंत्र्यसन्मुख केले पाहिजे. समानतेच्या भूमिकेवरून वागविले पाहिजे. तेथे समाजसुधारणा व समाजोद्धार करायला भरपूर वाव आहे.' अशाप्रकारच्या सामाजिक आणि राजकीय जाणिवांनी 'प्रादेशिक साहित्य' या नावानिशी या काळात ग्रामीण वाङ्मय निर्माण होऊ लागले. वि. स. सुखठणकर, लक्ष्मणराव सरदेसाई यांच्या या काळातील आरंभीच्या कथा वाचू लागल्यावर किंवा ना. वि. कुलकर्णी, रामतनय, भा. वि. वरेरकर यांच्या याच काळातील ग्रामीण जीवनावरील कादंबऱ्या वाचत असताना वर निर्दिष्ट केलेल्या प्रेरणांचा त्यांच्या साहित्यावर प्रभाव असल्याचे स्पष्ट दिसून येते.

१९२५ ते १९४० पर्यंतच्या ग्रामीण साहित्याची प्रेरणा वरील स्वरूपाचीच होती. ग्रामीण जीवन निर्भेळपणे रेखाटावे, अशी वास्तवदर्शी प्रेरणा या काळात दिसून येत नाही. ग्रामीण जीवन रेखाटण्यापेक्षा या समाजाचे जे प्रश्न, समस्या आहेत, जी दुरवस्था आहे ती लक्षात घेऊन तिच्यावरील उपायांची, सोडवणुकीची आणि उद्धार-कल्पनांची मनाशी खूणगाठ बांधून त्या अनुषंगानेच ते जीवन लेखकांनी रेखाटण्याचा प्रयत्न केलेला आहे. त्या ग्रामीण कथा-कादंबरीतील पात्रे तसे उपाय योजून आपले प्रश्न सोडवतात, असे दाखविले आहे. त्यासाठी त्या लेखकांना ग्रामीण जीवनातील वास्तव, बारकावे अगर तत्सम गोष्टी जाणून घेण्याची फारशी आवश्यकता वाटली नाही. यामुळे खेड्यातील निसर्ग, शेती करण्याची पद्धती, खेड्यातील मुक्त जीवन, खेड्यातील माणसांच्या भावभावना व विचार, इत्यादींविषयी मध्यमवर्गीय कल्पनांचा आरोपच त्यांच्यावर करून तेच रेखाटलेले दिसते. या काळातील रविकिरण मंडळातील 'जानपद गीते' या नावाने लिहिली गेलेली ग्रामीण कविताही त्या दृष्टीने तपासण्यासारखी आहे.

यामुळे या काळात ग्रामीण वाङ्मय जरी लिहिले गेले तरी ग्रामीण जीवन (काही थोडे अपवाद सोडल्यास) त्याला पारखेच राहिले, असे म्हणावेसे वाटते.

मात्र या वाङ्मयाने ग्रामीण जीवनाचे अनुभवाचे क्षेत्र, त्याचा विस्तार, त्याचा वेगळेपणा, त्याचा मराठी वाङ्मयाला असलेला नवेपणा, इत्यादींच्या स्थूल कक्षांची ओळख करून दिली. आजवर मराठी वाङ्मयाला पारखा असलेला पण मराठी जीवनाचा गाभा असलेला समाज दाखवून दिला. त्यामुळे ग्रामीण वाङ्मयाचे वेगळे अस्तित्व मराठी वाङ्मयात शक्य आहे, ही फार मोठी शक्यता दाटपणे दाखवून दिली गेली हे या काळातील ग्रामीण वाङ्मयाचे महत्त्वाचे वाङ्मयीन कार्य आहे. याच्या पायाभूत आधारानेच पुढील ग्रामीण वाङ्मय वाढत गेले हे जाणवते.

१९४०-४५ च्या काळात काही ग्रामीण लेखकांच्या दृष्टीत नेमका उलट्या दिशेने बदल झालेला दिसतो. श्री. म. माटे यांनी प्रथम ग्रामीण जीवन जवळून, प्रत्यक्ष अनुभव घेऊन पाहिले. ग्रामीण जीवनातील प्रत्यक्षातील समस्या, रोजच्या

जीवनातील छळणारे प्रश्न, हरघडी नडणारे दारिद्र्य आणि अज्ञान, तरीही दिसून येणारी माणुसकी, हे सर्व त्यांनी प्रथम पाहिले आणि त्यातून आपली निष्कर्षवजा दृष्टी बनविली. त्यातून त्यांच्या सुधारणांची तात्त्विक भूमिका ठरविली. सारांशाने असे म्हणता येईल की, १९४० पर्यंतची दृष्टी आरोपित, बाहेरून लादलेली आणि गृहीतकल्पनात्मक होती तर १९४० नंतरची दृष्टी निष्कर्षात्मक, आतून बाहेर आलेली, परिणामात्मक स्वरूपाची होती. त्यामुळे माटे यांनी लिहिलेली 'ग्रामीण कथा' अस्सलपणाचे एक वेगळेच तेज घेऊन जन्माला आली. तिने ग्रामीण जीवन स्थानिक वैशिष्ट्यांसह जोरकसपणे मांडले. ग्रामीण जीवनाचे वास्तव दर्शन यथार्थपणे वाङ्मयात होण्याचा हा आरंभकाळ म्हणावा लागतो.

माटे यांनी सामाजिक कार्याच्या निमित्ताने हे ग्रामीण उपेक्षितांचे जीवन जरी अनुभवले असले तरी माणुसकीच्या भावनेने ते विचलित झाले. त्यांच्या मनात सामाजिकतेच्या पलीकडची सहानुभूती निर्माण झाली. ही सहानुभूती मानवी जीवन समजावून घेऊ पाहणारी होती, त्या जीवनाचा अर्थ लावू पाहणारी होती. ती त्यांच्या लेखनापाठीमागची प्रेरणा त्यांच्या कथांना मौलिकतेचे परिमाण देऊ शकली. जीवनदर्शन हा तिचा गाभा ठरला. माट्यांच्या वरील स्वरूपाच्या व्यक्तिमत्त्वामुळे त्यांच्या ग्रामीण कथेला मोठी व्यापक अर्थपूर्णता लाभली.

आतापर्यंत ग्रामीण वाङ्मयाला 'ग्रामीण जीवन' कोणत्या ना कोणत्या कारणामुळे वंचितच राहिले होते. ते या कथांनी येऊ घातले. जणू या कथांनी त्याचे पहिले धडे प्रामाणिकपणे गिरविले. ही कथा पहिल्यांदाच अंतर्मुखतेतून आणि आत्मनिष्ठेतून आली. त्यामुळे तिची कळा-कांती वेगळी वाटते.

दुसऱ्या बाजूने विचार करता त्यांच्यावर वाङ्मयातील कोणत्याही तत्कालीन, अवांतर प्रवृत्तींचा परिणाम झालेला दिसत नाही. उलट 'आपणांस कथेचे तंत्रबिंत्र माहीत नाही; जे वाटले ते लिहिले' हीच त्यांची प्रांजळ आणि आत्मनिष्ठ भूमिका होती. या त्यांच्या भूमिकेमुळे ग्रामीण जीवनदर्शन प्रखरपणे घडले. त्यांच्या कथांतून काही ठिकाणी पाल्हाळ, सामाजिकतेच्या दृष्टीने लावला जाणारा अन्वयार्थ, भाष्य, वैचारिकता या गोष्टी जास्त स्वरूपात जाणवत असल्याने त्या कित्येक वेळेला दोषरूप धारण करतात पण हे दोष जीवनदर्शनाच्या दृष्टीने गौण आहेत.

माटे यांचा वाङ्मयीन काल हा मराठी वाङ्मयातील फडकेयुगाचा ऐन उत्कर्षाचा काळ होता. फडक्यांच्या साहित्याने आणि साहित्यदृष्टीने वाङ्मयाचा हेतू बदलला. त्यामुळे मनोरंजन आले. मनोरंजनासाठी वाङ्मयात तंत्र आले. मनोरंजकता हीच महत्त्वाची ठरली. मांडणीही तिच्या अनुषंगाने होऊ लागली. आत्मप्रत्यय बाजूला पडून शृंगार, वीर आदी रस, रोमँटिक वृत्ती, जीवनातील भडकपणा, भोगीपणा, लैंगिकता यावर मनोरंजनासाठी भर दिला जाऊ लागला.

याचा परिणाम माटे यांच्या बरोबरीनेच लिहिणाऱ्या ठोकळ-दिघे यांच्या ग्रामीण साहित्यावर झालेला दिसतो. म्हणजे १९४०-४५ च्या काळात ग्रामीण साहित्याला दोन दिशा लाभल्या : एक वास्तववादी आणि दुसरी मनोरंजनवादी.

माटे यांची कथा संख्येने कमी आहे. त्या मानाने ठोकळ-दिघे यांचे ग्रामीण साहित्य विपुल आहे. अद्‌भुतता, काव्यमयता, कल्पकता, निसर्गवर्णने, ग्रामसुधारणा यांचीही जोड त्यांनी आपापल्या व्यक्तिमत्त्वानुसार आपल्या फडके-वळणाच्या साहित्याला दिली. हे सर्व मनोरंजन व ग्रामसुधारणा या हेतूसाठीच केलेले दिसून येते. कित्येकवेळा इंग्रजीतील ग्रामीण वाङ्‌मयात दिसून येणारे ग्रामजीवन आणि तेथील व्यक्तींच्या भावभावना मराठी ग्रामीण कथेत ठोकळांनी आणलेल्या दिसतात. त्यामुळे त्यांच्या बऱ्याच कथांतून ग्रामजीवनदर्शन बाजूला पडले. 'मनोरंजनासाठी नवा बदल' हीच त्यांची प्रेरणा असलेली दिसून येते. फडके यांच्या साहित्यातील पात्रे, प्रसंग यांचा जसा प्रत्यक्ष मराठी जीवनाशी संबंध नसे, तसेच या काळातील ठोकळ यांच्या बऱ्याच साहित्याचे झाले होते. ते सगळे जीवन आभासमय.

थोडक्यात असे म्हणता येईल की, ठोकळ-दिघे यांचे ग्रामीण वाङ्‌मय हे निदान शुद्ध जीवनप्रेरणांनी प्रेरित होण्यापेक्षा तात्कालिक स्वरूपाच्या केवळ वाङ्‌मयीन भूमिकेने प्रामुख्याने प्रेरित झालेले दिसते. ही वाङ्‌मयीन भूमिकाही तकलुपी स्वरूपाची होती ही गोष्ट पुन्हा वेगळीच. 'पाणकळा', 'सराई' या कादंबऱ्यांचा विचार करता दिघे यांनी ग्रामीण जीवन-प्रेरणांवर अधिक भर दिलेला दिसतो. पण त्यांच्यात सुधारणावादाचे इतर हीण मिसळलेले आहे हे जाणवते. मात्र दिघ्यांच्या आरंभीच्या कादंबऱ्यांतून कोकणातील ग्रामीण वास्तव जीवन मोठ्या प्रमाणात आले आहे, हे मान्य करावे लागते. तरीही त्यांच्या कादंबरीत रोमँटिक प्रेम, अद्‌भुतरम्य धाडस वा पराक्रम उत्तरार्धात येतोच व शेवटी कादंबरी मनोरंजनाकडे झुकते.

अशा स्वरूपाचे ग्रामीण वाङ्‌मय ठोकळ-दिघे यांनी या काळात विपुल प्रमाणात लिहिले. त्यामुळे ग्रामीण वाङ्‌मयाचा एक वाचकवर्ग या वाङ्‌मयाने निर्माण केला. या प्रकारच्या वाङ्‌मयाची लोकप्रियता वाढवून ठेवली. ग्रामीण वाङ्‌मयाच्या अस्तित्वाला विस्तार प्राप्त करून दिला. ग्रामीण जीवनाविषयी वाचकांची उत्सुकता वाढवून ठेवली. ठोकळ-दिघे यांच्या ग्रामीण साहित्याचे हे कार्य ऐतिहासिक दृष्ट्या महत्त्वाचे आहे. म्हणून मी एके ठिकाणी असे म्हटले आहे, की 'ग्रामीण साहित्याचे हरिभाऊ' श्री. म. माटे हे मानले गेले तर ग. ल. ठोकळ यांना 'फडके' मानले पाहिजे.

१९४५ ते ५० च्या आसपास श्री. ना. पेंडसे, गो. नी. दांडेकर यांनी ग्रामीण जीवनावरील कथा-कादंबऱ्या लक्ष वेधतील अशा पद्धतीने लिहिल्या. त्यांच्या साहित्याला त्यांच्या विशिष्ट ग्रामप्रदेशातील वास्तवाची भक्कम बैठक दिसते.

ग्रामीण जीवनाचा अनुभव त्यांच्या साहित्यातून समृद्धपणे आविष्कृत होतो. त्या जीवनातील एकूण समस्या, सामुदायिक स्वरूपाचे बारीक-मोठे तणावे, निसर्ग, ग्रामीण भाषेची धाटणी यांचा अनुभव कसदारपणे व्यक्त झालेला आहे.

माटे यांचा दुवा दांडेकरांपेक्षा पेंडसे यांच्या वाङ्‌मयाने अधिक साधला आणि नवे ग्रामीण वाङ्‌मय ज्या वळणावर सुरू होते तेथपर्यंत प्रगती केली. नव्या ग्रामीण वाङ्‌मयातील प्रमुख लक्षणे या दोघांच्या वाङ्‌मयात अस्फुटपणे पण लक्षवेधी स्वरूपात उमलताना दिसतात.

असे म्हणण्याचे कारण की, पेंडसे, दांडेकर यांच्या जीवनविषयक दृष्टीचा परिणाम त्यांच्या या साहित्यावर झालेला दिसतो. हिंदू-मुस्लीम संबंधाविषयीची त्यांची कल्पना, नव्या-जुन्याच्या संघर्षातील जयपराजय, जीवनमूल्यांची जोपासना, मांगल्यावरचा विश्वास, अफाटतेची स्वप्ने वस्तुस्थितीमध्ये आणून पाहण्याची रोमँटिक वृत्ती, इत्यादी गोष्टींचा परिणाम पेंडशांच्या त्यावेळच्या साहित्यावर झालेला दिसतो. एखाद्या अंत:प्रवाहाप्रमाणे या गोष्टी त्यांच्या साहित्यात जाणवतात. दांडेकरांच्या श्रद्धा, जुन्या संस्कृतीविषयीची त्यांची आपुलकी, माणुसकीविषयीच्या त्यांच्या कल्पना, नव्याविषयी त्यांना असलेले अनाकर्षण, जुने ते चांगले, दिव्य-भव्य, नवे डागळलेले, उथळ, इत्यादी त्यांची मते आणि समजुती त्यांच्या कादंबऱ्यांवर वरचष्मा गाजवतात.

एका अर्थी हे दोघेही त्यामुळे खांडेकरी वळणाचे पण अधिक सुजाण दृष्टी असलेले साहित्यिक वाटतात. खांडेकरांप्रमाणेच त्यांची वृत्ती काही जीवनमूल्ये जोपासणारी वाटते. पण तिचा अतिरेकी आविष्कार पेंडशांमध्ये नाही. दांडेकरांच्या साहित्यात तो कित्येक वेळेला होतो. पण अभिव्यक्ती, कलात्मक जाणीव याबाबतीत त्यांची वृत्ती नव्या ग्रामीण वाङ्‌मयाला फार जवळची आहे. त्यांच्या साहित्याने ग्रामीण वाङ्‌मयातील जुने पर्व संपवून नव्या पर्वाला आरंभावस्था प्राप्त करून दिली, असे म्हटले तर ते चूक होणार नाही असे वाटते. पण नवग्रामीण वाङ्‌मयाला खरा खुरा प्रारंभ करून दिला तो विभावरी शिरूरकर यांच्या 'बळी' या १९५० साली प्रसिद्ध झालेल्या कादंबरीने. अस्पृश्यवर्गाच्याही पलीकडे असलेल्या चोरट्या जमातींच्या जीवनातील प्रखर वास्तव अतिशय प्रभावीपणे या कादंबरीत आले आहे. समकालीन समाज-जीवनाला जोराने स्पर्शून, प्रचंड धक्का देऊन ही कादंबरी उभी आहे. पण नंतर लेखिकेकडून परंपरा निर्माण होईल असे ग्रामीण साहित्यलेखन काहीच झाले नाही.

मात्र नंतरच्या ५ वर्षांत म्हणजे १९५० ते ५५ च्या आसपास नव्या चाकोरीतील व्यंकटेश माडगूळकरांनी ग्रामीण कथा-कादंबरी या पार्श्वभूमीवर लिहिली. त्यांचे साहित्य आगळेच तेज घेऊन जन्माला आले आणि ग्रामीण साहित्यात नवे पर्व सुरू झाले.

नवे पर्व एकूण मराठी साहित्यातच त्यावेळी सुरू झाले होते. ग्रामीण साहित्य त्याला समांतर गेले. मर्ढेकरांनी नवकवितेबरोबरच साहित्याच्या स्वरूपाचा विचार कलात्मकतेच्या दिशेने नव्याने मांडला. या विचारांचा परिणाम प्रत्यक्षाप्रत्यक्ष त्यांच्या आसपासच्या पिढीवर प्रभावीपणे झाला. अंतर्मुख आणि आत्मनिष्ठ, शुद्ध कलावादी प्रेरणेने अनेक कवी आणि कथाकार साहित्य निर्माण करू लागले. कथाक्षेत्रात गंगाधर गाडगीळ, पु. भा. भावे, अरविंद गोखले आदी कथाकार वर उद्धृत केलेल्या नव्या प्रेरणेनेच कथा लिहीत होते. या कथाकारांचा त्या वेळच्या साहित्यावर युगधर्मासारखा परिणाम झाला.

ऐन भरात असलेल्या भावे-गाडगीळ-गोखले यांची कथा व्यंकटेश माडगूळकरांनी जवळून अनुभवली. स्वाभाविकच या लेखकांच्या व या वेळी प्रभावी असलेल्या कलावादी, आत्मनिष्ठ प्रेरणेचा परिणाम त्यांच्यावर झाला. वरील तीन कथाकार ऐन भरात असताना माडगूळकर त्यांना १९४६-४७ मध्ये जाऊन मिळाले. या काळात त्यांनी कथालेखन सुरू केले.

या चारही जणांची साहित्यविषयक मूलभूत प्रेरणा कलात्मकच असली तरी प्रत्येकाची अनुभव घेण्याची पातळी, ते व्यक्त करण्याची पद्धती आणि एकूण व्यक्तिमत्त्व ही वेगवेगळीच होती हे विसरता येत नाही.

आतापर्यंत ग्रामीण साहित्याचा इतिहास लक्षात घेऊन व्यंकटेश माडगूळकर यांच्याकडे वळले तर असे दिसून येते की, त्यांच्या प्रदेशाचे वैशिष्ट्य सोडले तर त्यांच्या कथा-कादंबरीच्या विषयाचा व्याप आणि विस्तार आतापर्यंतच्या ग्रामीण साहित्याच्या विषयांपेक्षा वेगळा नाही. ग्रामजीवनातील रूढी, समजुती, अज्ञान, दारिद्र्य, जगण्यासाठी चाललेली तेथील अनेकविध व्यक्तींची धडपड, इत्यादी विषयांशीच त्यांचे अनुभव निगडित आहेत. अशाप्रकारच्या विषयांची सुखठणकर - सरदेसाई, माटे, ठोकळ-दिघे, पेंडसे-दांडेकर, विभावरी शिरूरकर यांनी ओळख करून दिलेली होती. माडगूळकर या कक्षेच्या बाहेर नाहीत. पण त्यांच्या अनुभवात अधिक बारकावे आहेत, अधिक सच्चेपणा आहे, त्यात अधिक खाचाखोची आहेत, बारीक-सारीक तणावे त्यांनी हेरलेले आहेत, त्यात विविधता आहे.

या अनुभवांना व्यक्त करताना कलेविषयीची मर्ढेकरांनी मराठी वाङ्मयाला दिलेली अधिक समृद्ध जाणीव त्यांना लाभलेली आहे. ते अधिक आत्मनिष्ठेने अनुभव व्यक्त करतात. कोणत्याही प्रकारच्या 'वादा'च्या पकडीत ते येत नाहीत. त्यांच्या अनुभवांच्या रूपाला बाहेरची अशी कोणतीही छाया नसल्याने ते अधिक नितळपणे व्यक्त झाले आहेत. अनुभवांना त्यांचे असे माहात्म्य नवसाहित्यात प्राप्त झाल्याने लेखकाच्या दृष्टिकोनाचा जाच त्यांना होऊन ते त्या रंगाने रंगले गेले नाहीत. त्यांचे असे मूलभूत रंग त्यांना राहिले. उलट लेखक जास्तीतजास्त अलिप्त

राहिल्याने अनुभवच सहज स्वभावे अत्यंत प्रसन्नपणे पुढे सरकले आणि स्वत:च्या कांतीने झळकू लागले. साहित्यातील शुद्ध कलावादी युगाचा हा जसा परिणाम म्हणता येईल, तसाच तो हे सर्व आत्मसात करून अनुभव व्यक्त करणाऱ्या लेखकाच्या व्यक्तिमत्त्वाचाही परिणाम आहे. व्यंकटेश माडगूळकरांचे अनुभव वास्तवाच्या पातळीवरचे असूनही त्यांची कथा 'नवे रूप' घेऊन जन्माला आली ती वरील कारणांनी. त्यांच्या ग्रामीण साहित्याने पुढे परंपरा निर्माण केली. माटे यांच्याप्रमाणे ते महत्त्वाचे प्रवर्तक ठरले.

१९५०-५१ मध्ये द. मा. मिरासदार ग्रामीण कथा लिहू लागले. मिरासदारांपर्यंत येऊन पोचलेली ग्रामीण कथा ही प्रामुख्याने गंभीर स्वरूपाची वास्तववादी होती. तिच्यात क्वचित विनोदी मिस्कीलपणा अधूनमधून येत होता. पण तो कथेची प्रेरणा म्हणून नव्हे. पण मिरासदारांच्या कथेची विनोद हीच एकमेव प्रेरणा होती. या प्रेरणेने त्यांनी ग्रामीण शुद्ध विनोदी कथा लिहिली. मिरासदार जीवनातील विसंगती, विरोध, वैचित्र्य, अद्भुतता, जगावेगळेपणा, विक्षिप्तपणा, बढाईखोर वृत्ती, भित्रटपणा, मिस्कीलपणा, इरसालपणा, कावेबाजपणा आदी गुण ज्या विषयांमध्ये दिसतात तेच विषय निवडतात. या गुणांना मग मिरासदारांच्या व्यक्तिमत्त्वातील अतिशयोक्ती, अतिरंजितता, व्यंजकता, उपहासगर्भता, उपरोध, गंभीरपणाचा आव आणणारी वृत्ती लाभते. ते मिस्कीलपणे विसंगती-गुण सर्वत्र प्रधान ठेवून पुढे सरकणारी निवेदनपद्धती कथेच्या अभिव्यक्तीला वापरतात. त्यांच्या या वैशिष्ट्यांच्या मर्यादाच त्यांच्या कथांतून व्यक्त होणाऱ्या ग्रामीण जीवनाला पडलेल्या आहेत. वर सांगितलेल्या गुणवैशिष्ट्यांच्या कक्षेतच ते आपला कथा-विषय निवडतात. त्यामुळे त्यांची कथा जीवनदर्शनाच्या दृष्टीने वरवरची वाटते. खरे तर जीवनदर्शन हा तिचा हेतू नसून; जीवनातील फक्त विनोददर्शन घडवूनच ती बहुधा संपते. या विनोदाच्या आधाराने काही विदारक प्रकाश जीवनावर टाकावा असे तिला वाटत नाही. अनेक वेळेला ती जीवनातील इतक्या वरवरच्या थरावर स्थिर होते की, तिला केवळ किस्सेवजा स्वरूप प्राप्त होते. काहीही असले तरी त्यांच्या कथेने ग्रामीण कथेला विनोदाचे वेगळे परिमाण देऊन तिला वेगळी दिशा दाखवून दिली हे विसरता येत नाही.

माडगूळकर - मिरासदार यांच्या पाठोपाठ शंकर पाटील हे नव्या दमाचे आणि वेगळ्या ताकदीचे कथाकार पुढे आले. त्यांची गंभीर स्वरूपाची ग्रामीण कथा लक्षणीय आहे. 'आभाळ', 'ऊन' या कथासंग्रहांतील त्यांच्या कथा त्या दृष्टीने पाहण्यासारख्या आहेत.

माडगूळकरांची कथा आणि पाटील यांची कथा भिन्न भिन्न स्वरूपाची आहे. माडगूळकरांची कथा 'माणसे आणि त्यांच्या भोवतीची परिस्थिती' यांच्या संबंधावर व संघर्षावर स्थिर होते तर पाटलांची कथा मानवी मनातील अंतर्गत संघर्षावर व

आंदोलनांवर स्थिर होते. माडगूळकरांना ‘माणसे’ प्रिय आहेत म्हणून त्यांची कथा व्यापक होते तर पाटलांना ‘मने’ प्रिय असल्याने त्यांची कथा व्यापकता सोडून सखोलतेकडे, सूक्ष्मतेकडे झुकते. माडगूळकरांची कथा एखाद्या तटस्थ आणि अलिप्त ‘ऑब्झर्व्हरने’ लिहिलेली वाटते तर पाटलांची कथा झपाटलेल्या, अनुभवाशी झोंबी घेणाऱ्या कलावंताने लिहिलेली वाटते. माडगूळकर ऑब्झर्व्हर असल्याने त्यांचे निवेदन थंडपणे एका सरळ रेषेत जाते तर पाटील अनुभवांच्या झपाटलेपणाने लिहीत असल्याने त्यांची निवेदनपद्धती अनुभवाच्या आंदोलनानुसार, त्याच्यातील कमीअधिक तप्ततेनुसार वेग आणि वळसे घेत जाते. माडगूळकरांच्या अलिप्ततेमुळे व तटस्थतेमुळे त्यांना कथा-निवेदनपद्धतीला ग्रामीण वळणाची नागर भाषा पुरेशी वाटली तर अनुभवाशी झोंबी घेण्याच्या वृत्तीमुळे पाटलांची भाषा सूक्ष्म स्वरूपात बंड करून उठली. तिने नागर भाषेचे संस्कार कमी प्रमाणात स्वीकारले. माडगूळकर हे साक्षी निवेदक असल्याने कथानुभवातील कालक्रमानुसार कथेला आरंभ करतात व निवेदन करीत करीत कथा शेवटापर्यंत नेतात तर पाटील यांना मानवी मनातील ताण आणि आंदोलने व्यक्त करावयाची असल्याने ते अनुभवाचे ताण आणि आंदोलने जेथे आहे तेथूनच कित्येकवेळेला कथेला सुरुवात करतात. ते ताण आणि आंदोलने कशी निर्माण झाली हे नंतर कथेच्या ओघात सांगतात. हा ताण, ही आंदोलने जेथे पुरी होतात तेथेच त्यांची कथा कित्येक वेळेला संपते. घटनेच्या पूर्णतेच्या दृष्टीने ती कित्येकवेळा अपुरीच राहते. ‘सारवण’, ‘भुजंग’, ‘कुस्ती’, ‘नांगरट’ यांसारख्या कथा त्या दृष्टीने पाहण्यासारख्या आहेत. त्यांच्या या कथेच्या स्वभावामुळे ती जेथे संपते तेथे जाणीवपूर्वक संपवल्यासारखी वाटते. घटनेच्या पूर्णतेच्या दृष्टीने ती अजून चालूच असल्यासारखी वाटते. माडगूळकरांची कथा घटनेच्या दृष्टीने नेहमी परिपूर्ण असते. सारांश, माडगूळकर आणि पाटील यांची कथा आपापल्या परीने वेगळी आणि भिन्न भिन्न जातींची आहे. त्यामुळे पाटलांच्या या वेगळ्या कथेने एकूण ग्रामीण कथा अधिक समृद्ध केली आणि त्या क्षेत्रात वेगळ्या शक्यता निर्माण करून ठेवल्या, असे म्हणता येईल.

वरील लेखकत्रयींचे लेखन होत असतानाच ग्रामीण साहित्याच्या क्षेत्रात अनेक नावे दाखल झाली. म. भा. भोसले, ग. दि. माडगूळकर, सरोजिनी बाबर इत्यादी लेखक पूर्वीपासून लिहीत होतेच. रणजित देसाई, उद्धव शेळके हेही मिरासदार, पाटील यांच्या आगेमागे लिहीत होते. याशिवाय अण्णा भाऊ साठे, शंकरराव खरात, बाबा पाटील, नामदेव व्हटकर, हमीद दलवाई, मधु मंगेश कर्णिक, उद्धव शेळके, द. का. हसमनीस, रा. रं. बोराडे, चंद्रकांत भालेराव, बा. भ. पाटील, आनंद यादव, चंद्रकुमार नलगे, महादेव मोरे, सखा कलाल, चारुता सागर ही सहज आठवलेली नावे. या लेखकांशिवाय अनेक लेखक अधूनमधून ग्रामीण लेखन

करतात ते वेगळेच. नावांच्या संख्येवरून दिसून येईल की, या काळात ग्रामीण साहित्याची एक प्रचंड लाट आलेली आहे. १९६० च्या आसपास या लाटेने जास्तीतजास्त उंची गाठलेली दिसते. या लाटेला नुसते वाङ्मयीन कारण नाही. तिच्या पाठीमागे सामाजिक इतिहासातील काही कारणे लपलेली आहेत.

या लेखकांच्या आडनावांकडे सहज जरी दृष्टी टाकली तरी एक गोष्ट चटकन लक्षात येते. ग्रामीण साहित्य लिहिणारा हा बहुसंख्य लेखकवर्ग बहुजन समाजातील आहे. आजवरच्या आधुनिक मराठी साहित्यात -१८५० ते १९५० पर्यंतच्या शंभर वर्षांत - जेवढी बहुजन समाजातील लेखकांची नावे जमा झाली असतील, त्यांच्यापेक्षा कितीतरी नावे १९५५ ते १९७० च्या पंधरा वर्षांच्या काळात जमा झालेली दिसतात. एक प्रचंड पिढी आज ग्रामीण साहित्य -काही वेळा वेड्यावाकड्या स्वरूपात- निर्माण करीत आहे. तिला कलात्मकतेची जाणीव आणि भान या प्राथमिक अवस्थेत असणे कठीण आहे. मात्र साहित्यनिर्मितीचा उत्साह अनिवार आहे. सततची धडपड आहे. न्यूनगंड बाजूला हटून इतर प्रतिष्ठित लेखकांच्या मांडीला मांडी लावून बसण्याची एकप्रकारची जिद्द आणि आत्मविश्वास तिच्यात निर्माण झालेला आहे. महाराष्ट्राच्या विविध प्रदेशांतील आणि ग्रामीण समाजाच्या अनेक थरांतील लेखक आज सातत्याने लेखन करताना दिसत आहेत.

स्वातंत्र्योत्तर सामाजिक, सांस्कृतिक, राजकीय आणि आर्थिकही परिस्थितीमध्ये जो फरक पडला आहे, जे संक्रमण चाललेले आहे, त्याचे हे फळ आहे.

लोकशाही आली आणि तिने बहुजन समाजाची अस्मिता जागी केली. हा बहुजन समाज संख्येने एकूण समाजाचा मोठा म्हणजे जवळजवळ पंचाहत्तर-ऐंशी टक्के भाग असला तरी अनेक कारणांनी स्वातंत्र्य मिळेपर्यंत त्याला लाजिरवाणे जिणे जगावे लागत होते. त्यामुळे साहित्यासारख्या अहंनिष्ठ आणि सांस्कृतिक क्षेत्रात त्याला आत्मविश्वासाने काही करणे फारसे शक्य नव्हते. स्वातंत्र्यपूर्व काळात या समाजातील ज्या लेखकांनी काही थोडेबहुत ललित वाङ्मय निर्माण केले ते लेखक एक तर उच्चभ्रू होते, बहुजन-समाजातील असून बहुजन समाजापेक्षा वेगळे होते किंवा त्यांनी आपल्या ललित वाङ्मयाचे स्वरूप इतर साहित्यिकांच्या नागर साहित्य स्वरूपाशी मिळतेजुळते राहील अशाच वळणाचे ठेवले होते. त्यात अनुकरण नसले तरी प्रत्यक्षात आपल्या समाजात आपण जे पाहिले, जे भोगले ते अनुभव व्यक्त करण्याचा त्यांच्याजवळ आत्मविश्वास नव्हता किंवा वृत्ती नव्हती, असेच म्हणावे लागते. हा आत्मविश्वास किंवा ही वृत्ती कोणाही बहुजन समाजातील साहित्यिकामध्ये न येण्याचे कारण त्या वेळची (स्वातंत्र्यपूर्वकाळातील) सामाजिक परिस्थिती असावी. त्या वेळच्या समाजाची घडणच तशी दिसते. त्यामुळेच की काय, स्वातंत्र्यपूर्वकाळातील ग्रामीण साहित्यामध्ये आत्मप्रत्यय, अस्सलपणा फारच कमी प्रमाणात दिसतो.

स्वातंत्र्यपूर्वकाळात या बहुजन समाजातील बऱ्याच मोठ्या भागाला आपले जिणे लाजिरवाणे वाटत होते. ते व्यक्त करणे त्या वेळच्या सामाजिक परिस्थितीमुळे व काही प्रमाणात साहित्यसंकेतांमुळेही शक्य नव्हते. पण स्वातंत्र्यानंतरच्या काळात 'हक्काचे', अत्यंत मोलाचे आणि महत्त्वाचे लेणे या समाजाला लाभले. त्यामुळे त्याची न्यूनगंडाची भावना लोप पावून जागृती निर्माण झाली. लोकशाहीतील निवडणुकांनी राजसत्ता, अर्थसत्ता त्याला प्राप्त झाली. त्यांच्या योगाने नवे शिक्षण, नव्या सुधारणा, नवी ध्येये मनासमोर ठेवून त्यांच्या पूर्ततेसाठी नवे कायदे निर्माण झाले. त्यांच्या परिणामाने नवी अधिकारक्षेत्रे प्रस्थापित झाली. या सर्वांचा परिणाम स्वत:च्या परिस्थितीचे ज्ञान होण्यात झाला. त्यामुळे दारिद्र्यात जगणे, अज्ञानात खितपत पडणे, मागासले राहणे, कमीपणाचे वाटू लागले. परिस्थितीशी, नव्या जाणिवांशी झगडा सुरू झाला. आलेल्या व येणाऱ्या अनुभवांना आणि प्राप्त जीवनातील घटना-गोष्टींना नव्याने वाचा फुटली. 'हक्कां'मुळे हा आत्मविश्वास निर्माण झाला होता. ग्रामीण समाजातील बहुतेक थरांत हे कमीअधिक प्रमाणात घडून आले.

दुसऱ्या बाजूने साहित्यात अनुभवनिष्ठा, आत्मनिष्ठा यांना विशेष स्थान प्राप्त झाले होते. त्याचाही वेडावाकडा परिणाम झाला. शिवाय माडगूळकर-पाटील-मिरासदार यांचे ग्रामीण साहित्य या नव्या पिढीला अनुकरणाला सोपे वाटले. त्यामुळेही भराभर अनुकरण होऊ लागले.

आणखी एक गोष्ट घडून आली. या काळापर्यंत वाचक म्हणून बहुसंख्य असलेल्या शहरातील नागरिकाला हे ग्रामीण साहित्य नवे होते. साहित्यात अनुभवांची केवळ नवीनता हे मूल्य मानले जात नसले तरी या नव्याचे आकर्षण इतर क्षेत्रांतल्याप्रमाणेच सामान्य वाचकाला फार असते. त्यामुळे या काळात या ग्रामीण साहित्याला मोठ्या प्रमाणात लोकप्रियता मिळाली. त्याचा फायदा अनेक सामान्य ग्रामीण लेखकांना मिळाला.

वरील कारणांमुळे या काळात मराठी वाङ्मयात ग्रामीण साहित्याची एक प्रचंड लाट आली. या लाटेने इतर साहित्य लोकमानसातून क्षणभर बाजूला फेकले गेले. ग्रामीण साहित्याच्या या लोकप्रियतेमुळे महाराष्ट्राच्या विविध प्रदेशांतून त्याची निर्मिती होऊ लागली.

या काळात कोकण, सांगली - सातारा - कोल्हापूर, खानदेश, मराठवाडा, विदर्भ आदी भागांतून अनेक ग्रामीण लेखक निर्माण झाले.

या लाटेतील बहुसंख्य लेखकांची प्रेरणा प्रामुख्याने आपापला परिसर आपापल्या साहित्यात रेखाटण्याची दिसते. त्यात पुन्हा शक्य असेल तर आपण ज्या सामाजिक थरातून व वर्गातून आलो तेथील जीवनच जिद्दीने रेखाटावयाचे, असा संकेतही काहींनी मनाशी जाणता-अजाणता बाळगलेला दिसतो. आजकाल चळवळीचे रूप

घेऊ लागलेले 'दलित साहित्य' हे एक त्याचे ठळक उदाहरण म्हणून घेता येईल. असे असले तरी सामग्र्याने या ग्रामीण साहित्यनिर्मितीमुळे कोकण, सांगली-सातारा-कोल्हापूर, खानदेश, मराठवाडा, विदर्भ आदी प्रदेशांचे जीवनचित्रण झालेले दिसते. त्यातही प्रामुख्याने उच्च मराठा, शेतकरी-कामकरी, महार-मांग-चांभार, मराठा-मुस्लीम या थरांचे चित्रण विशेष झालेले आहे.

ग्रामीण साहित्याची ही लाट अजून पुरती ओसरलेली नाही. त्यामुळे तिचे निरीक्षण पुरतेपणाने आणि अलिप्ततेने करणे थोडे कठीणच आहे. तरीसुद्धा तिच्या आजपर्यंतच्या स्वरूपावरून काही ठळक गोष्टी जाणवतात.

व्यंकटेश माडगूळकरांच्या ग्रामीण कथा-कादंबरीने ग्रामीण साहित्याला जोराची चालना दिली. श्री. म. माटे यांनीही अशाच प्रकारच्या कथा लिहिल्या तरी त्यामुळे जोरकस स्वरूपात तशा प्रकारच्या साहित्याला चालना मिळू शकली नाही. याला कारण माटे यांच्या वेळची बहुजन समाजाची स्थिती हे तर आहेच; तसेच फडके-खांडेकर यांच्यासारख्यांनी साहित्यात निर्माण केलेले संकेतही कारणीभूत आहेतच. याशिवाय आणखी एक कारण संभवते. ते सूक्ष्म असले तरी महत्त्वाचे आहे. माटे यांची व्यक्ती म्हणून सामाजिक प्रतिष्ठा वेगळी आणि वरच्या दर्जाची होती. हरिजनांच्या उद्धारासाठी ते स्वतःच्या मार्गाने कार्य करीत होते. त्यांनी ज्या ग्रामीण कथा लिहिल्या त्यांना माट्यांच्या या व्यक्तिमत्त्वाचा स्पर्श होता. मानवी जीवनात 'या कथांतील व्यक्तिजीवनाला असलेले स्थान' शोधण्याचा आणि निर्दिष्ट करण्याचा प्रयत्न करताना ते त्यांच्या कथांतून जाणवतात. त्यांच्या कथेला लाभलेला हा सामाजिक दर्जा व चिंतनपरता ही थोड्याबहुत प्रमाणात शिकलेल्या, नव्याने साहित्यलेखन करू पाहणाऱ्या बहुजन समाजातील लेखकांना त्यांच्या लेखनाच्या आरंभीच्या अवस्थेत अनुकरणाला कठीण वाटली असावी. माटे यांचे सामाजिक व वाङ्मयीन व्यक्तिमत्त्व आणि प्रतिष्ठा व बहुजन समाजातील नव्याने काही करू पाहणारे, पूर्वपरंपरा नसलेले आरंभीच्या अवस्थेतील सामान्य व्यक्तिमत्त्व, यांच्यामध्ये फार मोठी दरी होती. ही दरी सांधणे सामान्य व्यक्तिमत्त्वाला शक्य नव्हते. म्हणून कदाचित माटे यांच्या काळात त्यांच्या आसपास जातिवंत ग्रामीण कथा इतर कुणी निर्माण करू शकला नसावा. त्या मानाने फडके-खांडेकरांचे अनुकरण सहज शक्य होते. हे दोन साहित्यिक त्यावेळी लोकप्रियही होते. त्यांच्याइतके विपुल लेखन माटे यांनी केलेलेही नव्हते. या सर्वांचा परिणाम होऊन ठोकळ-दिघेही माटे यांच्या मार्गाने गेलेले नसावेत. फडके-खांडेकरांचे वळण त्यांना जवळचे वाटले असावे.

पण पुढे व्यंकटेश माडगूळकरांची कथा-कादंबरी जन्माला आली आणि तिने ही 'दरी' बरोबर सांधली. आज ग्रामीण साहित्याची जी लाट निर्माण झालेली आहे, तिला माडगूळकरांच्या ग्रामीण साहित्याचे वरवर दिसणारे स्वरूप कारणीभूत आहे.

'वरवर दिसणारे स्वरूप' थोडक्यात असे सांगता येईल : माडगूळकरांची कथा ही खेड्यातील लोकांच्या जीवनाचे वास्तव दर्शन घडविणारी आहे. खेड्यातील 'सामान्य माणसाला' आलेले अनुभव ती वस्तुनिष्ठपणे रेखाटण्याच्या प्रयत्न करते. त्यांची कथा प्रत्यक्षातील एखादी घटना जशी घडत जावी, तशी ती शक्यतो घडत जाते. म्हणजे तिच्यात सरळ निवेदन आहे. कालक्रम धरून निवेदन करीत करीत ती एखाद्या गोष्टी (टेल) प्रमाणे पुढे जाते. तिच्यात निसर्गाची हुबेहूब वर्णने असतात. त्यांची भाषा अत्यंत साधी, सोपी आहे. त्यांच्या कथा-कादंबऱ्यांमध्ये माटे-वळणाचे भाष्य नसते, की जे सामान्य माणसाला अनुकरण करता करता आत्मसात करणे प्रारंभी तरी कठीण वाटते.

माडगूळकर यांच्या कथेचे वरवर दिसणारे हे विशेष नव्याने लेखन करू पाहणाऱ्या ग्रामीण लेखकांना अनुकरण करायला सहज शक्य वाटले असावेत. ज्या बहुजन समाजातील लेखकांच्या घराण्यात शिक्षणाचा पूर्वी गंध नव्हता, ज्यांच्या वाडवडिलांनी शेतीसदृश ग्रामीण धंदेच पोटापाण्यासाठी केले होते, ज्यांना वाङ्मयीन पूर्वपरंपराच नव्हती, ज्यांच्या घरात पहिल्यांदाच पाटी-पेन्सील आली होती, ज्यांचे व्यक्तिमत्त्व सामाजिक आणि वाङ्मयीनदृष्ट्या तसे सामान्यच होते, ज्यांना वाङ्मयातील बारकावे, वाङ्मयाचा इतिहास, कलातत्त्वे बहुधा ठाऊक नव्हती; मात्र ज्यांच्याजवळ ग्रामीण अनुभवांचे भरपूर मोठे गाठोडे होते, अशा या पिढीला माडगूळकरांची कथा-कादंबरी वरवरच्या वरील विशेषांमुळे फार जवळची आणि प्रेरणादायक वाटली.

माडगूळकरांच्या मागून विनोदी शैलीने लिहिणारे मिरासदार आणि 'वळीव', 'गाठीभेटी'मधील कथा लिहिणारे पाटील यांच्याही ग्रामीण कथेचे वरवरचे स्वरूप माडगूळकरांच्या कथेच्या वरवरच्या स्वरूपापेक्षा फारसे वेगळे नाही.

या लेखक-त्रयींच्या साहित्याच्या अशा स्वरूपाचा परिणाम या लाटेतील ग्रामीण साहित्यावर इतका मोठा झाला की, या साहित्याचे ते 'मूळ स्वरूपच' होऊन राहिले. या लाटेतील साहित्यात ग्रामीण जीवनाचे आलेले अनुभव उत्साहाने मांडले गेले. सरळ-धोपट निवेदने कथा-कादंबरीला व्यापून राहिली. निसर्गवर्णने ठिगळांप्रमाणे अधूनमधून ठाण मांडून बसली. पसरट पद्धतीने एकूण कथा लिहिणे आणि मिस्कीलपणे कथा सांगणे ही तिची तऱ्हा होऊन बसली. ग्रामीण भाषेतील चटकदार आणि खटकेबाज संवाद लज्जत निर्माण करण्यासाठी भरपूर येऊ लागले. शेवटी अनपेक्षित कलाटण्या हमखासपणे येऊ लागल्या. व्यक्तींची शरीरवर्णने आणि शारीरिक हालचाली यांचे (शिव्यांसह) भरपूर तपशील येऊ लागले. किस्से पिकू लागले. यात पुन्हा शंकरराव खरात यांची माटे-वळणाची आणि अण्णा भाऊ साठे यांची ठोकळवळणाची कथा-कादंबरी होतीच. जुन्या वळणाची जीवनमूल्यवादी, कौटुंबिक कथाही होती.

या घाईगर्दीत कथेचे मूळ स्वरूप हरवले. ही लाट आज ओसरत आहे; याला कारणही हेच असावे. कारण निरनिराळ्या प्रदेशांतील सामान्य पातळीवरचे नवे नवे अनुभव एकदाचे ग्रामीण साहित्यात जमा झाले. आज घडीला या अनुभवांतील नावीन्य फारसे राहिले नाही. साहजिकच कलेची फारशी फिकीर नसलेला आणि 'नव्या'चे सदैव आकर्षण असलेला सामान्य वाचकवर्ग आज ग्रामीण साहित्यापासून दुसरीकडे खेचला जाताना दिसत आहे. ऐतिहासिक, पौराणिक आणि झोपडपट्टीच्या जीवनावरील साहित्याकडे तो वळलेला दिसतो.

काही तथाकथित टीकाकारही, 'आज खेडे संपूर्ण बदलले आहे. या नव्या खेड्याचे चित्रण आजच्या ग्रामीण साहित्यात नाही. सबब ते साहित्य जुने!' अशी जाता जाता टीका करीत आहेत. यामुळे नव्याने उदयाला येणारे काही लेखक ही टीका लक्षात घेऊन नवी नवी अनुभवक्षेत्रे ग्रामीण साहित्यात आणण्यासाठी धडपडताना दिसतात.

यातून एक घातचक्र निर्माण झालेले आहे. ग्रामीण कथा-कादंबरीकडून कलात्मकतेची अपेक्षा सामान्य वाचकाची आरंभापासूनच राहिलेली नव्हती. त्यामुळे बहुसंख्य सामान्य ग्रामीण साहित्यिकही लोकप्रिय झाले. त्यांच्या या लोकप्रियतेमुळे त्यांनाही कलात्मकतेची फारशी आवश्यकता वाटली नाही. ती कुवतही त्यांच्यामध्ये कदाचित नसण्याची शक्यता आहे. ते सतत आपले धोपट अनुभवच लिहीत राहिले. या अनुभवांचे नवेपण जेव्हा संपुष्टात येऊ लागले तेव्हा ग्रामीण साहित्याची लोकप्रियता ओसरू लागली. लोकप्रियता ओसरू लागताच काही नवे उमेदवार लेखक पुन्हा नवे अनुभव आणून सोडण्याचा प्रयत्न करू लागले आणि ग्रामीण साहित्य कलेच्या दृष्टीने पूर्वी होते त्याच ठिकाणी घोटाळू लागले.

या प्रकारामुळे ग्रामीण कथा-कादंबरी एका कोंडीत सापडली. ग्रामीण जीवनाच्या अजून निरनिराळ्या थरांतील नव्या नव्या अनुभवांचे व कालमानानुसार बदललेल्या ग्रामजीवनाचे केवळ चित्रण करणे, हीच 'ग्रामीण साहित्याची दिशा' ठरल्यासारखी झालेली आहे. अनेक टीकाकारांनी या अनुभवांच्या अपेक्षा व्यक्त केलेल्या आहेत. वास्तविक हे वाङ्मयीन कारण किंवा मूल्य मुळीच नाही. उलट ते वाङ्मयातील सामाजिक मूल्य आहे. या सामाजिक मूल्याने आजची कथा-कादंबरी नियंत्रित झालेली आहे. तिच्या कलात्मक वाटचालीकडे पाहण्याच्या अवस्थेत वाचकवर्ग आणि बहुतेक टीकाकार आज तरी दिसत नाहीत.

साहित्यदृष्ट्या असे म्हणता येईल की, माडगूळकर-मिरासदार-पाटील यांच्या ग्रामीण साहित्याने जो टप्पा गाठला आहे, तेथपर्यंत येऊन ते घोटाळत राहिलेले आहे. नंतर कितीतरी नवे ग्रामीण अनुभव त्यात येऊन जमा झालेले असले तरी साहित्याच्या दृष्टीने ग्रामीण साहित्य मैदानातल्या पाण्याप्रमाणेच फक्त विस्तारत आहे.

याला काही अपवाद हे आहेतच. लोकप्रियतेची लाटही ओसरत चालल्याने तिला बळी पडण्याचा धोका कमी झालेला आहे. अधिक मन:पूर्वक ग्रामीण साहित्यनिर्मिती करायला हा काळ अनुकूल आहे. नवीनतेचे चलनी नाणे मिळणे आता कठीण झाल्याने ग्रामीण साहित्यनिर्मिती ही बाब अधिक कस पाहणारी झाली आहे.

हे ओळखून आज काही ग्रामीण लेखक साहित्यनिर्मिती करीत आहेत. त्यांचे ग्रामीण साहित्य अनेक लहान-मोठ्या मोहांतून मुक्त होऊन कलात्मकतेच्या दिशेने ते अधिक जागरूकतेने वाटचाल करताना दिसते. ते अधिकाधिक आत्मनिष्ठ आणि अंतर्मुख होताना जाणवते. अनुभवांच्या निरनिराळ्या दिशा आणि पातळ्या शोधत तरी कलात्मकतेची जाणीव राखत त्याने वाटचाल करणे आज अटळही आहे. या दिशेनेच त्याला पुढे जावे लागेल. वेगळ्या जमातीतील केवळ वस्तुनिष्ठ अनुभवांच्या भरीची मातब्बरी त्याला आज राहिली नाही. कारण अनुभवांच्या नवेपणाचे आकर्षण असलेले साहित्य काही काळ चमकते आणि ते अनुभव ओळखीचे झाल्यावर ते गंजूनही जाते; हे 'लाटे'तील ग्रामीण साहित्यानेच त्याला दाखवून दिलेले आहे. आज साहित्य हे जीवनाचे व समाजाचे साधन नसून ती एक कलेच्या क्षेत्रातील बाब आहे, हे निर्विवाद सिद्ध झाले आहे. म्हणूनच आज वाटचाल करू पाहणाऱ्या ग्रामीण साहित्याला मातब्बरी वाटते ती प्रथम कलात्मकतेची, नंतर तिच्या अनुषंगाने येणाऱ्या जोरकस अनुभवांची.

◆

प्रादेशिक कादंबरी म्हणजे काय?

एखाद्या विशिष्ट प्रदेशातील लोकजीवन, संस्कृती, परंपरा, जीवन-संकेत, रीती, समूहजीवनातील भावभावना आणि या सर्वांतून निर्माण झालेल्या समस्या आणि जीवन-नाट्य यांचे दर्शन घडविण्याच्या उद्देशाने ज्या कादंबऱ्या लिहिल्या जातात त्यांना प्रादेशिक कादंबऱ्या म्हणता येईल. प्रादेशिक कादंबरीतील लोकजीवन वास्तवाच्या पातळीवरचे, काहीसे प्रातिनिधिक स्वरूपाचे असावे अशी अपेक्षा असते.

वास्तविक कोणतीही कादंबरी कोणत्या ना कोणत्या प्रदेशातच घडते. या दृष्टीने प्रत्येक कादंबरी प्रादेशिकच असते. असे असूनही प्रादेशिकता एवढेच जिचे वैशिष्ट्य नसते; व्यापक पातळीवरचा मानवी अनुभव, मौलिक भाव-भावना व मानवी जीवनाच्याच एकूण समस्या यांचा प्रादेशिक नव्हे तर सार्वकालिक अन्वयार्थ शोधण्याकडे जिचा कल असतो, तिला प्रादेशिक कादंबरी म्हणता येणार नाही. कारण तिच्यातील प्रादेशिकता पुसट होऊन गौणस्थानी गेलेली असते. उलट प्रादेशिकतेला प्राधान्य देऊन तिच्या आधारेच एकूण मानवी जीवनातील सार्वकालिक अर्थ शोधण्याचा प्रादेशिक कादंबरी अनेक वेळा प्रयत्न करते. वरच्या दर्जाच्या प्रादेशिक साहित्यात लेखकाची हीच दृष्टी असते असे दिसते.

दुसरे असे की, प्रादेशिक कादंबरीत त्या प्रदेशातील शहरी जीवन-चित्रण येऊ नये अशी अपेक्षा असते. वास्तविक प्रादेशिक म्हटल्यावर त्या विशिष्ट प्रदेशातील 'सर्व काही' असा अर्थ अभिप्रेत असतो. म्हणजे त्या प्रदेशातील शहरेही आली. पण जगातील बहुतेक मोठी व उद्योगप्रधान शहरे ही कमीअधिक प्रमाणात त्या त्या प्रदेशापासून मनाने तुटून, उद्योगप्रधान वैश्विक संस्कृतीची बेटे झालेली असल्याने ती प्रादेशिक वैशिष्ट्य संपूर्णपणे नव्हे तर मोठ्या प्रमाणात गमावून बसलेली असतात. म्हणून 'प्रादेशिक' कादंबरीत त्या त्या प्रदेशातील अशा संस्कृतीचे जीवन वर्ज्य

करावे लागते. म्हणून मग असे म्हणता येईल की, 'प्रादेशिक' हा शब्द वापरताना त्या त्या प्रदेशातील 'ग्रामीण स्वरूपाचे लोक-जीवन' असा अर्थ अभिप्रेत असतो. त्यामुळे शेवटी प्रादेशिक कादंबरी ही 'ग्रामीण कादंबरीच' मानावी लागते.

प्रादेशिक कादंबरीच्या गाभ्याचे स्वरूप हे असे असल्याने तिच्यात प्रदेश वैशिष्ट्यांना विशेष स्थान प्राप्त होते. प्रदेश वैशिष्ट्य चटकन प्रस्थापित करण्याचे साधन म्हणजे त्या प्रदेशातील निसर्ग. त्यामुळे प्रादेशिक कादंबरीत त्या त्या प्रदेशातील निसर्गाची वर्णने भरपूर येतात. हा निसर्ग प्रादेशिक कादंबरीत 'केवळ निसर्ग-वर्णने'(उदा. र. वा. दिघे यांच्या 'पाणकळा', 'सराई' या कादंबऱ्या) या प्राथमिक पातळीपासून तो प्रादेशिक मानवी जीवनाचा घटक, एक साक्षी, प्रतिमारूप धारण करून भावभावनांना समूर्तता आणणारा प्रादेशिक कादंबरीचा एक अंगभूत अवयव (उदा. चिं. त्र्यं. खानोलकर यांच्या 'रात्र काळी घागर काळी...', 'कोंडुरा' या कांदबऱ्या) या कलात्मक पातळीपर्यंत त्याची कक्षा पसरलेली आहे. प्रादेशिक कादंबरीतील निसर्गाचा या कक्षेत विकास झालेला आहे.

प्रदेशातील मनुष्य निसर्गनिष्ठ व्यवसाय करीत असतो. त्यामुळे निसर्गाशी त्याचा घनिष्ठ संबंध येतो. (उदा. गो. नी. दांडेकर यांची 'माचीवरचा बुधा'). तेथील निसर्गाचे वैशिष्ट्य व्यक्तिमनावर शेकडो वर्षे संस्कार करीत असल्याने त्या त्या प्रदेशातील व्यक्तींचे स्वभावगुण काही प्रमाणात तरी विशिष्ट स्वरूपाचे झालेले असतात. शिवाय निसर्गाशी घनिष्ठ संबंध आल्याने प्रदेशातील व्यक्तिमनाला तेथील मातीची ओढ अनावर असते. भारतीय लोकजीवन स्थितिप्रिय आहे. या स्थितिप्रियतेतून दैववाद (कोंडुरा), दारिद्र्य व सोशिकपणा (उद्धव ज. शेळके यांची 'धग'), जुन्या चालत आलेल्या संस्कृतीविषयी, रीतिरिवाजांविषयी प्रेम (गो. नी. दांडेकर यांची 'पडघवली', 'पवनाकाठचा धोंडी') त्या त्या व्यक्तीत निर्माण झालेले दिसते. या प्रदेशावर व तेथील स्थिर संस्कृतीवर काही वेळा बाहेरून संकटे येतात व संघर्ष निर्माण करणाऱ्या घटना घडतात. विशेषतः शहरी संस्कृती, सुधारणा, नवे विचार, नवी मते, नवी मने ही बाहेरून या प्रदेश-जीवनावर अनेक वेळा आक्रमण करतात आणि प्रादेशिकतेच्या पातळीवर जीवननाट्य आकाराला येते. (उदा. आनंद यादव यांची 'गोतावळा'.) प्रादेशिक कादंबरीची अनुभवकक्षा या स्वरूपाची आहे.

या वैशिष्ट्यांमुळे प्रादेशिक कादंबरी इतर कादंबऱ्यांच्या तुलनेने वेगळेपणाने लक्षात येते. वैशिष्ट्यांना घेऊनच प्रादेशिक कादंबरीने मानवी मनाचा तळ गाठणे आवश्यक ठरते. जी प्रादेशिक कादंबरी केवळ प्रादेशिक वैशिष्ट्यांवर भर देऊन वास्तवाच्या पातळीवर, एखाद्या सामाजिक किंवा सांस्कृतिक प्रश्नावरच संपते ती कादंबरी सामान्य ठरते. पण जी प्रादेशिक कादंबरी या वास्तवातून पलीकडे झेप घेऊन मानवी मनाची मूलभूत स्पंदने आणि गाभा गाठण्याचा प्रयत्न करते ती

लक्षणीय ठरते (उदा. श्री. ना. पेंडसे यांच्या 'हद्दपार', 'गारंबीचा बापू' यांसारख्या कादंबऱ्या).

प्रादेशिक कादंबरीला त्या त्या प्रदेशाच्या बोलीमुळे आविष्कारात्मक वैशिष्ट्य प्राप्त होते. प्रादेशिक बोली हा त्या प्रदेशातील लोकजीवनाचाच एक भाग असतो. तिच्यातूनच तेथील लोकजीवन, लोकमानस व्यक्त होत असते. त्यामुळे प्रादेशिक कादंबरीत माध्यम म्हणून स्वीकारलेल्या प्रमाण भाषेत केवळ शैलीचा बाज म्हणून प्रादेशिक बोलीतील काही शब्दांचा, शब्दप्रयोगांचा शिडकाव्यासारखा वापर करणे किंवा प्रादेशिक बोलीच्या छटा मिसळत नागरभाषाच वापरणे या टोकापासून तो माध्यम म्हणून प्रादेशिक बोलीच तिची ताकद ओळखून वापरणे, या टोकापर्यंत तिची माध्यमकक्षा प्रादेशिक कादंबरीत पसरलेली आहे. कलात्म जाणिवा जसजशा वाढत गेल्या, विकसित झाल्या तशी भाषेची माध्यम म्हणून जाणीव अधिकतर सूक्ष्म होत गेलेली दिसते. प्रादेशिक कादंबरीची बाकीची वैशिष्ट्ये इतर कादंबरीसारखीच म्हणजे 'कादंबरी' हा एक साहित्य-प्रकार म्हणून जी असावी लागतात तीच असतात.

असे असल्यामुळे प्रादेशिक कादंबरीसाठी 'द्विस्तरीय निकषव्यवस्था' अवलंबावी लागते. (१) पथ्यव्यवस्था आणि (२) मूल्यव्यवस्था. पथ्य हा शब्द अनुभवद्रव्याचा निरोगीपणा, विशुद्धता दर्शविणारा असतो. 'मूल्य' हा शब्द 'कादंबरी' या साहित्यकल प्रकाराचे एकूण कलात्मक मूल्यमापन दर्शविणारा, तिचा दर्जा ठरविणारा म्हणून अभिप्रेत असतो.

या दोन निकषव्यवस्थांचा पूर्वोत्तर संबंध मानावा लागतो. 'पथ्ये' पाळली तर ती 'प्रादेशिक' ठरेल आणि 'मूल्य' पाळली तर ती 'कादंबरी' ठरेल. म्हणून तिच्या पथ्यांची तपासणी प्रथम आणि तिची मूल्यदृष्ट्या तपासणी नंतर होणे यथार्थ समीक्षा व्यवहाराला सोयीचे होणारे असते. एखाद्या प्रादेशिक कादंबरीत प्रादेशिकतेची योग्य ती पथ्ये पाळली नाहीत तर तिच्यातील प्रादेशिक जीवन एक तर अवास्तव असेल किंवा हीण मिसळलेले असेल. अनुभवद्रव्यच जर प्रादेशिक कादंबरीत अशा रीतीने अवास्तव, आरोपित किंवा हीण मिसळलेले असेल तर तिला प्राप्त झालेले रूप (अभिव्यक्त आकार) 'प्रादेशिक कादंबरी' या नात्याने तिचा अनुभव घेणाऱ्या रसिकाला प्रत्ययकारी वाटणार नाही. म्हणूनच तिने पाळावयाच्या पथ्याची तपासणी प्रथम करूनच नंतर कादंबरी म्हणून ती कोणत्या दर्जाची आहे हे पाहणे योग्य ठरते. ऐतिहासिक कादंबरी, चरित्रात्मक कादंबरी या विशेष कादंबरी-प्रकारांच्या बाबतीतही अशीच द्विस्तरीय निकषव्यवस्था पाळावी लागते. तसे झाले नाही तर तिची समीक्षा अपुरी राहते.

मराठी प्रादेशिक कादंबरी एकूण पाच-सहा टप्प्यांवर विकास पावत गेलेली दिसते. (१) हरिभाऊ आपटे यांचे समकालीन धनुर्धारी (रा. वि. टिकेकर) यांनी

'पिराजी पाटील' (१९०३) ही छोटी कादंबरी लिहिली. 'पाटील' यांची हकिकत सांगणारी ही कादंबरी आहे. पण प्रादेशिक जीवन हे वेगळे जीवन आहे, त्यावर वेगळेपणाने लिहिले पाहिजे ही जाणीव त्या काळाला नव्हती. (२) १९२५च्या आसपास वाङ्मयीन, सामाजिक, राजकीय परिस्थिती बदलल्यामुळे काही प्रादेशिक कादंबऱ्या लिहिल्या गेल्या. पण त्या मध्यमवर्गीय शहरी जीवनदृष्टीने सगळे जीवन प्रादेशिकतेवर आरोपित करून लिहिल्या गेल्या. मात्र प्रादेशिक कादंबरीचे वेगळे अस्तित्व शक्य आहे हे या कादंबऱ्यांनी दाखवून दिले. (३) १९४०-४५ च्या काळात दिघे, ठोकळ यांनी प्रादेशिक कादंबऱ्या लिहून या साहित्य-प्रकाराला प्रतिष्ठा व लोकप्रियता प्राप्त करून दिली. वेगळा वाचकवर्ग तयार केला. त्यांचे कार्य ऐतिहासिकदृष्ट्या महत्त्वाचे आहे. याबाबतीत ठोकळांपेक्षा दिघे यांचे कादंबरीलेखन अधिक वेधक वाटणारे आहे. या दोघांच्याही कादंबऱ्यांत लेखकांची सुधारणावादी आणि काहीशी रोमँटिक दृष्टी मिसळलेली दिसते. त्यामुळे त्यांच्या कादंबऱ्यांतील प्रादेशिकता शबलित, काहीशी डागळून गेलेली आहे. पण हे हीण अल्प प्रमाणात मिसळले गेले आहे. (४) १९४५ नंतर पेंडसे-दांडेकर यांनी प्रादेशिक जीवनावरील लक्षवेधक कादंबऱ्या लिहिल्या. त्यांच्या कादंबऱ्यांना प्रदेशातील अनेक वैशिष्ट्यांची भक्कम बैठक लाभलेली आहे. जुने पर्व संपून नव्या वळणाच्या प्रादेशिक कादंबरीला त्यांच्यापासून प्रारंभ झाला असे मानावे लागते. या कांदबरीकारांच्या कादंबऱ्यांना त्यांच्या जीवनविषयक दृष्टीची डूब कमीअधिक प्रमाणात मिळालेली आहे. दांडेकरांच्या कादंबऱ्यात हे प्रमाण विशेष आहे. पेंडसे बव्हंशी वास्तववादी आहेत. उदात्ततेविषयीचे त्यांचे आकर्षण त्यांच्या आरंभीच्या काळात तरी डोकावत होते. (५) १९५० नंतर मराठी साहित्यातच नवे युग निर्माण झाले. त्याचा परिणाम प्रादेशिक कादंबरीवरही झाला. प्रादेशिक वास्तवाचे प्रखर आकर्षण असलेल्या कादंबऱ्या या काळात कलात्मक अलिप्ततेने लिहिल्या गेल्या. व्यंकटेश माडगूळकर यांची 'बनगरवाडी', रणजित देसाई यांची 'माझा गाव', उद्धव ज. शेळके यांची 'धग' ह्या या काळातील प्रसिद्ध कादंबऱ्या आहेत. (६) १९७० च्या आसपास रा. रं. बोराडे यांची 'पाचोळा', आनंद यादव यांची 'गोतावळा' यासारख्या स्वातंत्र्योत्तर काळातील नव्या वर्तमान प्रादेशिक वास्तवाचा शोध घेणाऱ्या, संपूर्ण प्रादेशिक बोलीतूनच लिहिल्या गेलेल्या प्रादेशिक कादंबऱ्या निर्माण झाल्या.

याच काळात प्रादेशिक पातळीवरच पण काव्यात्म वृत्तीने मानवी मनातील वासनाविकार, आकांक्षा, क्रौर्य, स्वार्थ, समजुती इत्यादींचा खोलात जाऊन शोध घेणारा चिं. त्र्यं. खानोलकर हाही एक वेगळाच कादंबरीकार आहे.

◆

ग्रामीण साहित्याची भाषा

कोणत्याही कला-माध्यमाचा विचार हा त्या कलावस्तूच्या निर्मिति-प्रक्रियेच्या कक्षेतील भाग असतो. चित्रकार जेव्हा रंगांकडे माध्यम म्हणून पाहतो, तेव्हा तो रंग स्वस्त की महाग, स्वकीय की परकीय, लोकांना आवडेल की नाही याचा विचार करीत नसून तो रंग जे त्याला जाणवले आहे त्याचा आविष्कार करण्यासाठी कितपत उपकारक आहेत एवढाच विचार करीत असतो आणि तसा तो करणेच योग्य आहे. ग्रामीण साहित्याला ग्रामीणच भाषा वापरावी की नागर भाषा वापरावी; हा प्रश्नही वाचकांनी अथवा टीकाकारांनी सोडवायचा नसून; त्या विशिष्ट कलावस्तूला कोणती भाषा उपकारक ठरेल; हे तपासून त्या कलावस्तूच्या निर्मात्या कलावंताने हा प्रश्न सोडवायचा आहे. कलानिर्मितीच्या कक्षेतील प्रश्न त्या कक्षेत राहूनच विचारात घेणे आवश्यक असते.

साहित्य कला-निर्मितीशी जेव्हा कोणतीही भाषा निगडित होते तेव्हा ती 'सामाजिक व्यवहाराचे साधन' राहत नसून कलामाध्यमाचे रूप घेत असते. त्या वेळी तिचा 'एक निर्मितीचे माध्यम' म्हणूनच विचार करावा लागतो. —वाचकाला समजून देण्याचे माध्यम म्हणून तिचा त्या वेळी विचार करणे अप्रस्तुत असते. कारण वाचकाला समजून देण्याचे माध्यम वाचकावर निष्ठा ठेवून वापरावे लागते. साहित्य निर्माण झाल्यावर ते वाचकाला समजून देणे वेगळे आणि साहित्य निर्माण करतानाच हजारो प्रकारच्या वाचकांना समजेल अशी त्या साहित्यातच व्यवस्था करणे हे वेगळे. साहित्य कला निर्मितीत गुंतलेल्या कलावंतावर त्याच वेळी कलावस्तूच्या भाष्यकाराची भूमिका लादणे, हे त्याच्या साहित्य-निर्मितीवर अन्याय करणारे आहे. ग्रामीण साहित्य दुसऱ्यांना समजेल अशा नागर भाषेत लिहा; नाहीतर तिच्या वाचकवर्गाची अडचण होईल, तो वाचकवर्ग मर्यादित होईल, असे म्हणणे हे त्याचमुळे साहित्य निर्मितीवर अन्याय करणारे होईल.

साहित्यकलेशी निगडित असलेले भाषा हे माध्यम मोठे वैशिष्ट्यपूर्ण आहे. ही वैशिष्ट्यपूर्णता ती भाषा ज्या समाजात बोलली जाते, ज्या संस्कृतीचा तिला सततचा संदर्भ असतो, ज्या स्त्री-पुरुषांच्या वापरात ती नेहमी असते; त्या सर्वांचे सत्त्व तिला लाभलेले असते. त्यावर तिचे प्राणपोषण होत असते. त्यातूनच तिला सर्व व्यक्तित्व प्राप्त झालेले असते. साहित्यिक कलावंत जेव्हा तिला वापरू लागतो तेव्हा कलावंताच्या व्यक्तिमत्त्वाचा संस्कार तर तिच्यावर होतोच पण तीही आपले हे सत्त्व आणि व्यक्तित्व सोडायला तयार नसते. उदाहरणार्थ, 'माझी आई मुलाला पाजते' असे आपण नागर भाषेत बोलतो; त्याऐवजी 'माझी माता बालकाला पाजते' असे जर कुणी बोलले तर आपण किंचित हसू; आपणाला हे वाक्यच खटकते. वास्तविक 'आई' आणि 'माता'; 'मूल' आणि 'बालक' या शब्दांचा अर्थ एकच आहे. पण अर्थ एक असला तरी त्या दोन शब्दांचे व्यक्तित्व आणि सत्त्व वेगळे आहे. माता, बालक हे संस्कृत भाषेच्या कक्षेत पोसलेले, सत्त्व धारण केलेले शब्द आहेत. तर 'आई', 'मूल' हे मराठीत सत्त्व धारण केलेले, त्या कक्षेतील व्यक्तित्व लाभलेले शब्द आहेत. त्याच भाषेचा संदर्भ त्या त्या शब्दांना असेल तर ते सत्त्वसंपन्न, व्यक्तित्वसंपन्न राहून कार्यशील होतात. असे जर असेल तर –

'आई म्हणोनि कोणी
आईस हाक मारी.
ती हाक येइ कानी
मज होइ शोककारी.'

या कवितेच्या कडव्यातील 'आई' या शब्दाऐवजी 'माता' हा शब्द घालणे योग्य नव्हे. तसा तो घालून जर कविता वाचली तर किती हास्यास्पद होईल याचा प्रत्येकाने स्वत:शी प्रयोग करून पाहण्यासारखे आहे. — अर्थात अमराठी माणसाला यातील फरक कळणार नाही किंवा अर्थावरच भान ठेवून वाचणाऱ्या वाचकालाही यातील सौंदर्यहानी कळणार नाही. शास्त्रामध्ये जेव्हा आपण भाषा हे सांगण्याचे, लिहिण्याचे **'साधन' म्हणून** वापरत असतो; तेव्हा अर्थावरच आपले लक्ष केंद्रित असते. पण कलेमध्ये ती **'माध्यम' म्हणून** वापरली जाते हे लक्षात ठेवले पाहिजे. हा 'साधन' आणि 'माध्यम' यांतील फरक लक्षात ठेवणे अतिशय आवश्यक आहे.

याचे थोडे अधिक स्पष्टीकरण होणे जरूर आहे. एक तर कलाकृती मनात आकार घेत असताना तिच्या आकारातून तिची अशी भाषाही सिद्ध होत जात असते. अर्थातच संपूर्ण ग्रामीण भाषेत लिहिली जाणारी कथा जन्माला येताना ग्रामीण भाषेतूनच जन्माला येते. तिच्यावर दुसरी भाषा बाहेरून लादता येत नाही हे उघड आहे. लेखकाला दुसरी भाषा माहिती असूनही ती लादता येत नाही; ही गोष्ट आपोआपच लक्षात येईल.

असे होण्याचे कारण : ग्रामीण कथा ही लेखकाने अनुभवलेल्या ग्रामीण जीवनातून प्रेरणा घेऊन आलेली असते. त्या ग्रामीण जीवनाचाच ती ग्रामीण भाषा हा एक अपरिहार्य भाग असते. ती भाषाही ग्रामीण जीवनाचा अनुभव घेत असतानाच लेखकाने जगलेली, भोगलेली असते. त्यामुळे ती भाषा त्या जीवनानुभवाचाच एक भाग म्हणून त्याने अनुभवलेली असते. त्या जीवनानुभवाशी ती एकरूप असते. त्यामुळे त्याला ती कलाकृती जाणवते ती त्या भाषेसहच जाणवणार. जेव्हा त्याला त्या जीवनाची प्रत्यक्षता उभी करावयाची असते; तेव्हा त्या जीवनाचे काही घटक किंवा भाग टाळून भागणार नाही. हे टाळता येत नाही म्हणूनच तो ग्रामीण भाषेचा त्याच्या ग्रामीण साहित्यात वापर करत असतो.

पण जर लेखकाने ती भाषा टाळूनच केवळ माहितीच्या द्वारा अगर आणखी कशाच्या तरी द्वारा ते अनुभव घेतले असतील तर कदाचित त्या माहितीवजा अनुभवांनीच कलारूप घेताना ते लेखकाच्या खास अन्य कोणत्याही भाषेत व्यक्त होऊ शकले असते आणि असे अनुभव १९४५ पूर्वीच्या मराठी ग्रामीण साहित्यात भरपूर प्रमाणात व्यक्त झालेले आपणास दिसतात. त्याविषयी वेगळे सांगत बसण्याची गरज नाही.

दुसरे असे की, कलावंताला साहित्यनिर्मिती करीत असताना समूर्त स्वरूपात अनुभवदर्शन घडवायचे असते. नुसता निर्जीव अर्थ सांगायचा नसतो. नुसत्या अर्थावरही भान ठेवून साहित्यनिर्मिती करणारे कलावंत आहेत; नाहीत असे नाही. पण त्या प्रमाणात त्यांची साहित्यकृती काही अंशी तरी चैतन्य, सौंदर्य गमावून बसते असे मला वाटते. अर्थाच्या द्वाराच अनेक संवेदना व्यक्त करावयाच्या असतात आणि त्यांच्या द्वाराच प्रतिमा उभ्या राहत असतात व अनुभव समूर्त होत असतो. पण कलावंताला आणि वाचकालाही याचे भान नसेल तर तो शब्दाच्या अर्थांगावरच भर देत राहतो आणि मग सहृदयतेने एखादी हकिकत सांगणे आणि कलावस्तू म्हणून निर्मिणे यातला फरक कळेनासा होतो. साहित्यकला माध्यम या नात्याने भाषेचे हे कार्य नीटपणे जोवर कळत नाही तोवर 'एखाद्या भाषेच्या ऐवजी दुसरी भाषा वापरली तर काय बिघडते?' .... म्हणजे बिघडत नाही असेच लेखकाला आणि वाचकालाही वाटत राहते.

उदाहरणाने हे अधिक स्पष्ट करता येईल. — 'माझे बोट कापले' असे एक वाक्य घेऊ. जेव्हा मी एक कलावंत म्हणून माझ्या कलाकृतीत हे वाक्य वापरत असतो तेव्हा मला नुसती बोट कापल्याची माहिती अर्थाच्या द्वारा सांगावयाची नसते तर मला एक अनुभव साकार करावयाचा असतो. आणि हा अनुभव ती भाषा ज्या वर्गात प्रामुख्याने बोलली जाते, ज्या संस्कृतीचा संदर्भ घेऊन ती जगत असते ते सर्व त्या वाक्याबरोबर जागे व्हावे अशी माझी कलावंत या नात्याने अपेक्षा असते;

म्हणजे ‘माझे बोट कापले’ असे म्हणणारी व्यक्ती मध्यमवर्गीय आहे, हे मला ‘माझे’, ‘बोट’, ‘कापले’ असे शब्द घालून व त्यांची वाक्यरचना करताना सांगावयाचे असते. त्या वेळी माझ्यासमोर कलावंत म्हणून एक मध्यमवर्गीय हात उभा असतो. तो चिखलमातीपासून दूर असलेला, कागदी कामात गुंतलेला, स्वच्छ, हातावरच्या रेषा ठसठशीत असलेला, त्वचा तशीच मृदुल असलेला हात अभिप्रेत असतो. आणि जेव्हा ते ‘बोट कापलेले’ असते तेव्हा ते मध्यमवर्गीय हाताचे तसेच नाजूक बोट एखाद्या ब्लेडने किंवा कांदा कापण्याच्या सुरीने कापलेले असते. ते रक्तही तसेच लालट, पाणीदार असते; निदान ते चित्र मला कलावंत म्हणून अभिप्रेत असते. आणि जेव्हा मी कलावंत म्हणून ‘माजं बॉट कापलं’ असे वाक्य वापरत असतो तेव्हा माझ्यासमोर एक ग्रामीण व्यक्ती उभी असते. ती शेतकरी किंवा अशीच शेतमजुरी करणारी श्रमकरी असते. तिचा तो चरबट हात माझ्यासमोर उभा राहतो. त्या चरबट हातावरच्या रेषा सततच्या कामाने पुसून गेलेल्या असतात; तसेच बोटही चरबट, दणकट, खरखरीत असे उभे राहते आणि ‘बॉट’ तशाच कुठल्या तरी दणकट खुरप्याने, कोयत्याने, कुऱ्हाडीने कापलेले असते. रक्तही तसेच गुठळ्या गुठळ्यांचे, चिखलासारखे, खोल जखमेतून येणारे असते. कारण ब्लेड किंवा सुरी यांनी जे नेहमी आपल्याला (मध्यमवर्गीयांना) कापते ते त्या ग्रामीण मनाच्या खिजगणतीतही नसते. कारण ते नेहमीचेच काट्याकुट्यांतून कामे करीत असताना होत असते.

म्हणजे ‘माझे बोट कापले’ असे जेव्हा आपण नेहमी म्हणतो, तेव्हा बोट कापल्याविषयीची आपणास फक्त अर्थद्वारा माहिती द्यावयाची असते. बाकीच्या गोष्टी तिथे अभिप्रेत नसतात पण कलेत त्या असतात. म्हणून मला ‘माझे बोट कापले’ व ‘माझं बॉट कापलं’ या दोन (पण माहितीच्या संदर्भात अर्थ एकच असलेल्या) वाक्यांच्या द्वारा वेगवेगळा अनुभव समूर्त करावयाचा असतो. तो अनुभव एक नसतो. साहित्यकलेत नुसते भाषेच्या अर्थाला स्थान नसते तर प्रत्येक शब्द वापरताना कलावंताला त्या शब्दाच्या अर्थाबरोबर त्या शब्दाचे व्यक्तिमत्त्व, चैतन्य, त्याचे सौंदर्यही वापरावयाचे असते आणि ‘आई’ व ‘माता’ या शब्दांचा अर्थ एकच असला तरी प्रत्येक शब्दाचे व्यक्तिमत्त्व, चैतन्य, सौंदर्य वेगवेगळे आहे; हे आपण पाहिलेच आहे. तसेच या वाक्याच्या बाबतीतही आहे. नेहमीच्या व्यवहारातील दृष्टान्त इथे घेता येईल. वर्गात एम.ए.चे विद्यार्थीच सगळे बसलेले असतात. सर्वसाधारणपणे शिकविताना एम.ए.चे विद्यार्थी म्हणूनच आपणाला ते संबंधित असतात व अभिप्रेतही असतात. त्यामुळे आपण कुणातही त्यासंदर्भात फरक करत नाही. पण प्रत्येक विद्यार्थी दुसऱ्यापेक्षा वेगळा असतो, त्याचे व्यक्तिमत्त्व वेगळे असते, सौंदर्य वेगळे असते, हे आपल्या लक्षातच येत नाही याला कारण

शिकवताना त्याच्या वेगळेपणाशी, व्यक्तिमत्त्वाशी आपला संबंध आणण्याचे कारण पडत नाही. भाषेच्या बाबतीतही नेहमी असेच होते. समाजव्यवहारात ती आपण तिच्या अर्थालाच प्राधान्य देऊन सतत वापरत असल्याने तिच्या इतर अंगांकडे पाहण्याचे कारणच समाजात पडत नाही. आणि त्याच पातळीवर तिच्याकडे आपण कलाकृतीतही पाहू लागतो (आणि तेवढ्याने काहींचे भागते) म्हणून 'ग्रामीण कथेला नागर भाषा वापरावी' असे सरळधोपट विचाराने सांगितले जाते.

भाषेद्वारा 'निवेदन' आणि भाषेद्वारा 'आविष्कार' यातील फरक मला इथे लक्षात आणून द्यावयाचा आहे. एखादी गोष्ट दुसऱ्याला समजेल अशा बेताने सांगणे आणि हे सांगताना त्या गोष्टीतील काही बारकावे हरवले तरी चालतील ही भूमिका ठेवून जे कथेत लेखन होते, त्याला मी 'निवेदनशील कथा' असे म्हणेन आणि एखादी गोष्ट जशी जाणवली तशी व्यक्त करण्याची धडपड करणे, या धडपडीत 'दुसऱ्याला समजेल की नाही, समजली तर ती किती जणांना समजेल' याचे भान न ठेवता मनात जे जाणवले आहे त्याचा मनापासून आवश्यक त्या भाषेद्वारा उपसा करत राहणे या वृत्तीला मी कथाकाराची आविष्कारशील वृत्ती म्हणेन आणि तशा प्रकारची कथा मी 'आविष्कारशील कथा' म्हणेन. इथे 'निवेदन' आणि 'आविष्कार' हे दोन्ही शब्द मी एका विशिष्ट अर्थांनी वापरत आहे. या दोन शब्दांत आणखी अर्थच्छटा आहेत याची मला जाणीव आहे. पण प्रस्तुत लेखात त्या छटांचा विचार करण्याचे प्रयोजन नाही. मला जे सांगावयाचे आहे तेवढ्या संदर्भासाठी त्यांचे अर्थ निश्चित करून मी हे शब्द (दुसरे चांगले शब्द सुचत नाहीत म्हणून म्हणा पाहिजे तर) वापरत आहे.

मुद्दा असा की, काही कथा निवेदनशील असतात तर काही कथा आविष्कारशील असतात. कित्येक वेळा असे दिसून येते की, काही कथाकार निवेदनशील वृत्तीनेच सतत लेखन करणारे असतात. व्यंकटेश माडगूळकर, द. मा. मिरासदार यांचे लेखन मला अशा प्रकारचे वाटते. त्यांची कथा आत्मनिवेदनातही (first person मध्येही) निवेदनशीलच असते. त्यांच्या कथेचे स्वरूप (इंग्रजीत जिला tale किंवा) मराठीत जिला 'गोष्ट' म्हणता येईल असेच आहे. ती सतत वाचकावर भान ठेवणारी आहे. कथाकथन हे तिचे अवधान आहे. अर्थात हे भान अजाणता असेल किंवा जाणीवपूर्वक असेल. एखाद्या लेखकाचा निवेदनशील पद्धतीनेच कथा अनुभवणे आणि लिहिणे हा स्वभावधर्म असतो. ज्याची त्याची ती एक वृत्ती (टेंडन्सी) असते.

याच्या पुढचा टप्पा मला शंकर पाटील यांच्या कथांत दिसतो. या लेखकाची कळत न कळत वृत्ती मुळात आविष्कारशील आहे पण कथा निवेदनशीलतेकडे झुकवण्याचा त्यांचा सतत प्रयत्न चाललेला असतो. त्यामुळे त्यांच्या कथेत निवेदनशीलता आणि आविष्कारशीलता यांचे सतत मिश्रण होताना दिसते. या

त्यांच्या मिश्रणाच्या प्रयोगामुळे ग्रामीण भाषेने 'माध्यमा'च्या नात्याने माडगूळकरांच्या भाषेच्या पुढचा टप्पा गाठला आहे असे मला वाटते.

पण त्यांचा हा मिश्रणाचा प्रयोग मला अनेक ठिकाणी अस्वस्थ करतो. त्यांच्या अशा अनेक कथा आहेत की, त्यांनी त्या आविष्कारशील वृत्तीनेच व्यक्त केल्या असत्या तर त्या अधिक सौंदर्यसंपन्न झाल्या असत्या असे मला वाटते. पूर्वीपासून मी ग्रामीण कवितेसाठी ग्रामीण भाषा वापरतच होतो. पण जेव्हा मी कथेकडे वळलो तेव्हा पाटील यांच्या कथेविषयीची ही जाणीव मला विशेष झाली म्हणून मी ग्रामीण बोलीतच ग्रामीण कथा लिहू लागलो. हा 'माध्यमा'च्या संदर्भात ग्रामीण बोली किंवा ग्रामीण भाषा वापरण्याचा तिसरा टप्पा मानावा लागेल.

वास्तविक व्यंकटेश माडगूळकर जी निवेदनासाठी मराठी भाषा म्हणून वापरतात ती ग्रामीण भाषेचेच एक प्रमाण-भाषेत घेतलेले संवादी रूप आहे. पण ते अतिशय सूक्ष्म स्वरूपाचे आहे. त्यांची प्रमाण मराठी भाषा (ग्रामीण कथेत वापरली जाणारी) काही हरिभाऊ आपटे, वा. म. जोशी, ना. सी. फडके किंवा गंगाधर गाडगीळ यांच्या भाषेसारखी सदाशिवपेठी वळणाची नाही. तिच्या अंतरंगाला ग्रामीणतेचा अंश सतत स्पर्शताना जाणवतो. त्याचे स्पष्टीकरण पुढे येईलच. तूर्त एवढेच इथे महत्त्वाचे आहे की, माडगूळकरांची निवेदनाची भाषा तशी नागर नाही. शंकर पाटील यांनी तिच्यातील ग्रामीणतेचा अंश आणखी स्पष्ट जाणवेल अशा पातळीवर आणला.

एखाद्या लेखकाने माध्यमाकडे जसे जाणीवपूर्वक आणि अभ्यासपूर्वक लक्ष द्यावे लागते तसे कथांचा स्वभाव ओळखूनही माध्यम वापरावे लागते. कारण कथेच्या स्वभावावर माध्यमाचे स्वरूप बरेच अवलंबून असते. पण अंतत: कथेचा स्वभाव ओळखून कोणत्या प्रकारे माध्यमाचा वापर करावयाचा हे लेखकाच्या आकलनावर, अवधानावर, मर्यादांवरही अवलंबून असते. काही लेखक कथेच्या स्वभावाकडे माध्यमाच्या संदर्भात अवधान देतात आणि काही पुरेसे देतही नाहीत. तर काही जण नेहमी एकाच पद्धतीने कथा लिहीत असतात. उदाहरणार्थ, ग्रामीण कथेच्या संदर्भात विचार करावयाचा झाला तर व्यंकटेश माडगूळकर, द. मा. मिरासदार, शंकर पाटील यांनी तृतीयपुरुषी निवेदन पद्धतीच सतत आणि सलग वापरली आहे. त्यातल्या त्यात शंकर पाटील आवश्यक तेथे आत्मनिवेदनशीलतेचा कलात्मकतेने उपयोग करून घेताना दिसतात. पण बाकीच्या दोघांना त्याचीही आवश्यकता वाटलेली दिसत नाही. नवकथेच्या क्षेत्रात गंगाधर गाडगीळ यांनी कथेचा स्वभाव ओळखून तिच्या अभिव्यक्तीच्या संदर्भात जे विविध प्रयोग केलेले आहेत तेवढे अन्य कुणीच केलेले दिसत नाहीत. ज्याच्या त्याच्या वकुबाचा हा प्रश्न आहे.

वास्तविक काही कथा लेखकाच्या निवेदनशीलतेला आवाहन करतात तर काही आविष्कारशीलतेला आवाहन करतात. काही कथांमधील खुद्द पात्रेच इतकी प्रभावी असतात की ती लेखकाला निवेदक म्हणून शिरकावच करू देत नाहीत. तिथे निवेदकाचे निवेदन उपरे ठरू लागते. अनेक वेळेला कथेची भाववृत्ती (मूड) नाजूक, तरल पण महत्त्वाची असते. ती पकडण्यासाठी भाषेची स्वाभाविक ठेवणच महत्त्वाची असते. कित्येकवेळा तर निवेदकाचे निवेदन आणि पात्रांचा मानसिक आविष्कार या दोन्हींचे मिश्रण प्रसंगपात्रांतील चढउतारानुसार येऊ शकते आणि हे सर्व जाणण्याचे सामर्थ्य लेखकाजवळ असेल तर तो त्यानुसार कथेची भाषा ठेवू लागतो. 'खळाळ' या माझ्या कथासंग्रहातील काही उदाहरणे यासाठी देत आहे. 'वरातीचा शालू' या कथेत तृतीयपुरुषी निवेदन आले आहे. याला कारण या कथेच्या अनुभवात समाज-परिस्थिती आणि 'अंजना' ही विधवा या दोहोमधील नाट्य मला महत्त्वाचे वाटले. कथा 'अंजना'चीच असली तरी ती सामाजिक परिस्थितीच्या संदर्भात घडलेली आहे. तेव्हा या दोहोतील नाट्य जर दाखवायचे असेल तर 'अंजना'विषयी जसे सांगावे लागेल तसे समाजपरिस्थितीविषयीही सांगावे लागेल. समजा या कथेत 'अंजना'च आपली कहाणी प्रथमपुरुषी निवेदनपद्धतीने आपल्या ग्रामीण भाषेत सांगते आहे असे दाखविले तर ती स्वत: सामाजिक परिस्थिती काय आहे हे सांगू शकणार नाही. कारण ती कुवत तिच्यामध्ये नाही. तेव्हा ती तिने सांगणे म्हणजे तिच्यावर आरोपित करण्यासारखा प्रकार होईल. शिवाय दोन्हीमधील नाट्य आपणास सांगावयाचे असल्याने, दोन्हीवरही सारखाच भर देऊन त्यांची मांडणी केली पाहिजे. आत्मनिवेदन पद्धतीत नेहमी कळत नकळत किंवा त्या पद्धतीचा स्वभाव म्हणून म्हणा 'मी'वरच जास्त भर दिला जातो. यातून वाट काढावयाची म्हणजे तृतीयपुरुषी निवेदनच या कथेचे ठेवले पाहिजे. आणि तृतीयपुरुषी निवेदनाची भाषा ही त्या 'लेखकाची भाषा' असते म्हणून 'वरातीचा शालू'मध्ये किंवा 'ओझं'मध्येही लेखकाच्या व्यक्तिमत्त्वातून घडलेली भाषा आलेली आहे. ती नागरभाषेला जवळची तरी ग्रामीणतेचा अंश तिच्यामध्ये सतत स्पंदन पावत असलेला आहे. या उलट 'सुख' या कथेमध्ये त्या कथेतील पात्रच बोलताना दिसते. कारण सबंध कथेत 'बायना'च्या मनाची स्थिती महत्त्वाची आहे. तिच्या मनाची स्थिती तिच्या कृती-उक्तीतूनच प्रभावीपणे व्यक्त होईल म्हणून तृतीयपुरुषी निवेदनाचा तिथे अडसर न ठेवता 'बायना'ला स्वत:लाच बोलकी केली आहे. 'चटावलेला' या कथेत 'सर्प आणि चिमण्या' यांचा जीवनसंघर्ष रेखाटायचा होता. वास्तविक या कथेत तृतीयपुरुषी निवेदन असूनही ग्रामीण भाषाच आलेली आहे. याला कारण तो अनुभव ज्या ग्रामीण जीवनातील एका पुरुष-मनाने घेतलेला आहे; तो तसाच आला तर त्या मनाची स्पंदने या संघर्षाच्या संदर्भात कशी होतात हे

कळेल असे वाटल्यावरून तिथे ग्रामीण भाषाच ठेवली. असेच या (खळाळ) संग्रहातील प्रत्येक कथेच्या भाषेच्या संदर्भात बोलता येईल. यावरून एवढे लक्षात आले तरी पुरे की, कथेतील अनुभवाचे स्वरूप हे त्याच्या अभिव्यक्तीच्या भाषेची मागणी करत असते. ती मागणी पुरी करणे अथवा न करणे किंवा तडजोड करून मधला मार्ग काढणे हे लेखकाच्या वकुबावर बरेचसे अवलंबून असते.

अशी वस्तुस्थिती असल्यामुळे 'प्रत्येक ग्रामीण कथा संपूर्ण ग्रामीण भाषेतच का लिहिली जात नाही?' किंवा 'काही ग्रामीण कथांतील निवेदनाची भाषा नागर आणि संवाद तेवढे ग्रामीण भाषेत असतात; तेव्हा ही पद्धती सर्वच ग्रामीण कथांच्या बाबतीत का स्वीकारली जात नाही?' असे उलटसुलट प्रश्न विचारले जातात. ते अनभिज्ञपणाचे वाटतात. वास्तविक या प्रश्नांचे उत्तर वरील विवेचनात अप्रत्यक्ष येऊन गेलेलेच आहे. तरीसुद्धा सूत्ररूपाने असे म्हणता येईल की, प्रत्येक कलात्मक अनुभव अनन्यसाधारण जसा असतो तसा त्याचा स्वभावही अनन्यसाधारण असतो. त्याच्या स्वभावाच्या या अनन्यसाधारणत्वावर त्याच्या भाषेच्या अभिव्यक्तीचे स्वरूप अवलंबून असते. दुसरी गोष्ट अशी की, तो अनन्यसाधारण अनुभव घेणारा कलावंत तो अनुभव घेताना त्याच्यातील बारकावे आणि त्याच्यातील तरलता आणि समृद्धी किती प्रमाणात भोगतो आणि हे भोगलेले यथार्थपणे, विशुद्धपणे व्यक्त करण्यासाठी त्याचा, भाषा माध्यमाचा आवश्यक तो (कलावंत या नात्याने) अभ्यास कितपत आहे हेही महत्त्वाचे आहे. त्याच्या भोगक्षमतेवर व भाषा-जाणिवेच्या क्षमतेवरच त्याच्या अभिव्यक्तीची भाषा अवलंबून असते.

कारण कथा जेव्हा स्थूल निवेदन टाकून आविष्कारात राहू बघते, तेव्हा माध्यमाचा स्थूलपणा टाकून देणे आवश्यक असते आणि अधिक बारकाव्यांचे, नक्षींचे, उत्कट सजीवतेचे माध्यम स्वीकारणे अपरिहार्य असते. अशा वेळी आशय एका बाजूने त्याच्या बारकाव्यांनिशी समृद्ध झालेला असतो. या समृद्धीत त्या पात्रांची सामाजिकता, संस्कृती, त्यांच्या भावभावना, प्रदेशानुसार त्यांना आलेली वैशिष्ट्यपूर्णता आणि हे सर्व त्यांच्या सर्वस्वासह, उत्कट सजीवतेसह व्यक्त करण्याची धडपड करीत असताना त्यांचीच भाषा त्या आशयातून उमलू पाहते. कारण ती एकमेव भाषाच अशी असते की, तिलाच फक्त त्या प्रकारच्या पात्रांचा, त्या सामाजिकतेचा, त्या संस्कृतीचा, पात्रांच्या भावभावनांचा, प्रदेशाचा, वैशिष्ट्यपूर्ण संदर्भ असतो; त्यांचे सत्त्व, त्यांचे व्यक्तित्व, त्यांचे त्यांतून जाणवणारे चैतन्य असते. अन्य कुठल्याही भाषेला ते नसते; हे सत्य भाषा-शास्त्रज्ञांनी फारच पूर्वी सांगून ठेवलेले आहे. अशा वेळी जातिवंत कलावंताने अंतर्मुख होऊन आशयाचा एकाग्रपणे वेध घेत व त्याच्याशी झोंबी घेत राहणे नितांत आवश्यक असते. त्या विशिष्ट निर्मितिक्षणी खरे तर एवढेच त्याच्या हातात असते.

इथे काही कथांतील प्रत्यक्ष उतारे घेऊन याचे अधिक स्पष्टीकरण करता येईल. व्यंकटेश माडगूळकर यांची 'देवा सटवा महार' ही गाजलेली कथा आहे. डॉक्टरांवर संतापण्याची जी कारणे आहेत; त्यातील महत्त्वाचे कारण म्हणजे देवा महाराला त्या खेड्यातून उन्हातान्हातून भटकावे लागते. त्या उन्हात त्याची काय अवस्था होते याचे वर्णन माडगूळकरांनी केलेले आहे.

'दिवस डोक्यावर आला. ऊन रणरण करू लागले तरी मोकळ्या पोटाने देवा हिंडत होता. तशा घाईतही एका-दोघा बहाद्दरांनी त्याच्या हातात कुऱ्हाड देऊन लाकूड फोडून घेतले होते आणि 'सांजचं भाकरी घेऊन जा' म्हणून सांगितले होते. त्यात देवाचा मेळ मोडला होता आणि श्रमही झाले होते. सगळ्या गावात फेरी झाल्यावर देवा पुन्हा चावडीपाशी आला.'

'... पोटात काही नाही. उन्हाने जीव कावलेला. देवा हिंडून हिंडून पेकाळला होता. भिंताडाच्या सावलीत तो हुश करून बसला. त्याचा काळा चेहरा उन्हाने अधिक करपला होता आणि अंगातले फाटके कुडते घामाने थबथबले होते...'

लेखकाला देवाची अवस्था उन्हात कशी झाली हे या उताऱ्यात सांगायचे आहे हे स्पष्ट होते. लेखक ती अवस्था अंतर राखून लक्षात घेतो आहे असे दिसते. त्यामुळे त्याचे लेखन निवलेल्या भाकरीसारखे वाटते. हे लेखन आणखी एका कारणामुळे थंड झाले असावे. ते म्हणजे कळत नकळत लेखकाचे अवधान वाचकावर असावे. आपणाला ही गोष्ट वाचकाला सांगायची आहे, हे त्याच्या लक्षातून निर्मितीच्या वेळीही जात नसावे. म्हणून ती अवस्था तिच्यातील उबीसह, तप्ततेसह व्यक्त होत नाही. अवस्थेचे थंड आणि स्थूल वर्णन मात्र तो करतो. तो अवस्था 'अर्थ'द्वारा स्पष्ट करत जातो. वास्तविक 'रणरणतं ऊन' आहे. अशावेळी पोट मोकळे असल्यानंतर माणसाची काय अवस्था होते; तशात 'खेड्यातल्या माणसाच्या पोटात काही नाही' याचा अर्थ काय असतो; अशा उपाशी वेळी, पुन्हा त्यात रणरणत्या उन्हाच्या वेळी, लाकडे फोडताना रिकाम्या आतड्यांना आत कसा पीळ पडत असतो, हातपाय कसे भेंडाळून थरथरायला लागतात इत्यादी काही बारकावे माडगूळकरांनी टिपले असते आणि त्या माणदेशाच्या खेड्यातल्या उन्हाच्या अवस्थेत, त्या धुळीच्या फुफाट्यात देवाच्या भुकेकडे, लाकडे फोडण्याच्या ढोरकामाकडे लक्ष दिले असते आणि विशेष म्हणजे त्या अवस्थेशी एकात्म होऊन अवगाहन केले असते आणि अवस्थाच पूर्णपणे व्यक्त करण्याकडे भान ठेवून लेखन केले असते तर माडगूळकरांच्या अभिव्यक्तीत त्या अवस्थेत बोलली जाणारी तिकडचीच भाषा आली असती. निदान यावी असे मला वाटते.

पण असे झाले नाही. याला कारण लेखकाच्या व्यक्तिमत्त्वात जो मानसिक अलिप्तपणा आहे, त्या जीवनाकडे सहानुभूतीने पाहण्याची त्याची जी थंडगार रीत

आहे, प्रतिष्ठित वाङ्मयीन भाषेचे त्याच्यावर संस्कार आहेत, आपला वाचकवर्ग मध्यमवर्गीयच असणार, त्याला समजणारी भाषाच वापरली पाहिजे हे जे त्याचे जाणता-अजाणता भान आहे, अनुभवच साक्षातपणे चित्ररूपाने वाचकापुढे उभा न करता अनुभव आणि वाचक यांच्यामध्ये उभे राहून कथा सांगण्याची त्यांची जी ('Story teller' ची) भूमिका आहे; यांच्या मर्यादा त्या अनुभवाच्या भोगावर आणि त्याचबरोबर त्या अनुभवाच्या अभिव्यक्तीवर पडत असाव्यात असे वाटते.

त्यांची भाषा नागर वाटत असली तरी तिच्यात ग्रामीणतेचा अंश सातत्याने अतिशय फिकट स्वरूपात पसरलेला आहे. त्यांच्या वरील उताऱ्यात 'दिवस डोक्यावर येणे', 'ऊन रणरण करणे', 'मोकळ्या पोटाने हिंडणे', 'मेळ मोडणे', 'जीव कापणे', 'भिंताड', 'कुडते', इत्यादी शब्दप्रयोग आणि शब्द ग्रामीण भाषेतील असून त्यांना एकूण रचनेत नागररूप दिलेले दिसून येईल. असे नागर रूप ग्रामीण भाषेला देण्याची कारणेसुद्धा वर उद्धृत केलेल्या अनेक कारणांतच कुठेतरी असावीत.

अर्थात माडगूळकरांची कलात्मक जाणीव अशा विशिष्ट प्रकारची होण्याची अन्यही कारणे असू शकतील. प्रत्येक कलावंत आपापल्या परीने कलेकडे पाहतो हेही खरे असेल, पण इथे मुद्दा तो नसून माडगूळकरांच्या कथेत 'ग्रामीण भाषा' कोणत्या कारणांनी येऊ शकत नाही आणि कोणत्या विशिष्ट परिस्थितीनंतर ती आली असती एवढ्यापुरतेच इथे सांगावयाचे आहे. माडगूळकरांच्या कथेवर टीका करणे हे अभिप्रेत नाही.

दुसरे उदाहरण शंकर पाटील यांच्या 'ऊन' या कथासंग्रहातील 'ऊन' या कथेमधीलच घेता येईल. उन्हातून चालणाऱ्या रामूच्या अवस्थेचे वर्णन त्यांनीही केलेले आहे.

'डोळे दिपत होते. दिवस डोक्यावर आला होता. तंबूत वर मधोमध गॅसबत्ती टांगावी तसा सूर्य वर पेटलेला दिसत होता. निळं आभाळ वर तळपत होतं आणि ज्वाळा खाली उतरत होत्या. गदमदत नव्हतं, काहिली नव्हती; पण नुसता चटका होता. एकाएकी चघाळ्यानं पेट घ्यावा तसं वर बघतच तो म्हणाला...'

'... गाव लांब राहिलं होतं. गाडीवाटेची चाकोरी तेवढी दिसत होती. मागेही तीच आणि पुढेही तीच. रेघ ओढल्यागत नुसते दोन पट्टे दिसत होते. तापलेल्या धुळीनं धगधगत होतं. वरनं ऊन चटका देत होतं. खाली पाय भाजत होते. तापलेल्या धुळीतनं पाय ओढत लांब जावंसं वाटत होतं. ऊन वरनं असंच चटका देत राहावं, ज्वाळा खाली उतराव्यात, पायाखाली आलाव्यातली खाई पेटावी आणि डोळे झाकून गप चालत राहावं .... कुठं थांबू ने - सवरू ने, कुठे विसावा घेऊ ने पाणी पिऊ ने...'

पाटलांनी इथे रामाच्या मनाची उन्हातली अवस्था अधिक उत्कटतेने व्यक्त केलेली आहे; हे उघड आहे. याला कारण त्यांचे अवधान, तो अनुभव समृद्धपणे, उत्कटपणे अनुभवण्याकडे आहे. त्या उनातील, त्या ग्रामीण जीवनातील रामाची अवस्था त्यांना प्रत्यक्षतेने व्यक्त करावयाची आहे. माडगूळकरांना देवा सटवा महाराच्या मनोवस्थेत शिरून, झोंबी घेऊन ती व्यक्त करण्याची गरज वाटत नसावी. तेवढ्या पुढच्या टप्प्यावर जाऊन तो अनुभव व्यक्त करावा असे वाटत नसावे म्हणून ते अलिप्त वाटतात. (इथे अनुभव घेतानाची 'मानसिक अलिप्तता' आणि समृद्ध अनुभव घेतल्यावर तो व्यक्त करताना लागणारी 'कलात्म अलिप्तता' यांचा गोंधळ करू नये; हे सुचविलेले बरे.) अनुभव घेताना पाटील अशी मानसिक अलिप्तता ठेवत नाहीत तर ते एकात्म होऊनच अनुभव घेताना जाणवतात. म्हणूनच ते 'दिवस डोक्यावर आला. ऊन रणरणत करू लागले...' असे अर्थयुक्त निवेदन करून थांबत नाहीत. त्यांनी 'डोळे दिपत होते', 'सूर्य पेटलेला दिसत होता', 'निळं आभाळ वर तळपत होतं' अशी त्या उनाची रामाच्या खेडूत मनाशी निगडित अशी जिवंत अनुभवचित्रे उभी केलेली आहेत. 'गदमदत नव्हतं, काहिली नव्हती; पण नुसता चटका होता. एकाएकी चघाळ्यानं पेट घ्यावा तसं वर बघतच तो म्हणाला...' असं रामाच्या मनाची भावावस्था दर्शवणारं वाक्य पुढं टाकून ऊन नि रामाचं मन एकजीव करून टाकलं आहे आणि रामाच्या मनाला उनाच्या द्वारा प्रत्यक्षता आणली आहे. ती अवस्थाच समूर्त करण्याचे भान त्यांनी ठेवले आहे. त्यामुळे हे लेखन अधिक कलात्म वाटते.

ही अवस्था व्यक्त करताना त्यांनी दुसऱ्या उताऱ्याच्या शेवटी आणखी एक वाक्य लिहिले आहे. माझ्या दृष्टीने भाषा-माध्यमांच्या संदर्भात ते जास्त महत्त्वाचे आहे. ते वाक्य 'ऊन वरनं असंच चटका देत राहावं, ज्वाळा खाली उतराव्यात, पायाखाली आलाव्यातली खाई पेटावी आणि डोळे झाकून गप चालत राहावं...कुठं थांबू ने – सवरू ने, कुठं विसावा घेऊ ने, पाणी पिऊ ने...' असे आहे.

इथे अर्धे वाक्य नागर भाषा लेखन-पद्धतीने आणि अर्धे ग्रामीण भाषा लेखन-पद्धतीने लिहिले आहे. इथे शंकर पाटील एक कलावंत म्हणून त्या अनुभवाशी भाषेच्या द्वारा झोंबताना अनावर होऊन तो अनुभव जसा भोगला तशा अवस्थेत व्यक्त करण्यासाठी तिकडचीच, त्या रामाच्या मनाचीच भाषा वापरताना असहाय होतात, असे जाणवते.

एवढेच नव्हे तर त्यांच्या भाषेचा सगळा बाज ग्रामीण आहे पण त्यांनी तिच्यावर नागर भाषेच्या व्याकरणाचा मामुली रंग दिलेला आहे. नागर भाषाच फक्त जाणणाऱ्या वाचकांच्या दृष्टीने ती मोठी सोय आहे. पण त्या विशिष्ट अनुभवाला वर उचलू शकणाऱ्या ग्रामीण भाषेची ताकद जाणणाऱ्या कलावंताने ती केलेली

तडजोड आहे; असे मला स्पष्ट दिसते. कारण ग्रामीण भाषा जगलेल्याला तिथे आलेली भाषा ही तशी नाही, आत एक अस्सल ग्रामीण स्पंदन स्फुरण पावत आहे आणि ते या लेखनपद्धतीमुळे गुदमरत आहे. त्यामुळे त्या अस्सल ग्रामीण भाषेचा नाद (Ring), लय, सूर बद्द होत आहे याची पदोपदी जाणीव होते. पाटलांनी अकारण ग्रामीण भाषेच्या स्वभावधर्माला, संघटनेला तिथे शहरी उपरे सदरे घातले आहेत असे दिसते. मुळात वरील उताऱ्याची भाषिक अभिव्यक्ती शंकर पाटील यांना अशी जाणवली असावी, '...गाव लांब ऱ्हायलं हुतं. गाडीवाटंची चाकुरी तेवढी दिसत हुती. मागंबी तीच नि फुडंबी तीच! रेग वडल्यागत नुसतं दोन पट्टं दिसत हुतं. तापलेल्या धुळीनं धगधगत हुतं... तापलेल्या धुळीतनं पाय वडत लांब जावंसं वाटत हुतं. ऊन वरनं असंच चटका देत ऱ्हावं, आगीच्या जिभा बुडी उतराव्यात, पायाबुडी अल्लाव्यातली खाई पेटावी आणि डोळं झाकून गप चालत ऱ्हावं... कुठं थांबू ने - सवरू ने, कुठं इस्वाटा घेऊ ने, पाणी पिऊ ने...' इ. हा तिचा खरा स्वभाव असावा असे मला वाटते.

ग्रामीण भाषा न जगलेल्यांना याचा अनुभव कसा येतो हे मला माहीत नाही. कारण भाषेची वीण (texture) ही सूक्ष्म असते. मी या उताऱ्यात फक्त 'ग्रामीण रूपे' आणली एवढेच इतरांना वाटेल. पण या रूपामुळे त्या भाषेच्या शहरीकरणाच्या प्रयत्नात जो मूळ ग्रामीणतेचा नाद, लय, सूर बद्द वाजत होता तो इथे योग्य स्थानी येईल; हे महत्त्वाचे आहे. त्यामुळे त्या कथेची ग्रामीणता अधिक जोपासली जाणार आहे. हा मुद्दा सूक्ष्म असला तरी कलावंताला तो महत्त्वाचा वाटावा असा आहे. मराठी वळणाची इंग्रजी भाषा आपण मराठी माणसे जेव्हा बोलतो, तेव्हा ती आपल्याला स्वाभविक वाटते. पण इंग्रजी भाषा प्रत्यक्ष जगणाऱ्या इंग्रजी माणसाला आपली इंग्रजी भाषा जशी कृत्रिम वाटते, चैतन्य हरवलेली वाटते तसा हा प्रकार आहे.

याच्या उलट आणखी एक उदाहरण घेऊन विरोधी बाजूने ते तपासता येईल. 'खळाळ' या कथासंग्रहात 'गाळ' ही कथा आहे. विहिरीतून गाळ काढतानाच्या वातावरणातून मला त्या समाजातील 'गाळासारखं' असलेलं मानवी जीवन उभं करायचं आहे. गाळ काढताना एक सामुदायिक वातावरण तयार झालेलं असतं. त्याचा ताण त्यातील प्रत्येकावर आलेला असतो. त्यामुळे कामाची घाई सर्वांनाच करावी लागत असते. त्याची एक लय निर्माण झालेली असते. त्याचा परिणाम होऊन त्यातील प्रत्येक माणसाचे मन त्या लयीत सापडते आणि त्या लयीला साजेल अशीच एक मन:स्थिती निर्माण होते. त्या मन:स्थितीचा निदर्शक असा भाषिक उद्‌गार पुढील उताऱ्यात आहे.

'आला दगूड. एवढा दांडगा कशाला दिला असंल ह्यो! दोन तुकडं केलं असतं तर सख्याचा आई-बा का सर्गाला गेला असता?... बेनं हाय ते! कंत्राटदाराकडनं

दररोज पावली-अधिली जादा घेतंय नि खाली कामाचा चाप लावतंय. ह्येच्या पावलीपायी माळंच्या समद्या माणसांचं मराण... काय जग तरी! कंत्राटदार तर हिरीच्या तळात पहाऱ्यावर असल्यागत बसतोय. बसून बसून त्येच्या बुडाला वाळवी लागली असंल. सारखं डोळं कामावर रोखलेलं. भालं डिवचल्यागत एक एक शबूद. कोण बोलणार उलटं?'

हाच उतारा मी नागर भाषेच्या वळणाने लिहितो. 'आला दगड. एवढा मोठा कशाला दिला असेल हा. दोन तुकडे केले असते तर सख्याचे आई-बाप का स्वर्गाला गेले असते? बेना आहे तो! कॉन्ट्रॅक्टरकडून रोज पावली-अधेली जास्त घेतो आणि खाली काम जोरात करायला तयार होतो. ह्यांच्या पावलीसाठी रांगेतील सर्व मजुरांचे मरण... काय हे जग!' इ. इ.

इथे अर्थ व्यवस्थित आला असला तरी या उताऱ्याने मूळ उताऱ्यातील बऱ्याच गोष्टी गमावलेल्या आहेत. एक तर मूळ कथेची सगळीच अभिव्यक्ती, एक अदृश्य ग्रामीण मन करते आहे; त्याचा लोपच या भाषेमुळे होतो. दुसरे असे की, त्या वातावरणाची गती, लय मूळ भाषेने जी पकडली आहे त्यामुळे भाषेला जे चैतन्य प्राप्त झाले आहे ते या नागर वळणाच्या भाषेत गमावले जाते. एवढेच नव्हे तर आणखी काही मूलभूत समस्या उभ्या राहतात. 'गोंद्या आलं, गणप्या मरतंय' असे त्या माणसांना त्या एकूण वातावरणात क्षुद्रता देण्यासाठी मी ग्रामीण संस्कृतीला व भाषेला धरून नपुंसकत्व दिले. 'बेनं हाय ते' असे म्हणण्यामागचा तो उद्देश होता. नागर भाषेच्या वळणात आणि नागर संस्कृतीत ते बसत नाही. म्हणून माझे नागर मन 'बेना आहे तो' असा शब्दप्रयोग करू धजते. त्यामुळे मूळ उद्देशाला बगल मिळून ढोबळ अर्थ फक्त येतो. 'सख्याचे आई-बाप का स्वर्गाला गेले असते?' 'बेना आहे तो' हे नागर भाषेत लिहिताना नागरी संस्कृतीच्या औचित्याला सोडून मी लिहितो आहे असे वाटते. म्हणजे ते नागर भाषेत मी लिहू शकेन, पण ते नागरी संस्कृतीत (की ज्या संस्कृतीची ती भाषा आहे) बसणारे नाही. त्यामुळे मला तर असे वाटते की, माझ्या नागरी मनाने ते वाक्य गाळून 'सख्याचे काय बिघडले असते?' असे लिहिले असते... अशा अनेक अडचणी ग्रामीण कथा आडमुठेपणाने आणि अट्टाहासाने नागर भाषेत लिहिताना येतात. सगळ्यात मोठं अपयश म्हणजे त्या वातावरणाचं चैतन्यपूर्ण ग्रामीण मन मला नागर भाषेत कथा लिहिताना पकडताच आलं नसतं. अकारण ते मन नागर भाषेत का बोलते आहे; तशी त्याच्यावर आपण कारण नसताना का सक्ती करतो आहे हा प्रश्न मला त्या वेळी पडला असता.

ग्रामीण पात्रांच्या तोंडी ग्रामीण लेखक ग्रामीण भाषाच आवर्जून संवादातून घालतो याचे कारण त्या ग्रामीण माणसाच्या लकबीच फक्त लेखकास सांगावयाच्या नसतात तर त्याला तो माणूस 'जिवंत' करावयाचा असतो. हे ढोबळ सत्य

असल्यामुळे ग्रामीण माणसाच्या तोंडी नागर भाषा घातली तर त्यातील विसंगती चटकन लक्षात येते. याच दिशेने थोडे सूक्ष्मात गेले की, आणखी काही गोष्टी उलगडू लागतात आणि त्या दिशेनेच पुढे जाऊन मी असे म्हणेन की, ग्रामीण माणूस जिवंत वाटण्यासाठी जर लेखक त्याच्या तोंडी ग्रामीण भाषेतीलच संवाद घालत असेल तर मग ग्रामीण वातावरण जिवंत करताना त्या वातावरणाने ग्रामीण भाषा का बोलू नये? उलट त्याला दुसरी भाषा बोलायला लावणे म्हणजे पार्टीच्या वेळी मोठी मोठी माणसे येतात म्हणून ग्रामीण मोलकरणीला सहावारी नेसायला लावून, स्नो पावडर करवण्यासारखा प्रकार आहे. दुर्दैव एवढेच की, ते 'सोंग' दिसू लागते.

ग्रामीण साहित्यात ग्रामीण भाषेची तरफदारी करण्यासाठी ग्रामीण साहित्यिकांनी ग्रामीण भाषाच सदैव वापरावी असे मुळीच वाटत नाही. कलात्म साहित्यात भाषेला 'माध्यम' म्हणून जे स्थान आहे ते जिथल्या तिथे राहावे; त्याला केवळ कलावस्तूबाह्य कारणांसाठी, कुणा वाचकांच्या सोयीसाठी, लाकडी साधन म्हणून वापरले जाऊ नये; एवढेच इथे सांगावयाचे आहे. 'ग्रामीण भाषेला' वेगळे स्थान मिळावे म्हणून ती भाषा वापरणे म्हणजे साहित्यनिर्मितीत राजकारण आणण्यासारखा अडाणी प्रकार होईल. केवळ एक शैली म्हणूनही वापरणे अनभिज्ञपणाचे होईल. असा अनभिज्ञपणा अनेक ग्रामीण लेखक करताना आज जाणवतात. सरधोपटपणे ग्रामीण भाषा वापरून अपयश पदरी घेतात. ग्रामीण भाषा 'भाषा' म्हणून काय आहे या विषयी मला इथे काहीच सांगावयाचे नाही. फक्त ती ग्रामीण साहित्याचे माध्यम म्हणून कोणते कार्य करीत असते हे दाखवून द्यावयाचे आहे. ग्रामीण साहित्याचे सौंदर्य त्याला वापरलेल्या स्वाभाविक ग्रामीण भाषेने अधिक वाढते असे न म्हणता, 'ग्रामीण साहित्याचे सौंदर्य त्याला वापरलेल्या स्वाभाविक माध्यमामुळे मात्र वाढते' असे मी म्हणेन.

◆

ग्रामीण साहित्यातील भाषेच्या मर्यादा आणि विकासाची दिशा

माडगूळकर-मिरासदार-पाटील यांचे लेखन ओसरत गेल्यावर ग्रामीण साहित्यात नवी पिढी ग्रामीण भाषेचा मुक्तपणे व स्वाभाविकपणे वापर करू लागली. त्यामुळे १९६५ ते ७५ च्या दशकात ग्रामीण साहित्याचे बहिरंगही बदलून गेले. आज १९७८ सालीही नवेनवे ग्रामीण लेखक ग्रामीण भाषेचा सहजपणे वापर करू लागले आहेत. ही गोष्ट अनेक दृष्टींनी स्वागतार्ह आहे. वाङ्मयाच्या इतिहासात अर्थपूर्ण आहे.

वास्तविक पाहता या लेखकांच्या ग्रामीण भाषेतील अनेक कथा अशा आहेत की, तेथे लेखकाचे शिक्षित व्यक्तिमत्त्वच निवेदकाची तटस्थ भूमिका स्वीकारून निवेदन करीत असते. अशा वेळी ग्रामीण भाषेच्या ऐवजी नागर भाषेचा माध्यम म्हणून वापर करणे योग्य असते. कारण निवेदन करणारे व्यक्तिमत्त्व शिक्षित या नात्याने प्रस्तुत असते. निवेदक या नात्यानेच त्या व्यक्तिमत्त्वाने प्रस्तुत कथेतील पात्र-प्रसंगाचा जो विचार केलेला असतो, जो त्यातून जीवनाचा अन्वयार्थ लावलेला असतो, तो त्या विशिष्ट शिक्षित व्यक्तिमत्त्वाचा एक अपरिहार्य परिपाक असतो. आणि त्यामुळेच त्याने (त्या व्यक्तिमत्त्वाने) त्या कथेचे निवेदन उघडपणे पत्करलेले असते. एका अर्थी ती ग्रामीण कथा 'त्या निवेदकाच्या मनाची कथा' असते. अशा वेळी तेथे त्या शिक्षित व्यक्तिमत्त्वाची नागर भाषा माध्यम म्हणून येणे अपरिहार्य आणि कलात्मक औचित्याला धरून होणारे असते. कारण त्या शिक्षित व्यक्तिमत्त्वाचा नागर भाषा हाही एक घटक असतो.

अशी विशिष्ट परिस्थिती एखाद्या साहित्यकृतीत असते तेव्हाही हे लेखक ग्रामीण भाषाच माध्यम म्हणून वापरत असतात. त्यामुळे कलात्मकदृष्ट्या तेथे त्या भाषेची माध्यम म्हणून अपरिहार्यता जाणवत नाही, तिचे औचित्य तिथे दिसून येत नाही.

अशावेळी शिक्षित लेखक-व्यक्तिमत्त्वाने वापरलेली ही ग्रामीण भाषा अनेक

वेळा नागर भाषेचे अंश घेऊन येते. तिच्यातील वाक्यांची रचना-पद्धती, ती भाषा पुढे सरकण्याची तिची चाल (म्हणजे तिची सरणी), तिच्यातील अलंकार वापरण्याची धाटणी क्वचित एखाद्या नागर भाषेतील वाक्याला आलेले ग्रामीण रूप इ. तिच्यात प्रतिबिंबित होतात. एकूणच शिक्षित नागर अभिरुचीचे ग्रामीण भाषेत पडलेले प्रतिबिंब आपणास जाणवू लागते आणि त्या साहित्यकृतीच्या कलात्मकतेला ढळ पोचू लागतो. त्यामुळे तिथे ग्रामीण भाषा माध्यम म्हणून वापरण्याचा सोस दिसू लागतो.

शिक्षित व्यक्तिमत्त्व ग्रामीण कथेचे तृतीयपुरुषी निवेदन करतानाच हा प्रश्न उपस्थित होतो असे नाही तर कित्येकवेळा प्रथमपुरुषी आत्माविष्काराच्या पातळीवरही हा प्रश्न उपस्थित होतो. गद्यवाङ्मयात हा प्रश्न या पातळीवर फारसा भेडसावत नाही. कारण भाषेच्या व्यावहारिक, वास्तव पातळीवरच गद्य बव्हंशी अवतरत असते. पण जेव्हा ग्रामीण कवितेत ग्रामीण भाषा माध्यम म्हणून वापरण्याचा प्रसंग येतो, तेव्हा परिस्थिती जिकिरीची होऊन बसते. गद्याच्या तुलनेने कविता जास्त आत्मनिष्ठ असते आणि ती घटित व्यवहाराच्या वा वास्तवाच्या पातळीवरून उच्च काव्यात्म पातळीवर झेपावत असते. तिच्यात व्यक्त करावयाचे अनुभव नाजूक, तरल, सहसा व्यवहारात व्यक्त न होणारे असतात. अशावेळी ग्रामीण भाषेतील प्राप्त शब्दसंपदेच्या कक्षेत राहूनच ते अनुभव व्यक्त करावे लागतात. ग्रामीण भाषेला तिचे असे एक व्याकरण असले तरी नवे ग्रामीण शब्द व्याकरणशास्त्रानुसार, भाषाशास्त्रानुसार, व्युत्पत्तिशास्त्रानुसार घडविता येणे अशक्य असते, हे ग्रामीण भाषेचे वैशिष्ट्य आहे. कारण ग्रामीण माणूस ग्रामीण भाषा बोलत असला तरी त्याला व्याकरणाचे अगर भाषाशास्त्राचे नियम जाणीवपूर्वक माहीत नसतात. ते नियम अजाणताच त्याच्याकडून पाळले जातात. तो फक्त आहे त्या शब्दसंपदेचा वापर करूनच बोलत असतो. हे नियम त्याला माहीत नसल्यामुळे व व्यवहारात त्याला नवे शब्द घडविण्याचीही पदोपदी आवश्यकता वाटत नसल्यामुळे रूढ शब्दांवरच त्याला गुजराण करावी लागते. त्यामुळे त्या ग्रामीण भाषेतील कवितेलाही प्राप्त शब्दसंपदेवरच गुजराण करावी लागते आणि तशी ती करणे कठीण जाते.

वस्तुस्थिती अशी असते की, ग्रामीण भाषा ही त्या ग्रामीण परिसरातील जीवनाची लोकभाषा असते. तशी ती असल्याने तेथील लोकजीवनाची जगण्याची जी पातळी असते त्या पातळीपर्यंत त्या ग्रामीण भाषेचा भाषिक विकास झालेला असतो. सर्वसाधारण ग्रामीण माणसास ती वापरण्यास त्यामुळे पुरेशी असते. खेड्यातील माणूस हा सर्वसाधारणपणे जगण्याच्या प्राथमिक पातळीवरच असतो. अन्न, वस्त्र, निवारा, प्राथमिक पातळीवरचा देवधर्म, प्राथमिक पातळीवरचा विचार, प्राथमिक पातळीवरच्या भावना, विकार, कल्पना इत्यादी व्यक्त करायला त्याला ती भाषा पुरेशी असते... आजवरचे भारतीय खेड्यांचे चित्र तरी हे असे आहे. अशी प्राथमिक पातळीवरची ग्रामीण

भाषा साहित्यिकाला तरल स्वरूपाचा, जटिल स्वरूपाचा, वास्तवापासून काहीशा वेगळ्या जाणिवांचा आविष्कार करायला अनेक वेळा अपुरी पडते.

कवीला अगर लेखकाला व्याकरण अगर भाषाशास्त्र वा व्युत्पत्तिशास्त्र यांच्या नियमानुसार ग्रामीण शब्द तयार करता येणे शक्य असते. उदाहरणार्थ, ग्रामीण भाषेत 'भक्त'चे 'भगत' व 'रक्त'चे 'रगत' होते; म्हणून मला जर 'सक्त ताकीद' हा शब्दप्रयोग ग्रामीण भाषेत करावयाचा झाला तर मी 'सक्त'चे 'सगत' करून वापरू शकत नाही किंवा 'नाही' चे ग्रामीण रूप 'न्हाई' असे होते; म्हणून मी 'पाही' चे 'फाई' असे रूप ग्रामीण भाषेत करून ते वापरू शकत नाही. कारण 'सक्त' व 'पाही' हे शब्दच मुळी ग्रामीण भाषेत (ग्रामीण रूपात) रूढ नाहीत आणि जो शब्द ग्रामीण भाषेत रूढ नाही, तो ग्रामीण बोलीच्या व्याकरणशास्त्रानुसार बरोबर असला तरी वापरता मात्र येत नाही. कारण तो त्या ग्रामीण भाषेत रूढ नसतो आणि ग्रामीण भाषा ही 'बोली' असल्यामुळे तो त्या बोलीत रूढ झाल्याशिवाय त्याला 'बोली'पण प्राप्त होत नसते. त्यामुळे तो शब्द ग्रामीण वाङ्मयात वापरला तरी औचित्याला धरून होत नाही.

ग्रामीण भाषा वापरणाऱ्या साहित्यिकावर हे एक मोठे बंधन येऊन पडते. नागर भाषा वापरणाऱ्या नागर साहित्यिकावर हे बंधन नसते. प्रसंगी तो संस्कृत, फारसी, उर्दू, हिंदी, इंग्रजी भाषांतून शब्दसंपदा उचलू शकतो. तिचा वापर करू शकतो. व्याकरण, भाषाशास्त्र, व्युत्पत्तिशास्त्र यांच्या साहाय्याने नवे शब्द तयार करू शकतो व वापरू शकतो. समाजात ते रूढ नसले तरी चालतात. नागर कवितेत तर हे पदोपदी प्रत्ययाला येते. म्हणजे नागर साहित्यिक अनेक वेळा शब्द तयार करून प्रथमच साहित्यात वापरतो आणि नंतर ते समाजात रूढ होऊ शकतात. निदान त्या भाषेचेच ते शब्द म्हणून वाङ्मयक्षेत्रात त्यांना मान्यता असते; किंबहुना आवश्यकतेनुसार अमुक एक कवी नवे शब्द घडवतो म्हणून त्याचे कौतुकही असते. पण ग्रामीण भाषा माध्यम म्हणून वापरताना मात्र असे करता येत नाही; तसे झाले तर औचित्यभंग होतो. म्हणजे ग्रामीण भाषेच्या बाबतीत नागर भाषेच्या तुलनेने उलटी परिस्थिती आहे. कारण ग्रामीण भाषा 'बोलावयाची' भाषा असल्यामुळे, त्या अर्थाने ती 'बोली' असल्यामुळे, ग्रामीण भाषेत शब्द प्रथम रूढ व्हावे लागतात आणि मगच ते वाङ्मयात वापरता येतात. म्हणजे रूढ झालेल्या शब्दसामग्रीच्या मर्यादेतच ग्रामीण साहित्यनिर्मिती करावी लागते आणि ही ग्रामीण भाषेला 'साहित्याचे माध्यम' म्हणून फार मोठी मर्यादा पडते.

आजपर्यंत हा प्रश्न ग्रामीण भाषेला कधीच पडला नव्हता. तिच्या अंतर्गत अनेक प्रक्रिया चालत असल्या तरी नव-शब्दांच्या निर्मितीच्या बाबतीत ती शतकानुशतके स्थिर होती. ग्रामजीवनही स्थिरच होते. चुकून कधी मोगल आले, इंग्रज आले तेव्हा थोडी हालचाल झाली आणि त्याच वेळी अतिशय अल्प प्रमाणात, अतिशय मंदगतीने काही परभाषेतील शब्दांनी ग्रामीण रूपे धारण केली. गोर, असर, मक्ता, ठेचान (स्टेशन),

कंत्राटदार इत्यादी ग्रामीण शब्द तयार झाले. पण ही प्रक्रिया समाजात झालेल्या बदलांतून व नव्याने आलेल्या वस्तूंतून झालेली आहे. साहित्यनिर्मितीची गरज म्हणून नवे ग्रामीण शब्द कधी आलेच नाहीत किंवा घडलेही नाहीत. लिखित स्वरूपात ग्रामीण साहित्य ही घटना प्रथमच ग्रामीण भाषेत, देशाच्या सांस्कृतिक इतिहासात घडत आहे. नव्या युगाने ग्रामीण भाषेला दिलेली ही महत्त्वाची आणि अपूर्व देणगी आहे...

पण ग्रामीण भाषेत नवे शब्द येण्याची वा घडण्याची प्रक्रिया फार विरळ आणि अति सावकाश, दीर्घ कालमानात का असेना पण चालते; एवढे यावरून दिसून येते. ती कोणत्या का कारणाने चालेना, पण चालते एवढे वरील विवरणावरून दिसून येते आणि मग असे जर असेल तर 'ग्रामीण भाषा, प्रमाण भाषेला वेळोवेळी भाषिक खुराक पुरवीत असते' हे भाषाशास्त्रीय सत्य उलटे होऊन प्रमाण भाषेने ग्रामीण भाषेला वेळोवेळी खुराक पुरवून आता 'ग्रामीण मनाचा आविष्कार' करायला मदत केली तर बिघडणार काय आहे? ही नवी प्रक्रिया जाणीवपूर्वक घडणे आणि घडवणे अत्यावश्यक आहे असे मला वाटते.

कारण आज ग्रामीण समाजाची पुनर्मांडणी करण्याचा, त्याला सुधारण्याचा, त्याला नागर समाजाच्या बरोबरीने आणण्याचा प्रयत्न चाललेला आहे. कधी नव्हे इतके आमूलाग्र मंथन भारतीय समाजात आणि पर्यायाने ग्रामीण समाजात होत आहे. या ग्रामीण समाजाला त्याच्या जगण्याच्या प्राथमिक पातळीवरून वर खेचण्याचा प्रयत्न चाललेला आहे. सगळे खेडेच साक्षर, शिक्षित होऊन नव्या शैलीने जगू पाहत आहे. भाषाशास्त्रीय दृष्ट्या हा समाजावर फार मोठा आघात आहे. अशा वेळी भाषेत अनेक प्रकारांनी बदल होण्याची संभाव्यता असते... ही भाषिक बदल होण्याची क्रियाच आज हे ग्रामीण लेखक साहित्याच्या द्वारा करू पाहत आहेत. म्हणून ही घटना ऐतिहासिकदृष्ट्या अर्थपूर्ण आहे असे मला वाटते.

ही प्रक्रिया माडगूळकर-मिरासदार-पाटील यांच्या पिढीच्या किंवा मनोवृत्तीच्या लेखकांच्या साहित्यात का सुरू झाली नाही? ही नंतरच्या पिढीतच का सुरू झाली? – इतिहास-क्रमातून उद्‌भवलेले हे प्रश्न आहेत. त्या क्रमानेच त्यांचा उलगडा करणे आवश्यक आहे.

ग्रामीण भाषा ही त्या प्रदेशाच्या मध्यवर्ती भाषेची उपभाषा मानली जाते. मध्यवर्ती भाषा ही प्रमाण भाषा असते. बहुतेक लेखी व्यवहार, शासनव्यवहार, शिक्षणव्यवहार, सर्व शास्त्रांचे ग्रंथ, वर्तमानपत्रे इत्यादींची भाषा ही प्रमाण भाषा असते. त्या प्रदेशातील माणूस शिक्षित झाला की प्रमाण भाषा बोलण्याचा प्रयत्न करीत असतो. आपल्याकडे प्रमाण भाषा म्हणजे 'शुद्ध' भाषा असा विपर्यास उच्चवर्णीयांनी पूर्वीपासूनच करून भाषेतसुद्धा वर्णव्यवस्था आणून घुसडली आहे. ब्राह्मणाची भाषा ती शुद्ध आणि इतरांची भाषा ती अशुद्ध असा शुद्धाशुद्धतेचा मामला भारतीय जीवनात पूर्वीपासून आहे. पण

भाषाशास्त्रीयदृष्ट्या या शुद्धाशुद्धतेला काहीही अर्थ नाही; हे भाषाशास्त्र नीटपणे जाणणाऱ्या सर्वांनाच माहीत आहे.

पण सर्वसामान्य शिकलेल्या माणसाला हे काही माहीत नसते. परंपरेचा पगडा त्याच्यावर खोलवर असतो. त्यामुळे तो ग्रामीण भाषा अशुद्ध आणि नागर किंवा प्रमाण भाषा शुद्ध असे मानूनच व्यवहार करू लागतो. अशी परिस्थिती असल्यामुळे मूळचा खेड्यात वाढलेला, ग्रामीण भाषा जन्मापासूनच बोलणारा पण नंतर शिक्षित झालेला व नोकरीसाठी शहरात आलेला माणूसही मग हळूहळू ग्रामीण भाषेचा त्याग करतो. त्याला ती भाषा बोलणे हळूहळू मनातून कमीपणाचे वाटू लागते. त्याच्या शिक्षणाचे माध्यमही ती भाषा नसते, नागर भाषा प्रमाण भाषाच असते. त्याची ग्रामीण भाषा शहरात इतर कुणी बोलतही नसते; ती तो बोलू लागला, चुकून त्याच्या तोंडात तिच्यातील शब्द, वाक्य, उच्चार आला की तथाकथित सुशिक्षित, नागर माणूस त्याला हसतो, तुच्छ लेखतो त्यामुळेही त्याला प्रमाण भाषा बोलावी लागते. त्याचा परिणाम म्हणून प्रमाण भाषेचे संस्कार त्याच्यावर खोलवर होत राहतात.

प्रमाण भाषा आणखी एका सूक्ष्म कारणासाठी त्याला बोलावी लागते. ते म्हणजे पूर्वी खेड्यात तो ज्या प्राथमिक पातळीवर जगत होता आणि ज्या प्राथमिक पातळीवर त्याला ग्रामीण भाषाव्यवहार करण्यास व स्वतःच्या भावभावना सांगण्यास पुरेशी होती, ती प्राथमिक पातळी तो शिक्षित झाल्याने मागे पडून, मनाच्या पुढच्या टप्प्यावर अधिक जाणीवपूर्वक तो जगू लागतो. अशावेळी त्या टप्प्यावरचा व्यवहार करण्यास, त्या टप्प्यावरच्या भावभावना व्यक्त करण्यास ती ग्रामीण भाषा त्याला पुरेशी वाटत नसावी, म्हणूनही तो नागर भाषेचा स्वीकार करीत असावा. पण हे कारण सूक्ष्म आहे. मनोमनीचे खरे आणि महत्त्वाचे कारण म्हणजे त्याला 'ग्रामीण' भाषेत बोलून आपण 'खेडवळ' आहोत हे दाखवायचे नसते. आपण सुसंस्कृत, नागरी जीवनवाले आहोत असे त्याला इतरांना पटवून द्यावयाचे असते. त्यामुळे तो ग्रामीण भाषेसह, ग्रामीण रीतिभाती, संस्कृती यांचाही त्याग करून प्रमाण भाषा बोलणाऱ्यांची संस्कृतीही 'प्रमाण' मानून जगू लागतो. झटपट ग्रामीण संस्कृतीचा त्याग करून मोकळा होतो आणि प्रमाण भाषा हीच आपली खरी भाषा म्हणून त्या भाषेतच बोलू-लिहू लागतो. सामाजिकदृष्ट्या हे चूक की बरोबर हे इथे सांगावयाचे नसून ग्रामीण मनाचा शिक्षित होतानाचा मानसिक प्रवास कसा चाललेला असतो या प्रक्रियेचे स्वरूप फक्त स्पष्ट करावयाचे आहे. ग्रामीण लेखक हाही या प्रक्रियेतूनच जाणारा एक असामी असतो.

या प्रक्रियेमुळे आपण शिक्षित माणूस म्हणजे नागर भाषा, प्रमाण भाषा बोलणारा माणूस असे समीकरण केलेले असते. याच भूमिकेतून आपण ग्रामीण साहित्यिकालाही शिक्षित माणूस मानलेले असते आणि त्यामुळेच त्या ग्रामीण कथेत जर ग्रामीण भाषेतच तृतीयपुरुषी निवेदन केले असेल तर तो त्या साहित्यकृतीचा कलात्मकतेच्या दृष्टीने दोष

मानतो. अशा शिक्षित असलेल्या लेखकाच्या व्यक्तिमत्त्वाने जे लेखक या नात्याने तृतीयपुरुषी निवेदन केलेले असते ते नागर भाषेत यावे अशी आपण अपेक्षा ठेवतो. या अपेक्षेला धरूनच माडगूळकर, मिरासदार, पाटील यांनी व त्यांच्या मनोवृत्तीच्या इतर लेखकांनी कमी-अधिक प्रमाणात सरळधोपट तृतीयपुरुषी निवेदनाची ग्रामीण कथेसाठी नागर भाषाच वापरली आहे. तिला ग्रामीणतेची एक सततची डूब दिलेली आहे एवढेच. आणि त्याचे आपण कौतुकही करतो. त्यांच्याप्रमाणेच नंतरच्या पिढीने ग्रामीण कथांचे लेखन करावे; कलात्मक औचित्याला आणि अपरिहार्यतेला ते धरून आहे, असेही टीकाकार सांगतात.

या पहिल्या पिढीने नकळत ग्रामीण भाषा एक शैलीचा भाग म्हणूनच वापरली आहे. संवादापुरता, निवेदनाला डूब देण्यापुरता, ग्रामीण बाज ठेवण्यापुरताच त्यांनी त्यांच्या पूर्वीच्या लेखकांच्या तुलनेने अधिक प्रमाणात तिचा वापर केला एवढेच. ग्रामीण भाषा ही ग्रामीण कथेचे माध्यम म्हणून तिच्या मूळ स्वरूपात वापरता येणारच नाही, असा त्यांना तिजविषयी नकळत अविश्वास वाटल्याने त्यांनी नागर भाषाच माध्यम म्हणून वापरली. शिवाय नागर भाषा त्यांच्या मनासमोर असलेल्या रसिक वाचकांची भाषा होती आणि हे लेखकही त्या रसिकांच्या नागर संस्कृतीचे मूळ नागरिक पण ग्रामीण कथा लिहिणारे अशी त्यांची भूमिका नकळत घडत गेलेली होती. म्हणजे नागर संस्कृतीला प्रमाण मानून, तिचा स्वीकार करूनच त्यांनी ग्रामीण कथा लिहिल्यामुळे आपोआपच त्यांच्या निवेदनाची नागर वा प्रमाण भाषा आलेली आहे. आणि त्यामुळे त्यांच्या साहित्यकृतीपुरती ती भाषा कलात्मक औचित्याला धरूनही झाली आहे. कालसापेक्षतेने विचार करता हे ठीकच झाले.

नंतरच्या पिढीचे चित्र मात्र वेगळे आहे. गेल्या दहा-बारा वर्षांत म्हणजे १९६५ ते ७५ च्या दशकाच्या आगेमागे खेड्यातील एकूण समाजाची परिस्थिती बदलून गेली आहे. पूर्वीच्या तुलनेने जिल्ह्याची ठिकाणे, तालुक्याची गावे, शहरे यांच्या आसपास जी खेडी आहेत व बागायतीची जी गावे आहेत, तिथे आज शिक्षितांची संख्या वाढत आहे. साखर कारखाने, बागायती शेती, ग्रामपंचायती, सहकारी सोसायट्या यांच्यामधून व त्यांच्यासाठी निर्माण झालेल्या व्यवस्थापकीय यंत्रणेतून बराच शिक्षितवर्ग काम करीत आहे. हा शिक्षितवर्ग मूळ ग्रामीण समाजातीलच, ग्रामीण महाविद्यालयांत शिक्षण घेऊनच तो शिक्षित झालेला आहे. या ग्रामीण महाविद्यालयांतील प्राध्यापकही बव्हंशी ग्रामीण समाजातूनच पुढे आलेले आहेत. त्यामुळे ग्रामीण समाजातील आजच्या शिक्षित पिढीची भाषा ही पुणेरी व मुंबईकडील प्रमाण वा नागर भाषेसारखी राहिलेली नाही. प्रत्यक्ष लेखी व्यवहारात ती नागर भाषेसारखी वाटत असली तरी बोलताना तिच्या शब्दांची फेक, त्यांचे उच्चार, तिच्यातील काही शब्द, तिच्यातील लकबी या ग्रामीणच राहिलेल्या आहेत. आजच्या ग्रामीण पदवीधरांचे भाषालेखन (जुन्या भाषेत 'शुद्धलेखन')

पाहिले की याची स्पष्ट कल्पना येते. प्रत्यक्ष ग्रामीण समाजातील या शिक्षित वर्गाला ग्रामीण महाविद्यालयात, ग्रामीण प्राध्यापकांनीच शिकवलेले असल्याने व नंतरही ग्रामीण समाजाशीच त्यांचा संबंध राहिल्याने ती भाषा तशी राहणे स्वाभाविक आहे. आजचे नव्या पिढीचे तरुण ग्रामीण लेखक, अशा प्रकारच्या घडणीतून तयार झालेले आहेत. त्यांच्यावर नागर वा प्रमाण भाषेचा संस्कार, नागर साहित्याचा संस्कार किंवा तदनुषंगिक इतर गोष्टींचा संस्कार बव्हंशी पुस्तकांच्याद्वारा झालेला आहे, प्रत्यक्ष कमी झालेला आहे.

असा तरुण ग्रामीण लेखक जेव्हा आरंभी उद्धृत केलेल्या प्रकारची निवेदनशील ग्रामीण कथा लिहू लागतो, तेव्हा त्याची जी ग्रामीण भाषा असेल तिच्यावर नागरभाषेचे, तिच्यातील लकबींचे, अलंकार वापरांचे संस्कार सूक्ष्मरूपात होणारच. असे जरी झाले तरी, हा वर्ग ज्या आपल्या ग्रामीण भाषेतच सर्व समाजव्यवहार करीत असतो तीच घडोघडी बोलत असतो. अशा वेळी त्याला ग्रामीण कथा ग्रामीण भाषेतच लिहिणे स्वाभाविक आणि जवळचे वाटणार. म्हणजे माडगूळकर-मिरासदार-पाटील या पहिल्या पिढीने व त्यांच्या मनोवृत्तीच्या इतर ग्रामीण लेखकांनी आपल्या साहित्याकृतींचे माध्यम म्हणून सरधोपटपणे (ग्रामीण बोली मनाने सोडून) नागर भाषा स्वीकारली तरी त्यांच्या नागर भाषेवर ग्रामीण बोलीचे संस्कार राहिले किंवा त्यांनी ते करवले आणि आजच्या ग्रामीण साहित्यिकांनी ग्रामीण भाषाच आपल्या ग्रामीण साहित्यकृतींचे माध्यम म्हणून निखळपणे स्वीकारली तरी त्यांच्या ग्रामीण भाषेवर नागर भाषेचे संस्कार राहिले किंवा त्यांनी ते करवले, असे म्हणता येईल आणि ग्रामीण साहित्याच्या संदर्भात विचार करता हे योग्यच झाले असे वाटते.

ही प्रक्रिया तशी सूक्ष्म स्वरूपाची आहे. आवश्यक तिथे प्रमाण भाषेतील शब्द, शब्दप्रयोग, भाषासरणी, उपमादी अलंकार वापरण्याची वृत्ती, ग्रामीण भाषेला न झेपणारा एखाद्या तरल अनुभवाचा आविष्कार, ग्रामीण भाषेत हे लेखक आणताना दिसतात. त्यामुळे ग्रामीण भाषेत नवे शब्द, नवे शब्दप्रयोग, अलंकार वापरण्याच्या लकबी, काव्यात्म वृत्ती व्यक्त करणारे आविष्कार येऊ लागले आहेत. एखाद्या परिसरात तेथील विशिष्ट परिस्थितीमुळे ग्रामीण भाषेत नव्याने आलेला शब्द त्या भाषेच्या साहित्यिक वापरामुळे ज्ञात होऊ लागला आहे. उदा. 'टेलिव्हीजन'ला 'टेलीइंजन' असा शब्द ग्रामीण भाषेत रूढ होऊ लागला आहे. अर्थात याचे प्रमाण विरळ आहे. येथून पुढे तर ही प्रक्रिया अधिक प्रमाणात सुरू होईल असे वाटते. त्यामुळे ग्रामीण भाषेचा ग्रामीण साहित्याचे माध्यम या नात्याने विकास होणार आहे आणि ते अधिक प्रभावी माध्यम म्हणून वापरलेही जाण्याची शक्यता आहे. कारण ग्रामीण जीवन सतत बदलते आहे. ही ग्रामीण मने केवळ जगण्याच्या प्राथमिक पातळीवरून थोड्या वरच्या पातळीवर येऊ पाहत आहेत. या पातळीवरचा मनाचा आविष्कार हा प्राथमिक पातळी

व्यक्त करत राहिलेल्या ग्रामीण भाषेला झेपणे कठीण जाणे स्वाभविक आहे. अशा वेळी त्या बदलत्या मनाच्या आविष्काराला तोलणारी ही बदलती ग्रामीण भाषाच उपयुक्त ठरेल. ग्रामीण भागातील शिक्षित वाङ्मयीन व्यक्तिमत्त्वाची तीच भाषा होऊन राहील.

मात्र अशा रीतीने ग्रामीण भाषेवर नागर भाषेचे संस्कार सूक्ष्मतः करत राहणे व त्याद्वारा ग्रामीण भाषेचा 'माध्यम' या नात्याने विकास करणे तसे जोखमीचे कार्य आहे. ते मोठ्या जबाबदारीने करणे आवश्यक आहे. एक तर हा विकास साधताना आपण 'ग्रामीण भाषेचा विकास' साधत आहोत याचे भान ठेवणे आवश्यक आहे. त्यामुळे ग्रामीण भाषेत मुरून जातील असेच नागर भाषेतील शब्द, शब्दरूपे, शब्दप्रयोग, वाक्यरचना आणणे औचित्याला धरून होईल. त्यांचा अतिरेक झाला तर ग्रामीण भाषेचाच पोत नि कस बिघडण्याची आणि कमी होण्याची शक्यता जास्त आहे.

माध्यम म्हणून आपल्या भाषेचा विकास ही साहित्यिकांपुरती एक निकडीची गरज असते. या विकासाचा संबंध त्याच्या निर्मितीशी असतो. एखादा भाव, कल्पना, विचार, भावावस्था व्यक्त करण्यासाठी जेव्हा ग्रामीण भाषा अपुरी पडते तेव्हाच अशा प्रकारच्या विकासाचा संबंध येतो. केवळ भाषेचा विकास करणे, अशी सामाजिक भूमिका त्याची नसते. अर्थात साहित्यिकाची ही भूमिका अंतिमतः त्याचे निर्मितीचे कार्य संपल्यावर सामाजिक दृष्ट्या भाषिक विकासही साधत असतेच हा भाग वेगळा. कारण निर्मितीसाठी त्याने जेव्हा भाषिक विकास साधलेला असतो, जी नवी भाषिक रचना केलेली असते ती निर्मितिकार्यानंतर स्वतंत्रपणे वापरण्याची समाजाला मोकळीक असतेच. तशी ती रचना, तो समाज वापरू लागला तर तेथे अंतिमतः भाषिक विकासच साधला जाणार, हे उघड आहे.

ग्रामीण साहित्यिकांच्या पहिल्या पिढीने ग्रामीण भाषेच्या विकासाला असा काही हातभार लावल्याचे जाणवत नाही. या समस्येला डावलूनच त्यांनी मुळी साहित्यनिर्मिती केली, पण नंतरच्या पिढीने मात्र भाषिक माध्यम म्हणून ग्रामीण भाषेच्या विकासाला हातभार लावला असे म्हणावे लागते. पण या विकसनशीलतेची ही प्रारंभावस्था आहे. या अवस्थेत त्या त्या ग्रामप्रदेशांच्या ग्रामीण भाषा तर सलग सणंगाप्रमाणे आपल्या जिवंततेच्या खुणानिशी ग्रंथबद्ध होणारच आहेत पण त्यांच्या या क्रियांमुळे त्यांना नवचैतन्य प्राप्त होऊन नवे बळ मिळत जाणार आहे. काही काळानंतर त्या स्वयंविकासी होतील. मोठमोठ्या कलाकृती त्यांच्याद्वारा आविष्कृत होण्याची त्यासाठी गरज आहे. पण त्यासाठी ग्रामीण लेखकांजवळ आपल्या निकोप ग्रामीणतेविषयीचा आत्मविश्वास असला पाहिजे, ग्रामीण भाषेकडे 'अडाण्याची भाषा' अशा बाळबोध वृत्तीने न पाहता आपल्या अनुभवविश्वाचे एकमेव प्रभावी आविष्कार-माध्यम म्हणून त्याला पाहता आले पाहिजे. त्यासाठी व्याकरण, भाषाशास्त्र,

व्युत्पत्तिशास्त्र यांचाही त्याने डोळसपणे अभ्यास केला पाहिजे. आज जगाच्या पाठीवर प्रगत युरोपीय व रशियासारख्या देशांतून 'बोली'भाषांचा सांभाळ जिव्हाळ्याने, अभिमानाने, सांस्कृतिक संचित या नात्याने केला जातो आहे, हे त्याने विसरता कामा नये. म्हणूनच मराठी वाङ्मयाच्या इतिहासात ग्रामीण भाषाच ग्रामीण साहित्याचे माध्यम म्हणून वापरली जाते आहे ही अर्थपूर्ण घटना आहे.

ग्रामीण साहित्याच्या बाबतीत आणि माध्यम म्हणून वापरल्या जाणाऱ्या ग्रामीण भाषेच्या बाबतीत एक शंका नेहमी घेतली जाते की, भविष्यकालीन काही वर्षांत खेडीही सुधारून शहरांची उपनगरेच होतील. तेव्हा तेथील ग्रामीण जीवन नष्ट होईल आणि ग्रामीण भाषाही नष्ट होईल. असे असेल तर ग्रामीण साहित्याला आणि ग्रामीण भाषेला भवितव्य आहे काय?

हा प्रश्न फसवा आहे. एक तर हा प्रश्न ग्रामीण साहित्यिकांच्या पहिल्या पिढीवर झालेल्या प्रक्रियेवर आधारित आहे. तसाच तो शहरकेंद्री मनोवृत्तीतून निर्माण झालेला आहे. म्हणजे असे की, ग्रामीण साहित्यिकांची पिढी जेव्हा शिक्षित होऊन शहरात येते तेव्हा तिची ग्रामीण भाषा बोलण्यातून नाहीशी होते. हे साहित्यिक नागर भाषाच बोलू लागतात. असे असेल तर हळूहळू खेड्यातील माणूस शिक्षित झाल्यावर नागर भाषाच बोलू लागेल व त्या ओघात एकूणच ग्रामीण भाषा नष्ट होऊन जाईल, असा हा तर्क आहे.

पण प्रस्तुत लेखातच आपण पाहिले की, ग्रामीण जीवनात गेल्या दहा-बारा वर्षांत (१९६५ ते ७५) एक वेगळी प्रतिक्रिया सुरू झालेली आहे. ग्रामीण माणूस शिक्षित झाल्यावर नोकरीसाठी शहरात येईल व नागर भाषाच बोलेल असे समजणे आता बरोबर ठरणार नाही. तो ग्रामीण भागातच शिक्षित होऊन ग्रामीण जीवनातच राहतो आहे. त्यामुळे नागर भाषेचे सूक्ष्म संस्कार जरी त्याच्या ग्रामीण भाषेवर झाले तरी त्याची जन्मजात ग्रामीण भाषा व त्याचा जन्मजात ग्रामवास सुटणार नाही. या प्रक्रियेतून उलट ग्रामीण भाषा समृद्धच होत जाणार आहे; हे आपण पाहिले. अर्थात तिच्यात अंतर्गत परिवर्तने होत जाणे शक्य आहे आणि ती भाषाशास्त्रीय दृष्ट्या सततच होत असतात. आजची ग्रामीण भाषा ही उद्याची ग्रामीण भाषा असणार नाही. किंबहुना कोणतीही आजची भाषा ही उद्याची भाषा असू शकणार नाही. यादवकालीन, शिवकालीन, पेशवेकालीन, अव्वल इंग्रजी कारकिर्दीतील आणि वर्तमानकालीन मराठी भाषा यांत कितीतरी फरक पडत गेला आहे. भाषा ही प्रवाहीच असते. ग्रामीण भाषा हीही तशीच असणार. तेव्हा तिच्या भवितव्याविषयी चिंता करण्याचे वास्तविक काही कारण दिसत नाही.

ग्रामीण जीवनही नष्ट होईल असे म्हणणे वरीलप्रमाणेच भ्रामक आहे. उद्योगप्रधान शहरे ही स्वतंत्र बेटे असतात. उद्योगधंदे, प्रचंड कारखाने, शासनव्यवहाराची कार्यालये,

व्यापार, शिक्षण-व्यवहार यांची ती केंद्रे असतात. तेथे रोज प्रचंड उलाढाली होत असतात. माणूस सतत वेळ आणि काम यांच्याशी बांधला गेलेला असतो आणि त्यावर आधारित तेथील जीवनशैली तयार झालेली असते – खेडी सुधारली, शहरांसारखी नीटनेटकी दिसू लागली, तेथे रेडिओ-ट्रान्झिस्टर, मोटार-सायकली गेल्या, ती शहरांना रस्त्यांनी जोडली गेली तरी ती कृषिप्रधानच राहणार आहेत. तिथे प्रचंड उद्योगधंदे, भव्य कारखाने, शासनाची मोक्याची केंद्रे, विविध शिक्षण केंद्रे इत्यादी शहरी जीवन नियंत्रित करणाऱ्या व त्याची एक शैली (रीत) घालून देणाऱ्या गोष्टी जाऊ शकणार नाहीत. ती खेडी फार तर आजच्या बागायती खेड्यांसारखी होतील. तेथील निसर्ग, शेती, अंग-मेहनतीची कामे, माणसांचा लहानसा समाज राहणारच. फार तर ग्रामीण जीवनात परिवर्तने होतील. पण ग्रामीण जीवन म्हणजे नागर जीवनाचा एक छोटा नमुना असे मात्र होणे शक्य नाही. ते तर्कदुष्टही आहे. त्यामुळे ग्रामीण साहित्यात दिसून येणारी आजकालची जीवनपद्धती, समजुती व एकूण सामाजिक परिस्थिती यातील ताणतणाव हे असणारच आणि ग्रामीण साहित्यात ते येतच राहणार.

तेव्हा ग्रामीण साहित्यात संभाव्य परिवर्तने आहेत हे मान्य केले तरी त्यामुळे ग्रामीण साहित्य व ग्रामीण भाषाच नष्ट होणार आहे असे म्हणणे बरोबर होणार नाही.

— आणि कोणत्याही साहित्याचे मूल्य हे त्या साहित्यातील जीवन, त्या साहित्यातील भाषा प्रत्यक्ष अस्तित्वात आहे की नाही यावर अवलंबून नसून, त्या साहित्यातून त्या भाषेच्या द्वारा जो एकूण मानवी मनाचा पट उलगडलेला असतो, जी त्या मनाची मूलभूत स्पंदने तिथे आविष्कृत झालेली असतात यांवर असते. पौराणिक, ऐतिहासिक कादंबऱ्या वाचताना, संस्कृत साहित्य वाचताना, जुने मराठी काव्य, बखरी अनुभवताना तदंतर्गत जीवन व भाषा, वर्तमानात अस्तित्वात नसते. वर्तमान समाजातून ती नाहीशी होऊन भूतकालात कधीच जमा झालेली असते; म्हणून का त्या साहित्याचे श्रेष्ठपण आणि मोल कमी होणार आहे? त्याचप्रमाणे आजची ग्रामीण भाषा येणाऱ्या अनेक शतकांच्या काळात हळूहळू बदलत गेली तरी आज जे ग्रामीण भाषेत ग्रामीण साहित्य निर्माण झाले आहे व होत आहे त्याचे मोल आणि महत्त्व केवळ त्या भाषेचे स्वरूप बदलल्याने मुळीच कमी होणार नाही. उलट नंतरच्या भविष्याच्या काळात तो 'एक भूतकालीन निरनिराळ्या प्रादेशिक ग्रामीण बोलींचा सापडणारा पहिलाच निखळ नमुना' या नात्याने सांस्कृतिक ठेवा म्हणून महत्त्व पावणार आहे.

◆

शंकर पाटील, त्यांची पिढी आणि त्यांची कथानिर्मिती

– एक मुलाखत –

आनंद यादव : आपण जाणीवपूर्वक कथालेखन करणारे ग्रामीण साहित्यिकांच्या स्वातंत्र्योत्तर पहिल्या पिढीचे प्रतिष्ठित साहित्यिक आहात. म्हणून आपल्याच तोंडून आपल्या पिढीविषयीचे आपले काही विचार जाणकार मराठी रसिकवाचकांना उपलब्ध करून द्यावेत आणि आपली कथानिर्मितीची प्रक्रियाही समजून घ्यावी म्हणून मी आपली मुलाखत घेण्यासाठी आलो आहे. तेव्हा या संदर्भात आपणांस काही प्रश्न विचारावेत म्हणतो.

शंकर पाटील : विचारा ना.

यादव : तुमचे बालपण कुठे गेले? तुमच्या लहानपणीच्या तुम्हाला काही आठवणी आहेत का?

पाटील : माझे लहानपण तुमच्या कागलजवळच्या पट्टणकोडोलीतच गेले आहे. पण तिथे मी लहानपणी फक्त चार-पाच वर्षेच होतो. या चार-पाच वर्षांतील आठवणी मात्र चांगल्या आहेत. अनेक घटना, प्रसंग, व्यक्ती मला तीव्रतेने आठवतात. आईला मी तीन-चार वर्षांपर्यंत पीत होतो; तेही मला आठवते. मुलांना शिकविण्याची हौस माझ्या वडिलांना मोठी होती. आम्ही चार जण भाऊ, चार जण बहिणी; त्यातला मी शेवटचा. आम्ही मुलांनी शिकावे म्हणून वडिलांनी कोल्हापुरास बिऱ्हाड केले होते. मोठ्या दोन भावांच्या शिक्षणाच्या वेळची ही गोष्ट आहे. माझ्या वडिलांचे आदराचे स्थान असलेले व आमच्याच समाजातले, कोल्हापूर इलाख्यातील त्यावेळचे सर्वोच्च न्यायाधीश रावसाहेब चौगुले यांच्यापासून मनोमन माझ्या वडिलांनी शिक्षणाची प्रेरणा घेतली. शिक्षणामुळे माणसे अशी उच्चपदाला जाऊ शकतात याची जाणीव त्यांना झाली होती. तसे माझे वडील कर्तबगार होते. त्यांनी आपल्या वडिलांची कर्जे फेडली नि स्वत:

छोटे सावकार झाले. गोरगरिबांना कर्जे दिली आणि ती त्यांनाच चाकरीला ठेवून फेडून घेतली.

पुढे वडील वारल्यानंतर माझे दुसऱ्या क्रमांकाचे वडीलबंधू तारदाळला बदली-पाटील म्हणून गेले. तिथेच आम्ही गेलो. तिथे माझे चौथीपर्यंतचे शिक्षण झाले. दिवाणी कचेरीत असलेले सर्वांत मोठे बंधू त्यावेळी बदली होऊन गडहिंग्लजला गेलेले होते. त्यांच्याकडे मी इंग्रजी पहिलीपासून (म्हणजे आताच्या मराठी पाचवीपासून) शिक्षण घेण्यासाठी गेलो. गडहिंग्लजला तीन वर्षे शिक्षण घेतले. त्यानंतर तीन नंबरच्या बंधूंकडे मी कोल्हापुरास शिक्षणासाठी आलो. माझे हे बंधू त्यावेळेस कोल्हापुरास नोकरी करत होते. त्यानंतर मात्र मी कोल्हापुरातच शिक्षण पूर्ण होईपर्यंत राहिलो. पुढे काही काळ आमची आर्थिक ओढाताण फार झाली. मात्र मराठी चौथीपर्यंतचा माझा काळ अतिशय सुबत्तेचा गेला. घरात ऊस, गूळ, दूध, शिरा, आंबे, खाणे पिणे, गडीमाणसे यांची चंगळ असे. आमची त्या वेळी शाळा सकाळ-दुपारची असे. त्यामुळे मी सकाळी सातलाच शाळेला जाई. पण म्हशींच्या धारा काढल्या की गडी मला दूध प्यायला नेण्यासाठी शाळेत येई. त्याच्या खांद्यावर बसून मी घरी जाई नि पुन्हा दूध पिऊन परत त्याच्या खांद्यावर बसून शाळेत येई. नेहमी आम्हाला गडीच शाळेत पोचता करीत असे.

मी लहान असतानाच माझे वडील वारले. बहुतेक मी तीन-चार वर्षांचा असेन, पण त्यावेळच्या सगळ्या आठवणी माझ्यासमोर तीव्र आहेत.

यादव : तुमच्या साहित्यावर कोडोली, तारदाळ, गडहिंग्लज यापैकी कोणत्या गावातील संस्कारांचा, अनुभवांचा, आठवणींचा परिणाम जास्त आहे?

पाटील : तारदाळ आणि कोडोली या गावचे वातावरण माझ्या साहित्यात विशेष आहे. त्यातल्या त्यात तारदाळचा वाटा अधिक आहे. बालमित्र सारे तारदाळचे आहेत. माझ्यातील लेखकाचे बहुतेक सेटिंग म्हणा, नंदनवन म्हणा तारदाळचेच विशेष आहे. माझे जे बंधू तारदाळला पाटीलकीवर गेले ते पळावू गाडीचे हौशी होते. गाड्यांच्या शर्यतीचे वर्णन माझ्या कथांतून त्या वेळी पाहिलेल्या घटनांतूनच आलेले आहे किंवा 'आभाळ'सारख्या कथांमधून तंबाखू भिजेल म्हणून होणाऱ्या मानसिक आंदोलनाचे केलेले चित्रण माझ्या वडील बंधूंच्या जीवनात घडलेल्या घटनेवरूनच सुचलेले आहे.

यादव : तुम्हाला कधीपासून लेखनाचा नाद लागला? प्राथमिक शाळेत तुम्ही काही लेखन केल्याचे आठवते का?

पाटील : प्राथमिक शाळेत लेखनाचा नाद असा नव्हता, पण तिकडे कल मात्र होता. आता या काळात लिहिण्याचेच म्हणत असाल तर 'सावकाराच्या कर्जाची'

एक गोष्ट लिहिल्याचे आठवते. मोठ्या बंधूंनीही एकदा मी काहीतरी लिहिल्यावर कौतुक केल्याचे आठवते.

यादव : वाचनाचा नाद वगैरे?

पाटील : हो! तो मात्र खूप होता. मराठी चौथीच्या परीक्षेत माझा प्रथम क्रमांक आल्यावर 'गड आला पण सिंह गेला' ही कादंबरी मला बक्षीस मिळाली होती. त्यामुळे ती वाचावी लागली. तेथून पुढे मात्र मला वाचनाचा नाद लागला. मी सतत वाचतच गेलो. तारदाळला असताना दिवाकरांच्या नाट्यछटा वाचल्याचे आठवते. कारण बंधूंच्या घरी पुस्तके होती. तसेच आमच्या त्या घरी 'किर्लोस्कर', 'स्त्री' ही मासिकेही येत होती. बंधूंना कलांची आवड होती. ते नाटके बसवीत असत. त्यांच्या या छंदाचा माझ्यावर कुठेतरी परिणाम झाला असावा.

यादव : आणि हायस्कूलमध्ये गेल्यावर कुणाकुणाचा परिणाम झाला.

पाटील : हायस्कूलमध्ये गेल्यावर पुष्कळ वाचन केले. ना. सी. फडके यांच्या पुष्कळ कथा-कादंबऱ्या वाचल्या. इतर प्रमुख लेखक याच काळात वाचले. डिबेटिंग युनियनमध्ये मी त्या काळात भाग घेत असे. इतरांचे उतारे देऊन मी भाषणे करीत असे. पण एक गोष्ट सांगण्यासारखी आहे ती आताच सांगून ठेवतो. त्या काळातही मला नाथमाधव आणि डॉ. केतकर यांच्या कादंबऱ्या आवडल्या नाहीत. यावरून तुम्हाला कल्पना येईल की, तेव्हापासूनच माझी कलाविषयक जाणीव कळतनकळत घडली जात होती. उपशिक्षण संचालक म्हणून आता निवृत्त झालेले के. बी. महाडिक मला त्यावेळी हायस्कूलला मराठीचे शिक्षक होते. माझी साहित्याची आवड त्यांच्या लक्षात आली होती आणि साहित्यवाचनाच्या बाबतीत त्यांचे मला प्रोत्साहन मिळत गेले. पाटणकर हायस्कूलचे मुख्याध्यापक पोळ यांनाही माझ्या धडपडीबद्दल, वाचनाबद्दल प्रेम नि आस्था वाटत होती. म्हणून त्यांनी मला वाचण्यासाठी काही निवडक पुस्तके दिली. त्यांचेही मी वाचन केले. हायस्कूलमध्ये असतानाच मी एक कादंबरी लिहिण्याचा प्रयत्न करून सोडून दिला होता पण ती काय तशी कादंबरी नव्हती. पण तुमच्या हे लक्षात येईल की, साहित्याच्या प्रतिसृष्टीत रमण्याचे वेड मला तेव्हापासूनच होते.

यादव : ना. सी. फडके तुम्ही मोठ्या आवडीने वाचले म्हणता, आजही ते तुम्हाला आवडतात काय?

पाटील : नाही. हायस्कूलमध्ये प्रथम आवडले. पुढे आवडेनात असे झाले. फडके आपल्या लेखनात जीवनाच्या जवळजवळ जिथे गेले त्या कादंबऱ्याच मला विशेष आवडल्या. 'आशा', 'प्रवासी' यासारख्या ध्येयवादी नायकांच्या राजकीय चळवळीची पार्श्वभूमी असलेल्या कादंबऱ्या त्यावेळचे माझे वय आणि तो चळवळीचा काळ लक्षात घेता मला विशेष आवडल्याचे आठवते.

यादव : साहित्याच्या संदर्भात आपले कॉलेजमधील दिवस कसे काय गेले?

पाटील : कॉलेजात गेल्यावर माझे क्षेत्रच बदलून गेले. कॉलेजात येईपर्यंत माझी आस्वादकाचीच भूमिका होती. माझा हा काळ पूर्वतयारीचा होता. ज्यु. बी. ए. मध्ये गेल्यावर प्रल्हाद वडेर भेटले. वडेरांचे कॉलेजबाहेरचे मित्र आणि एक जाणकार वाचक श्री. जायदे भेटले. रणजित देसाई हा तर माझा वर्गमित्र होता. तो कॉलेजमध्ये असतानाच लिहीत होता. त्यावेळी आम्ही दोघे जे जे वाचत होतो त्यावर खूप चर्चा करीत होतो. त्या काळात आमच्या वाचनात 'सत्यकथा' मासिक येत असे. त्यातील साहित्यावर आम्ही खूपच चर्चा करीत असू. त्यातूनच पुढे मी कॉलेजमधून बाहेर पडल्यावर त्यावेळी कोल्हापुरासच असलेल्या विजया राजाध्यक्ष, बी. टी. साठी आलेले पुरुषोत्तम पाटील यांचा स्नेह झाला. रणजित त्यावेळीही भेटत असे. आम्ही सगळे मिळून जवळजवळ रोज साहित्यावरच चर्चा करण्यात रंगून जात असू. याच काळात मला फिरण्याचा नाद मोठ्या प्रमाणात लागला.

माझी पहिली कथा १९४९ मध्ये 'वसंत' मासिकातून आल्याचे आठवते. नंतर 'स्त्री'मधून 'हंबीर' ही कथा त्याच वर्षी आली.

यादव : या काळात आपण कोणत्या मासिकांचे विशेष वाचन केले?

पाटील : 'सत्यकथा', 'अभिरुचि' ही प्रमुख वाङ्मयीन नियतकालिके माझ्या वाचनात होती.

यादव : या काळात तुमच्यावर कोणत्या विशिष्ट ग्रामीण लेखकांच्या साहित्याचा परिणाम होता?

पाटील : आरंभीच्या काळात ठोकळ-दिघे यांचा काहीसा परिणाम माझ्यावर होता. विशेषत: त्यांच्या साहित्यातील रोमँटिक वृत्तीचा परिणाम आरंभीच्या माझ्या कथालेखनावर काही प्रमाणात जाणवतो. पुढे लेखकांच्या परिणामांपेक्षा काही नियतकालिकांच्या वाचनाचा परिणाम माझ्यावर विशेष झाला. 'सत्यकथा', 'अभिरुचि', 'साहित्य' यांचे वाचन (खऱ्या अर्थाने त्यांचे अध्ययन) या काळात मी विशेष करीत असे. माझे मित्र रणजित देसाई, प्रल्हाद वडेर, व. ह. पिटके आदींच्या बरोबर या नियतकालिकांतून आलेल्या कथांवर चर्चा करीत असे. विशेषत: 'सत्यकथा' त्या वेळी आम्हाला अतिशय प्रिय होते. त्यावेळची 'सत्यकथे'ची प्रतिमा वेगळी आणि प्रभावी होती. या चर्चांचा उपयोग पुढे मला कथालेखनात पुष्कळ झाला. मी १९५० ला बी.ए. झालो आणि मला कथालेखनाला भरपूर उसंत मिळाली आणि त्यानंतर 'सत्यकथे'तूनच लिहू लागलो.

यादव : एक लेखक म्हणून रणजित देसाईंबद्दल तुम्हाला काय वाटते?

पाटील : त्यावेळीही रणजितला कथेतले आणि कलेतले चांगले-वाईट कळत होते. त्याच्यामध्ये 'क्रिटिकल फॅकल्टी' मला जाणवली नसली तरी त्याला 'फॉर्मचा

सेन्स', कलात्मकतेची जाण मुळातच होती. त्याने विद्यार्थिदशेतच शरच्चंद्र, टागोर, टॉलस्टॉय यांचे साहित्य वाचले होते. या लेखकांच्या साहित्यातील आशयाच्या भव्यतेचा त्याच्यावर परिणाम झाला होता. त्याच्या आरंभीच्या काळातील ग्रामीण कथा या कलात्मकतेच्या दृष्टीने चांगल्या होत्या. त्याच्या 'गळछडी', 'गोष्ट', 'पूर', 'सौदा', 'चाकोरी', 'वाळवण' इत्यादी कलादृष्ट्या लक्षणीय कथा आहेत.

यादव : तुम्ही म्हणता हे खरे असले तरी 'रूपमहल'मधील त्यांच्या कथा मला काहीशा 'मेलोड्रॅमॅटिक' वाटल्या.

पाटील : तुम्ही म्हणता ते खरे आहे. रणजित हा बराचसा आरंभीच्या काळामध्ये रोमँटिक वृत्तीने कथा लिहीत होता. त्या कथांत पुष्कळ वेळा भावविवशता येत असे. पण हे असूनसुद्धा त्याच्या नंतरच्या कथांतील कलात्मकता आणि 'फॉर्मचा सेन्स' कौतुकास्पद होता.

यादव : मग असे असेल तर रणजित देसाई हे नंतरच्या काळात; म्हणजे तुम्ही तिघेही लिहीत होता त्या काळात प्रभावीपणे कथालेखन का करू शकले नाहीत?

पाटील : याला कारण असे असावे, की रणजितला 'मास-अपील'चे आकर्षण होते. कलात्मकतेच्याच पातळीवर राहून कथालेखन करणाऱ्या साहित्यिकांचा वाचकवर्गही मर्यादितच असतो. कारण असे लेखन करणारे लेखक जसे थोडे असतात तसे त्या लेखनाचा कलात्मकतेने आस्वाद घेणारे रसिक वाचकही मर्यादित असतात. त्यामुळे रणजितला कथांतील कलात्मकतेने खिळवून ठेवण्यापेक्षा 'पॉप्युलर रायटिंग'ने आकृष्ट करून घेतले असावे. नंतर तो तशाच प्रकारचे लोकप्रियता मिळवून देणारे लेखन करू लागला असावा. त्यामुळे कलात्मक सौंदर्याने नटलेल्या कथांचे लेखन त्याच्याकडून होऊ शकले नसावे. तरीही मला असे वाटते की, रणजितच्या आरंभीच्या काळातील काही कथा आपण नीटपणे वाचल्या तर आपल्या निश्चितपणे असे लक्षात येईल की, माडगूळकर, मिरासदार, पाटील यांच्याहूनही रणजितची कथा अधिक रूपवादी होती, किंबहुना मराठी कथासाहित्यात 'रूपा'ची उत्तम जाण असणारी प्रथम रणजितचीच कथा होती.

यादव : आता ज्या तुम्ही पहिल्या पिढीच्या बिनीच्या लेखकांची नावे सांगितली, त्या पिढीने केलेल्या लेखनात तुम्ही स्वत: कोणते वेगळे प्रयोग केले? तुमची कथा इतरांपेक्षा कुठे वेगळी पडते असे तुम्हास वाटते?

पाटील : मला वाटते, माझ्या कथांचे निवेदन हे वेगळ्या प्रकारचे आहे. हे अभ्यासण्यासारखे आहे. गंगाधर गाडगीळ यांनी मराठी कथेला नवी जाणीव दिली होती ती महत्त्वाची होती. गाडगीळांनी माझ्याविषयी त्यावेळी असे म्हटले आहे की, 'He is endowed with the gift of psychological treatment to his characters.' माझ्या बहुसंख्य कथांतील व्यक्तिमनांची मी जी मानसशास्त्रीयदृष्ट्या

हाताळणी केली आहे, तिथे माझी कथा इतरांहून वेगळी पडते असे मला वाटते. या दृष्टीने माझ्या अनेक कथा पाहण्यासारख्या आहेत. माझ्या 'भान' या कथेमध्ये हे स्पष्ट दिसून येईल. ती एका खुनाची कथा आहे. पण त्या कथेत कोण, कुणाचा आणि कशासाठी खून करतो हे सांगितले गेले नाही. किंबहुना त्याला महत्त्वच दिले गेले नाही. खून करणाऱ्या माणसाची विलक्षण मानसिक अवस्था कशी बेभानतेने, भयाने, आवेगाने, घाईने प्रेरित झालेली असते एवढेच मी या कथेत दाखविण्याचा प्रयत्न केला आहे. माझ्या दृष्टीने एकूण मराठी कथेत आणि पर्यायाने ग्रामीण कथेतही तिला वेगळे स्थान आहे. तिच्यात घटनांची रचना नाही, पात्रांची नावे नाहीत, कशासाठी खून केला याची कारणे सांगितली नाहीत. जिज्ञासावर्धक आरंभ, नीरगाठ, उकल, परिणामकारक शेवट असे काही नाही. फक्त खून करणाऱ्या मनाची विलक्षण भावस्थिती रेखाटणे एवढेच तिला महत्त्वाचे वाटले आहे. त्या दृष्टीने तिला ऐतिहासिक महत्त्व आहे. आमच्या नि आमच्या पूर्वीच्या पिढीच्या कोणत्याही ग्रामीण कथालेखकाने हे केले नाही. त्यांच्या कथा घटनांमध्ये, घटनांच्या कारणांमध्ये, पात्रांच्या बाह्यवर्णनामध्ये रमतात असे दिसून येईल. अशा प्रकारच्या माझ्या पुष्कळ कथा आहेत, 'वळीव', 'ऊन', 'निचरा', 'पात', 'पानगळ', 'घालमेल', 'भार', 'सारवण', 'भुजंग' इत्यादी कथा तुम्ही त्या दृष्टीने वाचून पाहिल्या तर तुमच्या चटकन लक्षात येईल की, या कथांतील घटना महत्त्वाच्या नसून त्या कथांतील व्यक्तिमनांची आंदोलने घटनांतील बाह्य प्रतिक्रियांमुळे कशी होतात याचेच रेखाटन माझ्या कथांत आहे आणि इथे मी इतरांहून वेगळा आहे असे मला वाटते.

यादव : याशिवाय आणखी काही प्रयोग आपण केले काय?

पाटील : माझ्या कथांतून निसर्गाचा वापर मी जाणीवपूर्वक केला आहे. एखाद्या पात्राची मानसिक अवस्था बाहेरच्या निसर्गाच्या द्वारा मी प्रकट केलेली आहे. माझ्या 'पात', 'ऊन' या कथांतून तुम्हाला तसं जाणवेल. 'वळीव', 'आभाळ' यांसारख्या कथांतून प्रत्यक्ष निसर्गच व्यक्तीच्या मनातील आंदोलने बदलवण्याला कारणीभूत होतो असे तुम्हाला जाणवेल. अशा कथांतून निसर्ग वजा केला तर कथेचा सगळा आत्माच नाहीसा झाल्यासारखा तुम्हाला दिसेल. 'कुस्ती'सारख्या कथेत एका अर्थी सर्व निसर्गच आहे आणि त्यातून 'कुस्ती'चे सर्व वातावरण उभे करण्याचा प्रयत्न केला आहे. 'निचरा', 'भूल' या कथांत निसर्गाचा जो मी वैशिष्ट्यपूर्ण वापर केला आहे, त्या दृष्टीने त्या कथा पाहण्यासारख्या आहेत. इथंही माझी कथा इतरांच्या कथेपेक्षा वेगळी आहे.

यादव : हा तुमचा विकास नंतरच्या काळातील आहे ना?

पाटील : हो. आरंभीच्या काळात माझ्यावर माडगूळकरांचाही काही प्रमाणात

परिणाम झाला होता. 'जुगळ्या काका', 'शारी' ही माझी व्यक्तिचित्रे मी व्यंकटेश माडगूळकरांच्या काहीशा अनुकरणातून लिहिली आहेत पण नंतर माझ्या असे लक्षात आले की, माडगूळकरांची व्यक्तिचित्रे एकपदरी आहेत. ते पात्रांच्या बाह्य हालचालीत विशेष रमतात. त्यांची रेखाटनपद्धती सरळठोस आहे. त्यांच्या व्यक्तिचित्रांच्याबाबत हे मी बोलतो आहे. एकपदरी रेखाटन करून शेवटी एक घणाघाती प्रसंग परिणामकारकतेने ते योजतात. व्यक्तींच्या मनातील पहिला तळ त्यांनी कधी तपासलाच नाही, असे मला वाटते. त्यांच्या साहित्यात घटनांना महत्त्व येते.

यादव : बरोबर आहे आणि तुमच्या कथांमध्ये घटनांना कमी महत्त्व असते किंवा त्या घटना म्हणून साध्या, सरळ असतात.

पाटील : हो. मला घटना कधीच महत्त्वाच्या वाटल्या नाहीत. मी छोट्या छोट्या घटनांमधून अडकलेले मानवी मन आणि भावना उकलून दाखविण्याचा प्रयत्न केला आहे. आणि मला वाटते, माझी कथा इतरांहून इथेच वेगळी आहे.

यादव : हा तुमचा वाङ्मयीनदृष्ट्या मनोविकास तुम्ही पुण्यात आल्यावर (१९५७ साली) झाला काय? कारण इथे लेखकांचे अड्डे खूप असतात. त्यांच्यातून उठता-बसताना, चर्चा करताना ही जाण तुम्हाला आली काय?

पाटील : नाही. मी कोल्हापुरात असतानाच माझा हा मनोविकास झाला आहे. हां! कोल्हापुरात मात्र प्रल्हाद वडेर, जायदे, रणजित देसाई, विजया राजाध्यक्ष, व. ह. पिटके, पुरुषोत्तम पाटील, मी, असे आम्ही पुष्कळवेळा एकत्र येत असू आणि कळतनकळत वाचलेल्या साहित्यावर चर्चा करत असू. त्याचा परिणाम माझ्यावर झाला असावा.

यादव : मगाचा धागा मी पुन्हा पकडतो तो असा, की गंगाधर गाडगीळ असे म्हणतात की नवकथेला घटना लागतेच असे नाही. तुम्हीही कथेमध्ये घटना महत्त्वाची मानत नाही, मानवी मनाचीच आंदोलने टिपण्याचा प्रयत्न करता, मला असे विचारावयाचे आहे की, कथेत काय किंवा साहित्यात काय, घटना येणे हे तुम्ही कमीपणाचे का मानता? वास्तविक घटना हे एक वाङ्मयनिर्मितीसाठी वापरावयाचे साधन आहे. ते काही वाङ्मयीन हिणकसता ठरविणारे वगैरे मूल्य नाही. म्हणजे असे की, कथेत घटना आली की, ती कथा कमी दर्जाची, टाकाऊ असे काही समीकरण मांडता येत नाही. असे असताना व मानवी मन हे अनेक घटनांमुळेच आंदोलन पावत असताना तुम्ही घटनेची किंमत कमी का करता?

पाटील : चांगला प्रश्न विचारलात. घटनेला जरूर 'व्हॅल्यू' आहे, पण ती सहज, वास्तव, आपसूक स्वरूपात आली तरच. एरवी काय होते, घटनांवर लक्ष केंद्रित केले की, घटनांनी युक्त अशीच एक रचना तयार करावी लागते आणि

तिच्यातून कृत्रिमता येण्याचा धोका असतो. एरवी सहज वाटणाऱ्या घटना कथेत येऊ लागल्या की, त्या सहजपणे न आणता लेखक त्यांना नाट्यपूर्ण, गडद, भडक करून आणण्याचा प्रयत्न करतो. त्यामुळे कथेचे मूळ ध्येय (मानवी मनाचे दर्शन) मात्र बाजूला पडते.

यादव : तुम्ही असे म्हणता, पण व्यंकटेश माडगूळकरांच्या कथा वाचताना त्यांनी रेखाटलेल्या अतिशय वास्तवपूर्ण घटनांची दखल घेतली पाहिजे. त्या तुम्ही म्हणता तशा नाट्यपूर्ण, गडद, भडक होण्याचा धोका टळलेला आहे, असे मला वाटते.

पाटील : तुमचे म्हणणे खरे आहे. व्यंकटेश माडगूळकरांच्या जीवनात घटना खूप घडलेल्या आहेत. त्यांनी त्यांच्या आसपासच्या इतर लोकांकडूनही खूप ऐकल्या आहेत. त्यांच्याजवळ घटनांची ऐकीव शिदोरी जशी खूप आहे, तसेच त्यांच्या जीवनात घडलेल्या घटनांची शिदोरी पण मोठी आहे. आणि ते उत्तम रीतीने, वास्तवतेने वाचकांपर्यंत घटना पोचती करतात. पण प्रतिभावंत लेखक म्हणून अशा रीतीने केवळ यथार्थपणे घटना वाचकांपर्यंत पोचविण्याचे सामर्थ्य फार मोठे मानता येत नाही. मग ते कोणाही लेखकाचे असो.

यादव : का?

पाटील : कारण घटनासंचय संपला की तो लेखक संपतो.

यादव : आणि मला वाटते माडगूळकर यामुळे संपले असावेत.

पाटील : तुम्ही म्हणता त्याला अर्थ आहे. एवढेच नव्हे तर अशा प्रकारचे लेखन करणारा कोणताही लेखक घटनासंचय संपताच नव्या घटनांच्या शोधात हिंडत राहतो.

पण प्रतिभावंत लेखकाला अशा वास्तवात घडलेल्या घटनांचा संचय लागतोच असे नाही. त्याच्याजवळ शिडीविना आभाळ गाठण्याची किमया असते. तो मनानेच माणसांचे वेध घेऊन नवे विश्व निर्माण करीत असतो. खऱ्या प्रतिभावंताचे एक वेगळेच विश्व असते, ते याच अर्थाने. त्याला त्यामुळे वास्तवातील घटनांच्या शिड्यांची गरज वाटत नाही.

यादव : म्हणजे तुम्हाला प्रत्यक्षातील घडलेल्या घटनांवरून कथा सुचत नाहीत किंवा तुम्ही प्रत्यक्षातील घटनांवर आधारित कथा रचत नाही, असे तुम्हाला म्हणावयाचे आहे काय?

पाटील : जवळजवळ तसेच म्हणावयाचे आहे. त्याचे अधिक स्पष्टीकरण करतो. मघाशी तुम्हाला सांगितलेल्या कथांतील घटना किंवा प्रसंग मला कुणी सांगितलेले नाहीत. मला ते मानवी जीवनाचा वेध घेताना सुचले आहेत. कथा सुचण्याच्या अगोदर घडलेले माझ्या जीवनातील काही प्रसंग तर नागर जीवनातील

आहेत. त्यांचा गाभा तसा खास ग्रामीण नाही. उदाहरणार्थ, मी पुण्यात असतानाचा एक प्रसंग सांगतो : पानशेतचा पूर येऊन गेला होता. पुण्यात त्यावेळी थोडा वेळच नळांना पणी येत होते. आलेल्या वेळात जास्तीतजास्त पाणी मिळवण्याचा जो तो (वाड्यातील) भाडेकरू प्रयत्न करीत असे. माझी पत्नी मला म्हणाली, की 'आशू'ला घेऊन तुम्ही जरा बाहेर फिरून या, तोवर मी पाणी भरून घेते. आशूला घेऊन मी त्या सकाळी बाहेर फिरायला गेलो. रस्त्याच्या कडेला ताजे ताजे पेरू घेऊन बसलेली एक पेरूवाली दिसली. तिचे ते पेरू पाहिल्याबरोबर माझ्या मुलाने पेरू मागितले. पण मी माझ्याबरोबर पैसे आणलेले नव्हते, त्याला पेरू घेऊन देता येत नाहीत या जाणिवेने त्याक्षणी माझ्या मनात अनेक तरंग उठले आणि त्याच क्षणी 'ऊन' ही कथा मला सुचली. ही कथा साक्षात्कारासारखी मनासमोर दिसली. आता मला सांगा, या घटनेचा प्रत्यक्ष 'ऊन' या कथेशी काय संबंध आहे? अशाप्रकारे मला अनेक कथा सुचतात. त्यातून मानवी मनाच्या चिरंतनाचा सतत शोध घेत असतो. मला वाटते, व्यंकटेश माडगूळकरांच्या कथेची निर्मिती अशा प्रकारे होत नसावी, हे त्यांच्या वास्तवपूर्ण घटनांचे भान ठेवणाऱ्या कथांवरून सहज दिसून येते.

यादव : मला वाटते, बऱ्याच ग्रामीण लेखकांना अशा वास्तवातील घटना ऐकूनच मग कथा सुचत असाव्यात. पूर्वी एकदा तुमच्याकडे बसलो असताना द. का. हसमनीस असा रीतीने बऱ्याच वास्तव घटना ऐकवत होते. त्यांच्या कथेचीही निर्मिती अशाच रीतीने होत असावी असे वाटते.

पाटील : पण मला या घटनांच्या कच्च्या मालाची गरज भासत नाही हे तुमच्या लक्षात आले असेलच.

यादव : हो! तुमच्यामधील प्रतिभावंतांचे अनेक स्फुल्लिंग मला वेळोवेळी जाणवले आहेत. पण तुमच्या या निर्मितिप्रक्रियेसंबंधी ऐकल्यावर एक प्रश्न विचारावासा वाटतो, की तुम्ही जर गेली वीस-पंचवीस वर्षे शहरातच घालवीत आहात आणि शहरातल्या अनेक घटना-प्रसंगांच्या निमित्ताने तुम्हाला जर कथा सुचत असतील तर मग तुम्ही ग्रामीण कथाच का लिहिता? नागर कथा का लिहीत नाही? ते जास्त सुसंगत झाले असते; नाही का?

पाटील : हो! पण मी तसे करीत नाही. कारण मी माझ्या बालपणात प्रथम जे विश्व अनुभवले ते इतके तीव्रतेने आणि रसरसून जगलो आहे की, तेच माझ्या कलानिर्मितीतील अनुभवांच्या मांडणीत येते. जे मला उत्कटतेने जवळचे वाटते तेच माझ्या कथाविश्वात येते. मला वाटते, जीवनाची सर्वच नाती, संबंध याच वयात येत असतात आणि तेच आपल्यावर आयुष्यभर वरचश्मा गाजवीत असतात. त्यामुळे मला कथा सुचली की, माझ्या मनाच्या स्टुडिओमध्ये ग्रामीणतेचेच 'सेटिंग' उभे राहते आणि माझी कथा ग्रामीणच होते.

यादव : ग्रामीण कथेची व्याख्या तुम्ही काही करता का?

पाटील : ग्रामीण कथेची व्याख्या मला करावीशी वाटत नाही किंवा मी कथांची अशी डिपार्टमेंट्स् मानतच नाही. कथा ही मुळात कथा म्हणूनच मोठी असावी लागते. ती मानवी विश्वाच्या शोधात गुंगणारी असली पाहिजे. कारण अंतिमत: आपण मानवी जीवनाचाच शोध घेत असतो, मानवी मनाचीच आंदोलने पाहत असतो.

यादव : म्हणजे 'ग्रामीण कथा' या शब्द-प्रयोगातील 'ग्रामीण' हे विशेषण तुम्हाला महत्त्वाचे वाटत नाही तर ते विशेषण ज्या नामाचे आहे ते नाम, म्हणजे 'कथा' आणि तिचे अंतिम ध्येय हेच महत्त्वाचे वाटते.

पाटील : होय.

यादव : आपण व्यंकटेश माडगूळकरांच्या कथांविषयी काही विचार केलेला दिसतो तसा द. मा. मिरासदार यांच्या कथांविषयीही विचार केलेला असेलच. त्यांच्याविषयी तुम्हाला काय वाटते?

पाटील : मिरासदार हे विनोदी गोष्टीला कथेचे 'कथापण' देणारे ग्रामीण लेखक आहेत. हे त्यांचे मराठी कथेतील मोठे सामर्थ्य आहे. पूर्वीच्या मराठी लेखकांनी विनोदी लेख, विनोदी नाटके, विनोदी गोष्टी लिहिल्या पण मिरासदारांनी विनोदी कथा लिहिली.

यादव : विनोदी लेख, विनोदी गोष्ट आणि विनोदी कथा यात तुम्ही काय फरक करता?

पाटील : मी थोडक्यात असे म्हणेन की, विनोदी लेख विचारांच्या अंगाने काहीसा स्वैरपणे विनोद करत जातो. विनोदी गोष्ट ही एखाद्या घटनेच्या आधारे विनोद करते पण विनोदी कथा ही कलात्मक अनुभवाच्या अंगाने पुढे सरकणारी वाटते. उदाहरणार्थ, 'आईची काशीयात्रा' या चिं. वि. जोश्यांच्या गोष्टीत त्यांनी घटनेवरच भर देऊन विनोद साधला आहे. समग्र कलानुभव उभा करण्याचा त्यांनी प्रयत्न केला नाही.

यादव : तुम्हीही काही विनोदी कथा लिहिल्या आहेत. तुमच्या विनोदी कथांत आणि मिरासदारांच्या विनोदी कथांत नेमके वेगळेपण कुठे आहे?

पाटील : मिरासदारांच्या कथा प्रामुख्याने अतिशयोक्तीवर आधारलेल्या आहेत. माझ्या विनोदी कथांत मी शक्यतो अतिशयोक्ती केलेली नाही. माझा हेतू विनोदी कथांतून वास्तवाला झोडपण्याचा असतो. उदाहरणार्थ, 'नाटक' ही माझी कथा त्या दृष्टीने अभ्यासण्यासारखी आहे. कथेतील कलात्मक वास्तव मी कधी सोडत नाही.

यादव : विनोदी कथा आणि गंभीर कथा या दोघींचे कथा म्हणून काही वेगळे कार्य आहे असे तुम्हास वाटते काय?

पाटील : नाही. दोन्हीही कथा प्रथम कथा म्हणून श्रेष्ठ असल्या पाहिजेत. श्रेष्ठ कथा आपणास अंतर्मुख करते. ती आपल्या अनुभवाच्या कक्षा मोठ्या करते. जिवंत अनुभव देते. ती आपणास किती अस्वस्थ करते, किती उंचावर नेते यावरच तिचे मोठेपण अवलंबून असते. विनोदी कथेनेसुद्धा हेच कार्य केले पाहिजे.

यादव : पण विनोदी कथा किंवा कोणतेही विनोदी साहित्य तुम्ही सांगता अशा प्रकारचे कार्य करू शकेल असे मला वाटत नाही. कारण मला असे वाटते की, कोणत्याही मानवी जीवनातील अनुभवात अनेक घटक असतात. त्यात काव्य, नाट्य, भावना, विचार, कल्पना, विनोद इत्यादी अनेक घटक असतात. एखादा अनुभव आपण साहित्यात समग्रतेने व्यक्त करतो तेव्हा यात हे सगळेच घटक अनुभवाची अंगे म्हणून आले पाहिजेत. तरच ती कलाकृती तुम्ही म्हणता त्याप्रमाणे रसिकाला अंतर्मुख करू शकेल, त्याच्या अनुभवकक्षा रुंदावू शकेल, त्याला जिवंत अनुभव देऊ शकेल किंवा त्याला अस्वस्थ करून उंचावर नेऊ शकेल. पण विनोदी साहित्यात काय होते, विनोद हा अनुभवाचा अनेकांपैकी एक घटक असताना तेवढाच फक्त वर उचलून विनोदी लेखक त्या अनुभवाच्या 'एकाच' अंगाला समग्र अनुभवाचे रूप देण्याचा प्रयत्न करतो. त्यामुळे तो अनुभव जाणकार रसिकाला सच्चा वाटत नाही किंवा समग्रपणे व्यक्त झाल्याचा प्रत्ययही देत नाही. मग ती विनोदी कथा तुम्ही म्हणता त्याप्रमाणे श्रेष्ठ कथेचे कार्य कशी करू शकेल?

पाटील : प्रश्न मोठा मार्मिक आहे. पण त्याचे उत्तरही माझ्याजवळ आहे. असे पाहा, विनोदी कथेची काही गृहीत तत्त्वे आहेत. तो लेखक प्रथम तुम्ही विनोदी म्हणून स्वीकारलेला असतो आणि तोही अनुभवाकडे विनोदी दृष्टीनेच पाहत असतो. उदाहरणार्थ, आपण एखाद्या माणसाला वेडे म्हणालो की, त्याचे वेडेपणाचे चाळे आपणास जरी विसंगत वाटत असले तरी त्याच्या वर्तनाशी सुसंगतच असतात. तेव्हा त्याचे चाळे जर समजून घ्यायचे असतील तर, त्याच्याशी एकरूप होऊनच ते समजून घ्यावे लागतील, त्याप्रमाणेच विनोदी कथेतील विनोद आणि तिच्यातील विसंगतीही एकदा तुम्ही विनोद कक्षेत गेल्यावर व त्या लेखकाच्या विनोदी वृत्तीच्या भूमिकेशी समरस झाल्यावर तुम्हाला सुसंगतच वाटू लागेल, निदान वाटायला हवी. दुसरे असे की, विनोदी कथेतही अनुभवाची इतर अंगे येतातच. म्हणजे असे की, काव्यात्मता, नाट्य, भावना, विचार, कल्पना हेही तिच्यात येऊ शकतात.

यादव : आल्या तरी अंतिमत: 'विनोद'च या सर्वांवर नियंत्रण करीत असतो, त्या घटकांना स्वतंत्रपणे आणि यथार्थपणे स्थान मिळू शकत नाही. विनोदाच्या अंगानेच ते जेवढे येऊ शकतील तेवढेच त्यांना स्थान असते, असे मला म्हणावयाचे आहे.

पाटील : पण जगातील मोठमोठ्या विनोदी लेखकांनी अशा रीतीने विनोद साधला आहे की, तो विनोद एका अर्थी जीवनातील कारुण्यावरही प्रकाश पाडताना दिसतो आणि त्यांची कथा एक श्रेष्ठ कथा म्हणून नावाजली जाते.

यादव : पण अशी विनोदी कथा द. मा. मिरासदार व आपण यांच्या अपवादभूत चार-सहा कथा सोडल्या तर मराठीत नाहीच असे म्हणावे लागते. शिवाय असे पाहा की, मराठी समीक्षक व रसिकही विनोदी कथेत रममाण होत असला तरी, तिला कथा म्हणून श्रेष्ठता देण्याच्या बाबतीत हात आखडता घेतो. असे का व्हावे?

पाटील : मला असे वाटते, विनोदाच्या क्षेत्रात विनोदी लेखक मोठे असले तरी, विनोदाची साक्षेपी समीक्षा करणारे मोठे समीक्षक मराठी विनोदाला भेटलेले नाहीत. तसे ते भेटण्याची आवश्यकता आहे.

यादव : उलट्या बाजूनेही खरे मानता येईल का? म्हणजे असे की, मराठीमध्ये विनोदी साहित्य श्रेष्ठ स्वरूपाचे नसल्यामुळे त्याला समीक्षक श्रेष्ठ साहित्य मानत नसावेत. निदान द. मा. मिरासदार केवळ विनोदासाठी विनोदीकथा लिहीत राहिले. ते जर त्यांच्याच 'नव्याण्णवबादची सफर' किंवा जुन्या काळी राजेमहाराजांच्या दरबारी असलेल्या खुशमस्कऱ्या विदूषकाच्या जीवनावरील त्यांची एक कथा 'कोणा एकेकाळी', 'नदीकाठचा प्रकार' यांसारख्या विनोदाच्या अंगाने पण एकूण जीवनावर अर्थपूर्ण प्रकाश टाकणाऱ्या कथा त्यांनी लिहिल्या असत्या आणि दुसरे असे की, एकाच आवर्तात ते फिरत राहिले नसते तर त्यांच्या कथा निश्चितपणे थोर वाटल्या असत्या.

पाटील : तुम्ही म्हणता ते खरे आहे. त्यांचे यश ह्याच त्यांच्या मर्यादा झाल्या आहेत. अनेक लेखकांच्या यशाची परिणती ही अशीच होते. त्यामुळे मिरासदारांनी आपल्या गाजलेल्या, यशस्वी कथांसारख्याच कथा लिहिण्याचा पुढे अट्टाहास चालविला आणि ते एका आवर्तात सापडले.

यादव : पुन्हा थोडे पाठीमागे जाऊन असे विचारतो की, कथेत घटनांना कमी स्थान देणे, त्यांना मानसशास्त्रीयदृष्ट्या हाताळणे यांसारखे प्रयोग तुम्ही ग्रामीण कथेत केलेले आहेत. याव्यतिरिक्त आणखी काही प्रयोग तुम्ही केले आहेत का?

पाटील : निवेदनाच्या बाबतीत मी अनेक प्रयोग केलेले आहेत. त्यांच्याकडे कुणा समीक्षकाचे अजूनही लक्ष गेलेले नाही. माझी काही निवेदने काव्यात्म आहेत. मी कधी कविता लिहिली नाही. पण माझी 'पानगळ' ही कथा वसंत बापट, बा. भ. बोरकर यांच्यासारख्या श्रेष्ठ कवींनासुद्धा 'भावकाव्य'च वाटली आहे. अर्थात ही काव्यात्मता वाटेल तिथे येत नाही; तर आशयाला आवश्यक तेथेच येते. त्या दृष्टीने माझ्या कथा अभ्यासण्यासारख्या आहेत. एवढेच नव्हे तर, माझ्या कथेची निवेदने

कथेगणिक बदलताना दिसतील. जशी कथेची मागणी असेल तशीच निवेदने मी करीत गेलो आहे.

यादव : 'वळीव', 'भेटीगाठी' ते 'ऊन' हा आपला प्रवास कसा झाला? 'भेटीगाठी'त घटनाप्रधान कथा सापडतात पण 'ऊन' मध्ये सापडत नाहीत म्हणून हे विचारले.

पाटील : मोठ्या घटना घेतल्या की त्या भावनेवर, मानसिक आंदोलनावर कुरघोडी करतात असे माझ्या अनुभवाला येत गेले. म्हणून घटना साध्याच घ्याव्यात असे मला वाटू लागले. 'भेटीगाठी'मधील 'लोडणा' या कथेत घटना भडक आहे. पण त्यावेळी मी 'त्या' पद्धतीने कथा लिहिली. पण आज मला वाटते की, या भडक घटनेशिवायही मी आज ती कथा लिहू शकेन. कारण तिच्यातील भाव महत्त्वाचा आहे. एकेकाळी माझी भिस्त घटनांवर होती पण आज मला कथेतला 'भाव' नेमकेपणाने कसा व्यक्त करता येईल याचे भान असते.

यादव : ग्रामीण साहित्यात ग्रामीण भाषेला काय स्थान असावे असे आपणास वाटते? या दृष्टीने व्यंकटेश माडगूळकरांपेक्षा वेगळे असे काही प्रयोग आपण केले काय?

पाटील : माडगूळकरांची निवेदनातील भाषा मला एका अर्थी 'सोफेस्टिकेटेड' वाटली. ग्रामीण कथेच्या संदर्भात काहीशी अस्वाभाविक वाटली.

यादव : मग आपण आपल्या कथेसाठी एकदम ग्रामीण भाषाच का वापरली नाही? नागर भाषा आणि ग्रामीण भाषा यांचे एक नवे रसायन आपण कशासाठी तयार केले?

पाटील : एकदम ग्रामीण भाषाच मी वापरली नाही हे खरे. कारण तिला वाचक बिचकतात असे मला दिसून आले. पण माझी निवेदनातील भाषा म्हणजे एक उत्तम आणि कौशल्यपूर्ण वाटावी अशी तारेवरची कसरत आहे. मला ग्रामीण भाषेचा सोस आहे असे वाचकाला मुळीच वाटू नये तरीही त्याला ही भाषा नागर नव्हे, ग्रामीण कथेची भाषा आहे याची जाणीव व्हावी म्हणून फार विचारपूर्वक मी हे ग्रामीण आणि नागर भाषेचे ब्लेंडिंग केले आहे. शब्द, शब्दप्रयोग, शब्दांची अनेक रूपे मी जरूर तेथे ग्रामीणच वापरली आहेत. माझ्या प्रतिमाही ग्रामीणच असतात. थोडक्यात म्हणजे माझ्या कथेच्या आशयाला नेमकी कोणती भाषा व्यक्त करू शकेल याचे मी भान ठेवलेले आहे.

यादव : म्हणजे ही तडजोड तुम्ही वाचकांवर निष्ठा ठेवून केली आहे असेच ना?

पाटील : नाही. ही तडजोड मी माझ्या कलात्मकतेसाठी स्वीकारली आहे. माझ्या कथेच्या अभिव्यक्तीसाठी केली आहे. म्हणजे असे की ग्रामीण भाषाच

वापरली तर तो सोस वाटेल आणि नागरीच भाषा वापरली तर ती फिकी पडेल असे कलावंत म्हणून मलाच वाटत होते. म्हणून मी हे केले आहे. यात वाचकांचा विचार नाही, तर माझ्या कथेच्या अभिव्यक्तीचा विचार केला आहे. व्यंकटेश माडगूळकर यांची भूमिका वेगळी आहे. त्यांना वाटत असावे की, आपली कथा संपूर्णपणे ग्रामीण भाषेतच लिहिली, तर वाचकांना ती कळणार नाही. ती वाचकांना कळली पाहिजे असा त्यांचा आग्रह असावा. याचा अर्थ ते 'कम्युनिकेशन'ला महत्त्व देतात अशी त्यांची भूमिका असावी.

यादव : म्हणजे इथे ते कथेच्या आविष्काराचा विचार करीत नाहीत, तर कथेतील आशय वाचकापर्यंत कसा पोचता होईल याचा (म्हणजे कम्युनिकेशनचा) विचार करतात असे म्हणावे लागते. म्हणजे त्यांच्या कथेचे भान प्राप्त मध्यमवर्गीय वाचकनिष्ठच नाही का?

पाटील : तसे तुम्ही म्हणू शकता. पण त्यांची भूमिका तशी आहे आणि प्रत्येकाची भूमिका वेगवेगळी असू शकते. पण माझी भूमिका अशी आहे की, कथेला न्याय देणारी, अभिव्यक्तीला साजेशी अशीच भाषा असावी. एवढेच नव्हे तर ती भाषा 'कम्युनिकेशन'वर आधारित असू नये. उदाहरणार्थ, 'टिपिशन' नावाची मी जेव्हा कथा लिहिली तेव्हा तो शब्द वाचकाला कळेल की नाही याचा मी कधीही विचार केला नाही. आणि अनुभव असा आला आहे की एकाही वाचकाने 'टिपिशन'चा अर्थ मला विचारला नाही. यातच त्याचे उत्तर आहे.

यादव : आपण आरंभी असे म्हणालात की, प्रत्यक्ष जीवनातील घडलेल्या घटनांचा संचय संपला की, लेखकाचे कथालेखन थांबते. आपले कथालेखन कोणत्या कारणामुळे थांबले आहे, हे जाणून घ्यायला मी उत्सुक आहे. कारण आपणाला अशा प्रकारचा घटनासंचय लागत नाही, असे आपण मघाशीच सांगितले.

पाटील : होय आणि ते खरे आहे. वेध घेण्याची ताकद असेल, तर कथा सतत सुचतात. एखादी कथा वाचूनही आपणाला दुसरीच कथा सुचत असते. वि. शं. पारगावकर हे आपली एक कथा वाचून दाखवीत असताना मला दुसऱ्याच प्रकारची एक कथा सुचली. 'वळीव' हे तिचे नाव. त्या लिहित्या काळात मी भान विसरून फक्त कथामयच झालो होतो. रोज एक तरी कथा वाचत होतो. त्याशिवाय इतर काही वाचावयाचे मी सोडून दिले होते. तुम्हाला आश्चर्य वाटेल, मी १९५१ ते १९५७ या सात वर्षांच्या कालात वर्तमानपत्रदेखील वाचत नव्हतो. याहून गमतीची गोष्ट अशी, की माझी सुखदु:खेही मला माझ्यातला कथालेखक नीटपणे भोगू देत नव्हता. उदाहरणार्थ, 'भूल' ही कथा मला अशीच सुचली. भाऊ आजाराने 'सीरिअस' असल्याची तार मला अचानक आली. त्यावेळी माझ्या मनात भावाविषयीच्या नसत्या शंका येऊन गेल्या. काहीतरी विपरीत तर घडले नसेल; असेही वाटून गेले.

पण जेव्हा मी ट्रेनमध्ये बसलो तेव्हा मला त्यातूनच एक कथेचा विषय सुचला आणि मी भावाविषयी काळजी करण्याऐवजी माझ्या कथेचाच विचार करू लागलो. याचा अर्थ असा की जीवनातील प्रत्येक घटनेत कलावंत जागाच असतो. तो सतत कलाच शोधत असतो. अत्यंत चिंतेच्या क्षणीही कलावंत माणूस नसतो तर कलावंत राहूनच तो क्षण तो बघत असतो, भोगत असतो. त्याची ही भूमिका किंवा झिंग म्हणा, मस्ती म्हणा – जेव्हा संपुष्टात येते तेव्हा त्याचे लेखन थांबते.

यादव : म्हणजे आपले तसेच झाले असे समजावयाचे काय?

पाटील : नाही. माझे कथालेखन सध्या जे थांबले आहे ते इतर अनेक अवांतर गोष्टींकडे मी आकृष्ट झाल्यामुळे. येत्या दोन-चार वर्षांत मी या सगळ्यातून मुक्त होण्याचा प्रयत्न करीत आहे. पुन्हा 'कथे'चा वेध घेत राहणार आहे. सध्या माझे असे वेध घेत राहणेच थांबले आहे. नुसते कथेचेच नव्हे तर इतरही अनेक साहित्य-प्रकारांत लेखन करण्याचे माझे संकल्प आहेत. येत्या दोन-चार वर्षांत मी आकृष्ट झालेल्या गोष्टींतून माझे मन काढून घेतले (आणि ते मी निश्चितपणे काढून घेऊ शकेन याचा मला विश्वास आहे) की मी आणि माझी साहित्यनिर्मिती एवढेच आपणास दिसेल.

◆

दुसऱ्या पिढीच्या ग्रामीण साहित्यिकाचे व्यक्तिमत्त्व

आपल्या साहित्यातून स्वत:ला न्याहाळत न्याहाळत प्रवास करणारे व्यंकटेश माडगूळकर, लिहित्यासवरत्या काळात निर्मितीच्या धुंदीने झपाटलेले मन घेऊनच वावरणारे शंकर पाटील, स्वत:च्या हसऱ्या साहित्य-शैलीप्रमाणेच गप्पा मारणारे, प्रसन्न व्यक्तिमत्त्वाचे द. मा. मिरासदार तर शैली बाजूला सारून निखळपणे दणकट ग्रामीण सामाजिक आशय व्यक्त करणारे 'माझा गाव'वाले रणजित देसाई, 'धग'वाले उद्धव शेळके या पहिल्या पिढीच्या कलावादी वृत्तीच्या सर्वांना मी पाहिले ते सर्व लेखक झाल्यावर, साहित्यक्षेत्रात त्यांचे नाव झाल्यावर. त्यावेळी ते जीवनात स्थिर झाले होते. त्यांना पाहताना माझी त्या वयात लेखकांविषयी रूढ कल्पना जी होती ती तशीच राहिली. पिढीजात चालत आलेली वतनी शेती सांभाळणारे रणजित देसाई सोडले तर मध्यमवर्गीय नोकरपेशात ही मंडळी आलेली होती. या पेशात येऊन अधिक धडपड करीत होती. बुद्धिजीवी, शहरवासी, इंग्रजी साहित्य वाचणाऱ्या, प्रतिष्ठित लेखकांशी यांचा परिचय वाढत होता. सोफेस्टिकेटेड-मध्यमवर्गीयांबरोबर ही खेडेगावातून आलेली मंडळी ऊठ-बस, खा-पी, गप्पा, चर्चा करीत होती. त्यातून त्यांची वाङ्मयीन समज पैलूदार, समंजस, सूक्ष्मतर होत चालली होती. संगतीचा, नोकरीचा, साहित्याचा परिणाम होऊन आर्थिक स्थैर्यही लाभत होते. प्रतिष्ठाही लाभत होती. घरे उच्चभ्रू मध्यमवर्गीयांसारखी सजत होती... त्यांना हव्याशा वाटणाऱ्या क्षेत्रांतील त्यांची उमेदवारी संपून स्थिरता आलेला त्यांचा तो काळ... म्हणून लेखकांविषयीच्या माझ्या मनातील कल्पनेला यांनी फारसा धक्का दिला नाही. ग्रामीण लेखक म्हणजे आपापल्या गावातून नोकरीनिमित्त शहरात स्थिर झालेली पण मध्यमवर्गीयच मंडळी अशी काहीशी ती कल्पना होती... त्यानंतरच्या लेखकांना मी वेगळ्या अवस्थांतून पाहिले. त्यांचे काही नमुने पाहण्यासारखे आहेत.

सखा कलाल यांचा नि माझा १९५७-५८ पासूनचा परिचय. ते, मी एका

बोर्डिंगच्या शाखांमध्ये राहत होतो. माझ्या अगोदरपासून त्यांचे लेखन 'सत्यकथे'तून प्रसिद्ध होत होते. त्यावेळच्या दोन-तीन वर्षांत त्यांच्या एकदोन कथा 'सत्यकथे'तून आलेल्या होत्या. त्यांचे मला त्या वेळेपासून कौतुक वाटे. मी त्यावेळी कथा-क्षेत्राकडेही वळलो नव्हतो की, माझे काही प्रसिद्धही झाले नव्हते. रेडिओसाठी नाटिका फक्त लिहीत होतो. अतिशय बिकट परिस्थितीत कलाल शिक्षण घेत होते. खरे म्हणजे 'प्रिन्स शिवाजी बोर्डिंग कोल्हापूर' येथे राहून ते शिकत होते यात सर्व काही येते. कोल्हापूर जिल्ह्यातल्या आणि आसपासच्या अतिशय बिकट परिस्थितीतील मुलांना ती सावली होती. आमटीचे पाणी आणि खाल तेवढी ज्वारीची भाकरी मिळत होती. दोन-तीन घास होतील एवढा भातही मिळे... अनेकांची त्या काळात पोटे बिघडत. नंतर एका-एकाची कायमची बिघडली. तरी तो फार मोठा आसरा होता. खायला आणि गर्दी करून का होईना राहायला मिळतंय; हेच फार फार होते... शिवाय कलाल हे माझ्या मेहुण्याचे बालमित्र... बालपणात हे पोर आईबरोबर रायबागच्या माळाला गाय राखत हिंडे. वेळ मिळाला की चड्डी वर ओढत शाळेला पळे.

कोल्हापूरला धडपडत कॉलेजमध्ये ते शिकत होते. या धडपडीतच ते काही काळ महत्त्वाकांक्षा धरून पुण्याला शिक्षण घेण्याच्या उद्देशाने आले... मी रेडिओमध्ये होतो. एकदा अशाच चमत्कारिक अवस्थेत भेटले. हाल चालले होते. एक-दोन दिवसांचे उपाशी असावेत, असे वाटले. हॉटेलात जाऊन त्यांनी आणि मी चहा मिसळ खाल्ल्याचे आठवते. त्यावेळी रेडिओचा 'टॉक-सेक्शन' सांभाळणाऱ्या कवी बा. भ. बोरकरांना सांगून कथावाचनाचा एक कार्यक्रम ताबडतोब मिळवून दिला आणि त्यांच्या हातात खर्चापुरते पैसे पडण्याची व्यवस्था केली. अशा परिस्थितीतच शिक्षणासाठी धडपड चालली होती. नाकातोंडात जीवनप्रवाहाचे पाणी जाऊन गटांगळ्या खात, कलाल आता एम. ए. झाले आहेत. कोल्हापुरातच ग्रंथपाल म्हणून नोकरी करीत आहेत.

चंद्रकुमार नलगे यांचा माझा परिचयही याच प्रिन्स शिवाजी बोर्डिंगातला. पण ते बोर्डिंगमध्ये नव्हते. कुठेतरी कोल्हापूरच्या आसपास प्राथमिक शिक्षक म्हणून नोकरी करीत होते. पांढरा सदरा, लेंगा आणि गांधी टोपी घालून बोर्डिंगमध्ये अधून-मधून येत. त्यावेळी ते बाहेरून परीक्षेला बसून कॉलेजचे शिक्षण पूर्ण करीत होते. एकएक वर्ष बाद करून परीक्षा देत होते. पुस्तकासाठी, अभ्यासविषयक चौकशी करण्यासाठी, मार्गदर्शनासाठी, मित्रांना भेटण्यासाठी बोर्डिंगमध्ये येत. त्याच वेळी माझ्या खोलीवरही येत. तेही तेव्हापासून कथा लिहीत होते. दैनिकांतून, एखाद्या साप्ताहिकातून त्या येत असत... धडपड चालली होती. परिस्थिती अशीच बिकट

असल्याने नोकरीशिवाय घर चालणे कठीण. त्यातूनच पदवीधर होण्याची धरलेली महत्त्वाकांक्षा... त्यांनाही हळूहळू यश आले नि ते एम. ए. झाले. आता मराठीचे प्राध्यापक आहेत.

निपाणीच्या जुन्या मोटार स्टँडजवळ एक पिठाची चक्की आहे. आसपासच्या खेड्यापाड्यांतून रोजगार करणाऱ्या, गोरगरिबांच्या बायका निपाणीला बाजारहाट करण्यासाठी येतात. निपाणीतच स्वस्तातला मिलो-जोंधळा खरेदी करतात, त्या चक्कीतील जुनीपानी सुपे घेतात, घमेली घेतात आणि तेच धान्य तिथेच निवडून-पाखडून त्याच चक्कीवर दळून घेतात. पिठाची गठली बांधून, बुट्ट्यांत टाकून गावाची वाट धरतात.

एवढी एवढीशी चक्की. सगळीकडे पीठ उडालेले. अपुरी जागा. तिथेच दळणे ठेवायची फळी. फळीच्या बाहेरच्या बाजूला वावभर चौरस जागा. तिथे दाटीवाटीने पाखडत, दळणाची वाट बघत बसणाऱ्या बायका. त्यातच दाण्या-कळण्यासाठी रेंगाळणाऱ्या कोंबड्या. सगळीकडे पिठाचा धुरळा उडालेला. भुईवरही पिठाचा जाड थर. प्रत्येक वस्तूवर बारीक, पातळ थर... तो मूळचा सजुगऱ्या वाणाचा चक्कीवालाही तसाच पिठासारखा पांढरा झालेला. त्याच्या भिवया, पापण्या, थोड्या वाढलेल्या दाढीमिशा, डोईवरचे केस धुक्याच्या दाट दहिवराने पांढरे व्हावेत तसे पिठाने झालेले. फाटके कपडे... दळायला घातलेल्या धान्यात हात घालून तो उभा असतो... आता या क्षणी जरी गेलात तरी तो उभाच, तिष्ठणारा दिसेल. दिवसभर असाच खडा. त्याचे नाव 'महादेव मोरे'. मराठा ग्रामीण समाजातील खालच्या थरातील अनुभव तळमळीने रेखाटणारा, चटकदार शैली असलेला, आतापर्यंत दहा-पंधरा पुस्तके प्रसिद्ध झालेला, शासनाचा पुरस्कार मिळालेला महाराष्ट्राचा ग्रामीण लेखक... पोटाचा व्यवसाय म्हणून चक्कीवर पीठ झाडण्याचे काम करीत उभा आहे. 'स्वतंत्र धंदा करतो आहे' म्हणून अभिमान बाळगतो आहे... याला साहित्य संमेलनाचा अध्यक्ष जरी केला तरी तो चक्की बंद करून येणार नाही. फारच आग्रह केलात तर फार तर वेळ भरल्यावर मागचे-पुढचे कुडते झटकून तसाच चक्कीवरून खुर्चीवर येऊन बसेल... वाङ्मयीन जाणिवेचे नीट संस्कार झाले तर अव्वल दर्जाचे लेखन करील इतके सामर्थ्य.

तुम्ही गेलात तरी तुम्हाला बसायलाही चक्कीवर जागा नसते. दळणांची गर्दी असते. मग एका खोक्यावरचं पीठ झटकलं जातं. त्यावरच तो 'बसा बसा' म्हणतो. पण बसण्याची इच्छा होत नाही. त्याच्या कामाची वेळ असते. चहा प्यायलाही सवड होत नाही. पाहुण्याला चहाही देता येत नाही, कारण हॉटेल लांब असते. तिथे जाता येत नाही आणि ऑर्डरही देता येत नाही. तो एकटाच असतो... कधी तीन साडेतीनच्या आसपास गेलात तर थोडी विश्रांती घेत असतो. तिथेच खोक्यावर

काहीतरी वाचत बसलेला असतो... त्यावेळी चहा मिळतो. आपणास हॉटेलात नेतो आणि मिरची-भजी खायला घालतो. साहित्यावर थोड्या गप्पा होतात. आर्जवी वागतो तरी तो बुद्धिमान आहे.

यापूर्वी तो ट्रक-मोटारी दुरुस्त करायच्या गॅरेजात होता. तेलाने माखून काळे झालेले कपडे आणि तसेच झालेले अंग. या श्रमकार हातातच रात्री लेखणी येते. मध्यरात्रीपर्यंत, कधी पहाटेपर्यंत लेखन होत राहते... सकाळी उठून पुन्हा कामाला जुंपून घ्यायचे... आमच्या-तुमच्यासारख्या साहित्यिक गप्पा मारायला, कथानकाचे बेत सांगायला, चर्चा-चिकित्सा करायला त्याला त्या 'निप्पाणीत' कुणीच नाही. तरीही लेखन चाललेले असते. कष्टाने हातापायाच्या खुंट्या मोडल्या तरी 'मूड'-बीडचे कौतुक न करता रात्री लिहायला बसतो.

अशाच एका दुपारी पुण्यातल्या घरी निवांत बसलो होतो. १९६५-६६ मधली गोष्ट असावी. जिना चढून, एक उंच किडमिडा गृहस्थ माझ्या घरी आला. उरावरची बटनं नसलेला, अंगात पांढरा हरकचा सदरा, लेंगा घातलेला, डोईवर टोपी नाही. तेल नसलेले केस... एखाद्या खेडेगावच्या अंडीवाल्यासारखा वाटला.

"कोण आपण?"

"मी असाच एक तुमचा वाचक. सहज भेटायला आलोय."

"नाव काय आपलं?"

"भोसले माझं नाव."

"बसा."

त्याच्याशी गप्पा मारल्या. चहा घेतला. माझ्या कथांसंबंधीची त्याची मते ऐकली... तुटक तुटक वाक्ये अनेक वेळा पुटपुटल्यासारखं बोलणं. बिचकणं... खेड्यातला माणूस अनोख्या शहरी माणसाशी ज्या एका दडपणाखाली बोलतो तसा बोलण्याचा सूर. त्या बोलण्यातनं त्यानं आपली माहिती सांगितली. 'तो फलटणला राहत होता. त्याची एक बेकरी होती. तिथे पाव-बटर तयार करून विकण्याचा धंदा...' मला तो नक्कीच फलटणमधल्या पाव-बटर विकणाऱ्या बेकरीवाल्यासारखा वाटला.

पुढे तो दोन-तीनदा आणखी आला. गप्पा मारून गेला.

मधे काही वर्षे गेल्यावर एक घटना घडली. चारुता सागर यांच्या 'नागीण' कथेला सर्वोत्कृष्ट मराठी कथेचे पारितोषिक मिळाले. त्याचा कार्यक्रम पुण्यातील कल्पना मुद्रणालयाचे लाटकर आयोजित करीत होते. ते एक दिवस माझ्याकडे आले आणि म्हणाले, "कार्यक्रमात चारुता सागरांचा परिचय तुम्ही करून द्यावा असं आम्हाला वाटतं. पु. ल. देशपांडे अध्यक्ष आहेत. ते चारुता सागरांची कथा

वाचून दाखवतील. राम कोलारकरही बोलतील.''

''पण चारुता सागरांची माहिती मला काहीच नाही. त्यांच्या फक्त कथा मी वाचलेल्या आहेत.''

''ते तर म्हणाले की तुमचा-त्यांचा चांगला परिचय आहे म्हणून.''

''त्यांची मला पत्रे येतात. पण ती साहित्याच्या संदर्भातीलच असतात. तेवढ्यापुरता मी बोलेन.''

''तुम्ही तीन-चार वेळा भेटले-बोललेले आहात ना त्यांच्याशी?''

''नाही बुवा. भेट तर कधीच झाली नाही. तुम्हाला कुणी सांगितले?''

''अहो, तेच तर म्हणतायत, तीन-चार वेळा यादवांची भेट झालीय म्हणून.''

मी कोड्यात पडलो. बारीकसारीक गोष्टीत माझी स्मरणशक्ती कमी पडते, पण ती असल्याबाबतीत एवढी कमी पडेल असे वाटेना. मी ठाम नकार देत होतो. पण कार्यक्रमाच्या आदल्या दिवशी ते जेव्हा लाटकरांच्या घरी भेटले तेव्हा माझाच माझ्या डोळ्यांवर विश्वास बसेना. मी त्यांना भेटलो होतो. कारण तो फलटणचा बेकरीवाला होता. त्यांनी मला चकवले होते. सगळाच बनाव केला होता. एरवी 'चारुता सागर' या नावाने पत्रे येत त्यात याचा त्यांनी पत्ताही लागू दिला नव्हता. मात्र अजूनही ते मला मनोमन बेकरीवाल्यासारखेच वाटतात. परिस्थितीच्या भट्टीसमोर जळलेल्या, अर्धपोटी राहिलेल्या, खूप कष्ट उपसलेल्या सगळ्या खुणा त्यांच्या चेहऱ्यावर, अंगयष्टीवर आहेत. खडतर जीवन जगले, वणवण भटकले, मिलिटरीत गेले. आता प्राथमिक शिक्षक म्हणून स्थिर झाले आहेत. त्या आडबाजूच्या मळणगावात बसूनच कथालेखन करतात. खेड्यात राहून निष्ठेने लेखन करणं म्हणजे काय करावं लागतं यांची तसूभरही कल्पना शहरवासियांना येणार नाही.

पुणे विद्यापीठाच्या वसतिगृहात मी असताना द. ता. भोसले यांची ओळख झाली. १९६० सालची ही गोष्ट. सांगोल्यासारख्या दुष्काळी तालुक्यातून तो आलेला. दारिद्र्य इतके की, जगण्यासाठी निकृष्ट अन्न खाता खाता पोट कायमचे बिघडून गेले. डोके मात्र सुपीक असल्याने जीव लावणारे शिक्षक भेटले. त्यांनी या पोराचे शिक्षण पूर्ण करण्यास मदत केली. नाहीतर हा कुठेतरी गुरे राखून, कुणाची तरी मोलमजुरी करत हिंडत असता. पण आता मराठीचा प्राध्यापक झाला आहे. अधून-मधून कथा-कादंबऱ्या लिहितो. साहित्यिकांपेक्षा तो टीकाकार म्हणून नाव मिळवेल असे वाटते. कारण कुशाग्र बुद्धी विवेचनात जास्त रमते.

माझ्याकडे मार्गदर्शनाच्या अपेक्षेने मातंग समाजातील एक होतकरू लेखक येतो. उत्तम बंडू तुपे. त्याच्या दहा-बारा कथा कुठेकुठे प्रसिद्धही झाल्या आहेत.

पुण्याच्या आसपासच एके ठिकाणी वॉचमन आहे. लिहिण्याचा उत्साह अमाप. ढीगभर लिहून ठेवले आहे. खूप सुचते आहे. लिहिण्याची दृष्टी आहे पण सगळे लेखन अनघड. एक रात्र आणि एक दिवस अशी चोवीस तास सलग ड्यूटी करतो आणि नंतरचे चोवीस तास सुटी घेऊन झोपडपट्टीतल्या आपल्या झोपडीत लिहीत बसतो. कथा-कादंबऱ्या एकटाकी लिहून होतात. कित्येकवेळा झोपडीत निवांतपणा मिळत नाही म्हणून कागदपेन घेऊन असेच कुठेतरी बागेत, झाडाखाली, कुणी जागा दिली तर बंद झालेल्या ऑफिसात लेखन करतो... लेखनाशिवाय दुसरे काही सुचत नाही, अशा बेभान स्थितीत राहणे, त्याच स्थितीत हिंडणे.

एकदा मी त्याला माझ्या घरी 'सायंकाळी चारला भेटायला या' म्हणून सांगितले. प्रथमच तो माझ्या घरी येत होता. माझे सध्याचे घर म्हणजे पुण्याच्या बाहेर दक्षिणेला धनकवडी परिसरात. तो राहतो पुण्याच्या उत्तरेला खडकीच्या परिसरात. पण तेथून जेवण करून निघाला. शोध घेत घेत एक वाजता येऊन आमच्या सोसायटीत पोचला. आमचे घर कोणते ते परस्पर कुणाला तरी विचारून ठेवलं... आणि एका बंद घराच्या पायरीवर बसून दुपारी एक ते चारपर्यंत लेखन केले - एका धुंदीत. भोवतीने रणरणते ऊन त्याच्या झळा अंगावर येणाऱ्या. वनवासी माणसासारखी स्थिती, ना चहा, ना पाणी, ना अन्य काही तरतरी आणणारं साधन! तरी दगडावर बसून ऊन-भरतीच्या उधाण वेळीही लेखनाची धुंदी.

चारला बेल वाजली नि मी उठलो. त्याला आत घेतले. त्याला आत घेतल्याबरोबर दोन-तीन मिनिटांतच आमच्या सोसायटीचा वॉचमन आला. त्याचा पोशाख व एकूण अवतार पाहून आमचा वॉचमन संशयानं माझ्याकडे आला होता. त्याच्याविषयी चौकशी करून गेला.

"बराच वेळ घाटपांडे सायबांच्या बंद दारात बसला हुता. म्हणून म्हटलं चौकशी तरी करावी."

"ठीक ठीक. माझ्याकडे ते येणार होते म्हणून बसले असतील."

नंतर मी चौकशी केल्यावर सगळा प्रकार लक्षात आला.

"अहो, मग एक वाजता घरी आला असता तरी चाललं असतं!"

"तुम्ही चार वाजता ये म्हटलेलं; एक वाजताच मग कसं यायचं?"

खूप बोलणे झाले. दगडावरच्या त्या तीन तासात त्यानं एक कथा पूर्ण केली होती.

... एक ना दोन. खेड्यापाड्यांतून अशा परिस्थितीत लेखन करणाऱ्या कितीतरी लेखकांच्या आठवणी माझ्याजवळ आहेत. ही तरुण पिढी घडताना मी पाहत आहे... अगदी त्यांच्या उमेदवारीच्या काळापासून. अतिशय वाईट वाटते ते ह्याचे,

की या अनेक कोंभांना पाने-फुले कळ्या येण्याआधीच ते कोमेजणार आहेत. खडबडीत महाराष्ट्राच्या पार डोंगरी अंतर्यामातील खेड्यापाड्यांतून असे कितीतरी लेखक लिहू घातलेले आहेत पण त्यांना मार्गदर्शनच मिळत नाही म्हणून बिचारे हताश होऊन शेवटी लेखणी ठेवून टाकतात नि शेतीभाती किंवा मजुरी करू लागतात. प्रतिकूल परिस्थितीत प्रथम पोट भरण्यासाठी धडपडतात. त्यांना वाटते, शिकले म्हणजे चांगल्या नोकऱ्या मिळतील. त्या खेडेगावातही ना घर, ना शेत अशा परिस्थितीत कसे तरी अर्धपोटी राहून शिकणे एवढेच हातात असते. दारिद्र्याचा वर म्हणून सरकारी फी-सवलती मिळतात. नाहीतर शिक्षणाची दारे बंद झाली असती. त्या महादेव मोरेचे शिक्षण तर केवळ तो कर्नाटकातला आणि त्याला शिकायला कोल्हापुरात म्हणजे महाराष्ट्रात म्हणून शिक्षणाची सवलत मिळाली नाही. त्यावेळी निपाणीला कॉलेज नव्हते आणि मोरेला ओढ तर महाराष्ट्राची, मराठी माऊलीची. त्यात त्याचे शिक्षण गेले ते गेलेच. बाकीचे बसल्याबसल्या शिकून नोकऱ्यावर चिकटले. हा तुपे तर वॉचमनच्या नोकरीतही समाधानी आहे. 'पोटापुरतं मिळतं सायेब' म्हणतो.

ज्या ग्रामीण लेखकांनी विद्यार्थिदशेत महाविद्यालयात शिक्षण घेतले त्यांचा मनोविकास पाहण्यासारखा आहे. या लेखकांवर त्या वेळी मराठीच्या प्राध्यापकांनी जे साहित्यविषयक संस्कार केले तेवढेच प्रमाण मानून ही मंडळी लिहिती झालेली आहेत. यातील बहुसंख्य प्राध्यापक हे स्वातंत्र्योत्तर काळात झपाट्याने शिक्षणप्रसार झाला त्या 'झपाट्या'च्या काळातील 'झटपट प्राध्यापक' आहेत. ते फक्त एम. ए. झाले आणि लगेच नोकरीला लागून लगेच विद्वान झाले. त्यांचे ज्ञान हे वाङ्मयीनदृष्ट्या स्वातंत्र्यपूर्व काळात परिपक्व झालेल्या वाङ्मयाच्या जुन्या कल्पना उराशी धरून शिकविणाऱ्या प्राध्यापकांकडून त्यांना जे मिळाले तेवढ्यावरच गुजराण करणारे आहे. पुणे विद्यापीठासारख्या महाराष्ट्रातील त्या वेळच्या अतिशय महत्त्वाच्या विद्यापीठात 'वीस वर्षांपूर्वीचेच वाङ्मय शिकवावे, अलीकडील नको' असे अलिखित संकेत अगदी कालपरवापर्यंत (म्हणजे १९७६-७७ पर्यंत) असल्याने, या नव्या प्राध्यापकांना व विद्यार्थ्यांना जुनेच तीस वर्षांपूर्वीचे ज्ञान मिळालेले. स्वातंत्र्योत्तर काळात वाङ्मयीन दृष्टी, मूल्ये, जाण बदलली, याचा या ग्रामीण भागातील प्राध्यापकांना आणि पर्यायाने विद्यार्थ्यांना शिक्षणक्रमातून खराखुरा स्पर्शच झाला नाही. नव्या साहित्याचे व दृष्टीचे खरे, मार्मिक ज्ञान यांना झाले नाही. या विद्यार्थ्यांचे आणि या प्राध्यापकांचे वाचनही अतिशय बेताचे. अशा प्रकारच्या या प्राध्यापकांनी, जे शिकविले ते घेऊनच हे ग्रामीण लेखक आज ग्रामीण साहित्यनिर्मिती करताना दिसतात. त्यामुळे त्यांच्या साहित्यविषयक कल्पना जुनाट, प्राथमिकच राहिल्या आहेत.

स्वतंत्रपणे या प्राध्यापकांनी आणि ग्रामीण साहित्यिकांनीही आपली वाङ्मयविषयक जाणीव नंतर समृद्ध केली नाही; करू शकले नाहीत. शहरात या संदर्भात ज्या सुविधा असतात, त्या खेड्यांतून व ग्रामीण महाविद्यालयांतूनही मिळणे आज घडीलाही (१९६० ते ७५) अशक्य आहे. तुटपुंज्या ग्रंथांवरच तेथील शिक्षणाची, वाचनाची, अभ्यासाची गुजराण करावी लागते. त्यामुळेही ग्रामीण लेखकांचे आजचे साहित्य हे वर्णनात्मक, प्राथमिक स्तरावरचे जीवनदर्शन घडविणारे झाले आहे. ते सखोल वाटत नाही.

या सर्वच तरुण ग्रामीण साहित्यिकांना दोन वेळा पोटाला मिळू लागल्यावर साहित्याकडे वळावेसे वाटते. आपण जीवनात खूप झगडा केलाय, आपल्या जगातले खूप सांगण्यासारखे आहे याची जाणीव आणि आत्मविश्वास त्यांच्या हातात पडणारे ग्रामीण साहित्य वाचून त्यांना आलेला असतो... असले (आरंभी सांगितलेले) लाजिरवाणे जीवनानुभवही साहित्यात सुंदर होतात, वाचणाऱ्यांना जीवनासाठी बळ देतात याची त्यांना प्रचिती येते. मग ते कागदांतून आपले अनुभव जरा गडद-भडक, विवश, उत्कट करून सांगत सुटतात. साहित्याचा एक कलावस्तू म्हणून अभ्यास करण्याचे त्यांना सहसा भान उरत नाही. नाट्यपूर्ण कथानकाचे चटकदार निवेदन करणे म्हणजे कथा लिहिणे अशी त्यांची कथा-साहित्याविषयीची कल्पना झालेली असते. फार तर ना. सी. फडके प्रभृतींची 'लघुकथेचं तंत्र मंत्र', 'कथा कशी लिहावी?' यासारखी सवंग पुस्तके त्यांच्या हाती कधी तरी पडलेली असतात आणि ती वाचून ते कथा लिहू लागतात. मासिकांचा धंदा करणारे संपादकही ते लेखन चटकन छापून मोकळे होतात.

त्यामुळे त्यांच्यावर नीटसा संस्कार होणे राहूनच जाते. पुण्या-मुंबईच्या बाहेर, बाजूच्या गावी, खेड्यापाड्यांत जीवन कंठावे लागल्याने, कुणी संस्कार करणारे तिथे नसतातच. अनुभव मात्र येत राहतात. मग लिहिणे, प्रसिद्ध करणे आणि जमल्यास संग्रह काढणे एवढेच हातात राहते.

आणखी एका कारणाने ग्रामीण साहित्य जीवनदर्शनात कमी पडताना नागर मनाला दिसते. हे कारण मात्र थोडे सूक्ष्म आहे. काही ना काही कारणाने ग्रामीण साहित्य वास्तवाशी निगडित राहिले आहे. त्या साहित्याच्या मागे जोवर 'ग्रामीण' हे विशेषण आहे तोवर ते वास्तवदर्शीच राहणार. कारण 'ग्रामीण' हे विशेषणच कुठेतरी 'ग्रामजीवनाविषयी, ग्रामीण संस्कृतीविषयी, ग्रामीण परंपरांविषयी, ग्रामीण माणसांविषयी' असा अर्थ निर्दिष्ट करते. त्यामुळे ते साहित्य सतत वास्तवाशी निगडित ठेवणे जरूरही आहे. त्याच्या या वैशिष्ट्यातच त्याला काही मर्यादा आपोआपच पडून राहिल्या आहेत, हे लक्षात येते.

स्वातंत्र्योत्तर काळात एकूण मराठी साहित्यात कलात्मकतेची जाणीव विशेष वाढीला लागली. तोपर्यंत आपले सर्व मराठी गद्यसाहित्य क्वचित एखादा अपवाद

वगळता आशयवादी होते. हा आशयवादही वास्तववाद, आदर्शवाद, सुधारणावाद, समाजवाद या वाटांनी वाहत होता. ना. सी. फडके यांचा मनोरंजनवाद व एखादी कलात्म साहित्य निर्मिती ('रणांगण'सारखी) हे याला अपवाद असले तरी प्रामुख्याने कलात्मक जाणिवांनी प्रेरित होऊन, गद्य साहित्यनिर्मिती होत नव्हती ही गोष्ट या संदर्भात महत्त्वाची आहे.

स्वातंत्र्योत्तर काळात मात्र ही आशावादी भूमिका नागर साहित्याने बऱ्याच प्रमाणात सोडली. मान्यवर प्रकाशन संस्था आणि मासिके यांचे चालक व संपादक प्रसिद्धीसाठी येणाऱ्या साहित्याकडे सौंदर्यवादी दृष्टिकोनातून पाहू लागले.

या सौंदर्यवादी दृष्टीच्या झिरझिरीत पडद्याखाली कळत नकळत, एक बुद्धिजीवी मध्यमवर्गीय दृष्टी अप्रत्यक्षपणे कार्यप्रवण असते हे आजही नाकारता येणे शक्य नाही.

हा शहरवासी बुद्धिजीवी माणूस लोकजीवनाच्या प्रचंड प्रवाहापासून काहीसा अलिप्त असतो. त्याचे स्वत:चे जीवनही ठरावीक चाकोरीतून जात असते. नोकरीत असल्याने किंवा व्यापारधंद्यात असल्याने, त्याच्या जीवनाला अन्न-वस्त्र-निवारा-भवितव्य यांच्या बाबतीत स्थैर्य आलेले असते. (ही सर्व ग्रामीण जीवनाच्या तुलनेने केलेली विधाने आहेत.) या स्थैर्यामध्ये सूक्ष्म विचाराला, बौद्धिक प्रक्रियेला, चिंतनशीलतेला, विविध जाणिवा समृद्ध करायला (सिनेमा, नाटके, संगीत, चित्रे, व्याख्याने, चर्चा इ. च्या द्वारा) भरपूर वाव मिळतो.

त्यामुळे मध्यमवर्गीय लेखकाच्या नागरसाहित्याच्या लेखनात अनुभवाची सूक्ष्मता, विचारगर्भता, चिंतनशीलता, अनुभवातील गुंतागुंती, जाणिवांची समृद्धी येण्याची शक्यता विशेष असते आणि ती त्याच्या जीवनातूनच येते. त्याचा वाचकवर्गही त्याच जीवनकक्षेतील म्हणजे मध्यमवर्गीयच असतो. त्यामुळे त्या साहित्यनिर्मितीत अनुभवांची वर निर्दिष्ट केलेली वैशिष्ट्ये व सूचकता, तरलता, बौद्धिकता, कल्पकता, संयम इ. गुण अधिक प्रमाणात येतात आणि तेच साहित्य त्या दृष्टीला 'सुंदर' वाटत असते. कारण ते त्याच दृष्टीतून लिहिलेले असते.

ग्रामीण जीवनाच्या प्रवाहाची या जीवनाशी तुलना करता, ग्रामीण जीवन-प्रवाहच वेगळा वाटतो. मध्यमवर्गीय जीवनापेक्षा ग्रामीण जीवनाचा पाया भिन्न आहे. निसर्गाशी ते बांधलेले असल्याने स्वाभाविकच बहिर्मुख असते. शिक्षणाचे, बुद्धीच्या मशागतीचे शहरात जे संस्कार होतात ते खेड्यात होत नसतात. त्यामुळे ग्रामीण मनुष्य स्वाभाविक भावनांचा, विकारांचा आविष्कार अधिक मुक्तपणे करतो. तो कोणत्याही गोष्टींचा साक्षेपाने, सूक्ष्मतेने विचार करून, तसेच आपली ही वासना आहे, हा विकार आहे, ही भावना आहे, हा राग आहे अशी जाणीव न ठेवता वागतो. शहरातील मध्यमवर्गीयांच्या तुलनेने तेथे घटना-घडामोडी जास्त घडतात.

त्या घडायला इतरही कारणे असतात. त्यामुळेही त्याला सामुदायिकरीत्या जगावे लागते आणि त्याचा परिणाम तो बहिर्मुख होण्यात होतो.

खेड्यातील जीवन विशेष परस्परावलंबी आहे. ते इतके आहे, की त्या लहानशा गावातील प्रत्येक माणूस दुसऱ्याला नावानिशी, धंद्यानिशी, परिस्थितीनिशी ओळखत असतो; इतका तेथील प्रत्येक माणूस सामाजिक, सामुदायिक झालेला असतो. तो त्याच्या एकट्याचा बव्हंशी उरलेला नसतो. यामुळेही तेथे बहिर्मुखतेला पोसले जाते. सण, उत्सव, जत्रा-खेत्रा, खेड्यांत विशेष स्वरूपात असल्याने व तेथील माणसाला त्यात सामुदायिकरीत्या सक्रिय भाग घ्यावा लागत असल्याने, त्याची बहिर्मुख वृत्ती अधिक वाढत जाते. सामुदायिक पातळीवरच तो दिवसातला बहुतेक काळ जगत असतो. तेथील मोठी, संयुक्त कुटुंबपद्धतीही त्याला सामुदायिक जगायला भाग पाडत असते. त्याची ही बहिर्मुखता पर्यायाने ग्रामीण जीवनाचा स्थायीभाव होऊन गेलेली असते, त्यामुळे ग्रामीण साहित्यात व्यक्तीच्या निमित्ताने एका अर्थी समाजमनच व्यक्त होत असते. (हे सर्व शहरी मध्यमवर्गीय माणसाच्या तुलनेनेच घ्यावयाचे.)

यामुळेच या जीवनात शहरी मध्यमवर्गीयाच्या तुलनेने सूक्ष्मतेपेक्षा स्थूलता, विचारगर्भतेपेक्षा भावनाशीलता, चिंतनशीलतेपेक्षा तात्कालिक प्रतिक्रियात्मकता, अनुभवातील गुंतागुंतीपेक्षा सरळसोटपणा, भडक वागणे, सूचकतेपेक्षा भडभडेपणा, तरलतेपेक्षा ठोसपणा, संयमापेक्षा पाल्हाळीक वृत्ती, बौद्धिकतेपेक्षा स्वाभाविक भावना-प्रेरित वर्तनशीलता अधिक प्रमाणात असते. त्यामुळे ते जीवन प्राथमिक पातळीवरचे वाटते.

याच जीवनातून लेखक पुढे आलेला असतो. अर्थात त्याच्या साहित्यात ते जीवन अशाच स्वरूपात येणे स्वाभविक आहे. त्यामुळेही ग्रामीण साहित्य, जीवनाच्या प्राथमिक पातळीवर बव्हंशी रेंगाळताना जाणवते.

अशी परिस्थिती असल्यामुळे मध्यमवर्गीय नागर साहित्याची सौंदर्यदृष्टी ग्रामीण साहित्याला लावणे इष्ट होणार नाही. ते घटनाप्रधान आहे, बहिर्मुख आहे, त्यात चिंतनशीलता कमी आहे, पात्रे सरळठोक आहेत, जीवनाचे व एकूण अनुभवाचेच सूक्ष्म, तरल, सखोल दर्शन नाही असे म्हणणे बरोबर होणार नाही. कारण ग्रामीण साहित्याला 'ग्रामीण' हे वास्तवदर्शी विशेषण जोवर चिकटले आहे, तोवर काही प्रमाणात हे असे होत राहणारच.

वास्तविक ग्रामीण साहित्याला वेगळा भाष्यकार मिळाला पाहिजे तो या अर्थाने. तो ग्रामीण जीवन नीट समजून घेणारा असला पाहिजे. मध्यमवर्गीय जीवनकक्षेत राहून त्याने ग्रामीण साहित्यावर टीका करण्याने, तिच्यात उपरेपणातून जे दोष निर्माण होतील ते येणार आहेत. अशी मध्यमवर्गीय दृष्टीने दोषपूर्ण झालेली

पुष्कळ टीका ग्रामीण साहित्यावर स्फुट स्वरूपात झालेली आहे. पण मध्यमवर्गीय दृष्टीने ग्रामीण साहित्यावर टीका न करता, ग्रामीण जीवन व ग्रामीण वास्तव नीटपणे समजून घेऊन टीका करणारा टीकाकार मिळणे आज घडीला कठीण आहे. त्यामुळे ग्रामीण साहित्यिकावर टीकेच्या अंगानेही नीट संस्कार होत राहणे आज तरी अशक्य वाटते.

या ग्रामीण साहित्यिकावर घरीही कुणी संस्कार करील असा वडीलधारा नसतो. त्याच्या पूर्वजात कुणीही शिकलेला नसतो. सगळेच नांगरे आणि मजूर. पोटामागे धावूनधावून धाप लागून मधेच मरणारे. पण याचेही आत्मभान या तरुण ग्रामीण लेखकाला नाही.

उलट या लेखकांच्या पिढीला एक वेगळे, विचित्र समाधान आहे. त्यांनी शिकून, नोकरी पकडून एक 'अपूर्व' केलेले असते. त्या नोकरीत कित्येक वेळा उन्हातानातले शारीरिक श्रम नसतात की मणभर घामाला कणभर दाम नसतो. त्यामुळे दोन वेळचा पोटाचा प्रश्न सोडविण्याचा त्यांनी कौतुकास्पद पराक्रम केलेला असतो. त्या अपूर्वाईचेच एक समाधान त्यांच्या मनावर, चेहऱ्यावर तरंगत असते. आपण खालच्या वर्गातून वरती आलो आणि स्थिर झालो, याचाच एक अनोखा आनंद त्यांना मिळत असतो. त्यात मग साहित्यिक झाल्यावर तर आणखी मोठे, आतून पोकळ असलेल्या अढीच्या भोपळ्याएवढे समाधान मिळते. लहानपणी हरी नारायण आपटे, केशवसुत, तांबे, केळकर, गडकरी, अत्रे, फडके, खांडेकर यांचे क्रमिक पुस्तकांतले साहित्य वाचताना आणि अभ्यासताना शिक्षकांनी या लेखकांविषयी किती मोठा आदर त्यांच्या मनात निर्माण करून ठेवलेला असतो... त्या मालिकेत साहित्यिक होऊन आपण बसणार याचा अपरंपार आनंद त्यांना त्यांचे हे ग्रामीण साहित्य देत असते.

... असे वाटणे हे वरवरचे आहे हे उघड आहे. पण त्यांचे हे वाटणे खरे आहे. एखाद्या मजुराच्या मुलाने प्राथमिक शिक्षक होण्यातले सुख, आपसुख शिक्षक झालेल्या मध्यमवर्गीयाला कळू शकणार नाही तसे हे आहे. शिक्षणाची, साहित्याची मुळीच पूर्वपरंपरा नसलेल्या, नव्यानेच उगवलेल्या कालच्या समाजस्तरातून साहित्याकडे वळणाऱ्या पहिल्या पिढीचे हे धुमारे आहेत. शहरी संपादकांनी, प्रकाशकांनी, साहित्यिकांनी आणि विशेषत: टीकाकारांनीही हे समजून घेतले पाहिजे... समजण्यासाठी पठडीबाहेरचा वेगळा डोळा हवा आहे. दुर्दैवाने तो शहरी आत्ममग्न, पांढरपेशा, मध्यमवर्गीय टीकेत अपवादानेच जाणवतो. चातुर्याने ते त्यांना प्रतिष्ठेपासून लांब ठेवू शकतात.

खरे तर ग्रामीण लेखकांनीच आता स्वत:ला ओळखायला शिकले पाहिजे. ग्रामीण समाजातून आलेल्या टीकाकारांनीही पढीकपणा सोडून समंजस, सामाजिक

संदर्भ धरून या लेखकांकडे पाहिले पाहिजे. आजच्या ग्रामीण लेखकांत अभ्यस्तवृत्ती अभावानेच आढळते. त्यांनी गंभीरपणे कसदार साहित्याचे वाचन केले पाहिजे. नाहीतर त्यांचा मनोरंजन करणारा, किस्से सांगणारा सोंगाड्या व्हायला वेळ लागणार नाही. सोंगाड्या फार लोकप्रिय असतो; त्याला जास्त प्रसिद्धी मिळते. चहा व चिवडा, सकस दूध-केळ्यांपेक्षा जास्त खपतो हे ध्यानात ठेवावे. ग्रामीण साहित्याचा चहाचिवडा होऊ नये याची काळजी घ्यावी, तरच ग्रामीण साहित्याची झालेली कोंडी फुटणार आहे.

◆

तिसऱ्या पिढीच्या ग्रामीण तरुण साहित्यिकांच्या काही अडचणी

स्वातंत्र्यानंतर भारतीय नागरिकाला लोकशाहीमुळे अनेक हक्क मिळाले. ग्रामीण समाजाकडे, समाजातील खालच्या थराकडे सरकारचे आणि योजनांचे लक्ष गेले. त्याचा फायदा होऊन समाजातील अगदी खालचा थर शिक्षण घेऊ लागला. हा वर्ग आर्थिकदृष्ट्या अतिशय दुबळा होता. त्याच्या घरी कायमची उपासमार, अज्ञान, मजुरीचे कष्ट नेहमीचेच होते. गेल्या हजारो वर्षांत त्याला कधी अक्षरांनी शिवले नव्हते. या जमातीतील लोक पूर्वी कधीही शिकलेले नव्हते. कुळवाडी, बलुतेदार, शेतमजूर इत्यादींपैकी हा वर्ग आहे. अजूनही तो असंघटित आहे. खेड्यांत मूक अवस्थेत सर्वांचे अन्याय सोसत, बागायतदार, शेतकरी, वतनदार, पाटील-कुलकर्णी यांची सेवा करत पुन्हा त्यांचेच अन्याय सोसत तो खेड्यात रखडतो आहे. असा हा वर्ग शिक्षणाच्या सवलतीमुळे थोडा शिकला आणि मिळतील त्या किरकोळ नोकऱ्या करू लागला. काहीजण शक्य तर छोटेछोटे धंदेही करू लागले... या वर्गातूनच आज प्रामुख्याने तरुण ग्रामीण साहित्यिक निर्माण झाले आहेत.

१९५० च्या आसपास नववाङ्मयी प्रवृत्तीच्या छायेतील ग्रामीण लेखकांची पहिली पिढी लेखन करीत होती. ती या नव्या ग्रामीण लेखकांपेक्षा काहीशी वेगळ्या सामाजिक थरातील होती. हा थर शहराच्या सापेक्षतेने 'ग्रामीण' असला तरी खेड्यातील आर्थिकदृष्ट्या बऱ्यापैकी स्थितीतील होता. खेड्याच्या तुलनेत त्याचे दारिद्र्य सौम्य स्वरूपाचे होते. स्वतःची शेतीवाडी बऱ्यापैकी होती. घरी कुणी थोडेबहुत शिकलेले होते. कुणी व्यापार-टापार, उद्योग व्यवसाय करणारे होते. कुलकर्णीपण होते, वकिली होती. पाटीलपण होते, वतने होती. हे पेशे खेडेगावात प्रतिष्ठित समजले जातात. अशा घरी खेड्यातील माणसांची जा-ये असते. यामुळे ग्रामीण साहित्यिकांच्या या पहिल्या पिढीवर शिक्षण, संस्कृती, ग्रामीण परंपरा यांचे

नाही म्हटले तरी काही संस्कार झाले होते. बालपणी अक्षरांची ओळख करून घेणे, परंपरांचा संस्कार होणे या गोष्टी त्यांना मिळत होत्या. त्यासाठी काही वेगळी धडपड फार मोठ्या प्रमाणात करावी लागली असावी असे दिसत नाही.

या पहिल्या पिढीवर जे ग्रामीण जीवनातील संस्कार आहेत, त्यापेक्षा काहीसे वेगळे संस्कार या नंतरच्या पिढीवर आहेत. घरीदारी सतत पोटासाठी कष्ट उपसावे लागत असल्याने सणासुदीलाही यांची तारांबळच. भजन-पूजनालाही या पिढीला फारसा अवधी नाही. जत्रा-वाऱ्या यासारखे संस्कारही फारच क्वचित प्रसंगी वाट्याला येत. इतिहास, पुराणे, कहाण्या, गोष्टी यांचा संस्कारही या पिढीवर क्वचितच होई. दीसभर राबायचे आणि रात्री येऊन स्वैपाक करायचा आणि पोटाला खाऊन खाल-वर घोंगडं-पटकूर पांघरून झोपायचे. सकाळ झाली की भाकऱ्या भाजून, फडक्यात गुंडाळून रोजगाराला पळायचे किंवा काम मिळाले नाही तर उपाशी राहूनच चहाच्या घोटावर दीस काढायचा असा हा वर्ग. या वर्गातूनच आज तरुण ग्रामीण लेखक पुढे येत आहे. केवळ सरकारी शिक्षण-सवलती मिळाल्या म्हणून या वर्गाला अक्षरांचा स्पर्श झाला आहे. एरवी तो असाच निरक्षर मजूर राहिला असता. त्यामुळे सांस्कृतिक दृष्ट्या या दोन पिढ्यांत फरक पडतो.

पहिल्या व दुसऱ्या पिढीच्या तुलनेने या पिढीला आर्थिकदृष्ट्या स्थिर होण्यासाठी करावा लागणारा झगडा अधिक तीव्र स्वरूपाचा आहे. ग्रामीण लेखकांची पहिली पिढी आज ज्या आर्थिक प्रतिष्ठित पातळीवर स्थिर झालेली आहे, त्यापेक्षा कितीतरी खालच्या पातळीवर ही नवीन पिढी स्थिर झालेली आहे. प्राथमिक आणि माध्यमिक शिक्षक, कारकून, ग्रामसेवक, हिशेबनीस, पहारेकरी, चक्कीवाले, खाजगी किरकोळ नोकऱ्या या सारख्यांची जी आर्थिक पातळी असते तिच्या आगेमागे हे प्रामुख्याने स्थिर झालेले आहेत. अपवाद काही आहेत; नाही असे नाही. तरीही सर्व घरादाराला खेचून वरच्या पातळीवर आणणे त्यांना अवघड जाते. वास्तविक, लेखकाच्या आर्थिक परिस्थितीचा आणि त्याच्या साहित्यनिर्मितीचा तसा प्रत्यक्ष काही संबंध नसतो. पण ज्या ग्रामीण परिसरात हा ग्रामीण लेखक राहत असतो, त्या परिसरापर्यंत उत्तम ग्रंथ, मासिके, नियतकालिके पोचलेली नसतात. ग्रामपंचायतीच्या वाचनालयांतून, शाळांच्या ग्रंथालयांतून जी नियतकालिके आणि ग्रंथ उपलब्ध असतात ती अगदीच सामान्य दर्जाची असतात. अशा परिस्थितीत लेखक या नात्याने जे ग्रंथ वाचणे, जी नियतकालिके पाहणे जरूर असते, ज्यांची त्या लेखकाला गरज वाटते ती त्याला खरेदी करता येत नाहीत किंवा वर्गणीदार होऊन मागवता येण्याइतकी त्याची आर्थिक परिस्थिती नसते. त्यामुळे त्यांच्या प्रतिमेची, निर्मितिक्षमतेची मशागत होऊ शकत नाही. त्यामुळे ती मंदतेज होण्याची शक्यता नाकारता येत नाही.

उलट आहे त्या परिस्थितीत उपलब्ध असे सामान्य ग्रंथ व व्यापारी दृष्टीने

काढलेली लोकप्रिय नियतकालिके वाचून त्या संस्कारक्षम मनावर साहित्याच्या भलत्याच कल्पनांचा पगडा पडण्याची शक्यता असते. अगदीच सामान्य पण लोकप्रिय लेखकांचा आदर्श त्यांच्या लेखक-मनासमोर उभा राहण्याची शक्यता असते. मराठीतील अव्वल दर्जाचे लेखक त्यांच्या वाचनात तर राहोतच पण त्यांचे ग्रंथ त्याच्या पाहण्यातही येत नाहीत. त्यांची नावेही त्यांच्या कानांवर त्या आंतर-भागातील खेड्यांत कधी गेलेली नसतात असे दिसून येते.

या आर्थिक परिस्थितीचा आणखी एक परिणाम असा होतो, की या ग्रामीण लेखकांना साहित्याची केंद्रे असलेल्या शहरांना भेटी देता येणे शक्य होत नाही. तेथील लेखक, समीक्षक, साहित्याचे जाणकार, संपादक, प्रकाशक यांना इच्छा असूनही भेटणे कठीण होऊन बसते. सभा, संस्था, चर्चा, परिसंवाद यांतून होणाऱ्या साहित्यविषयक चर्चा ऐकण्याची त्यांची इच्छा असते. लेखकमित्रांशी भेटून विचाराच्या निर्मिती-प्रक्रियेच्या संदर्भात देवघेव करावी असे वाटते. मार्गदर्शन मिळविण्याची इच्छा असते पण हा तरुण ग्रामीण लेखक या सर्वांपासून वंचित राहतो. प्राथमिक शाळांतून, फार तर ग्रामीण भागातील महाविद्यालयांतून त्याच्यावर विद्यार्थिदशेत जे साहित्यविषयक प्राथमिक संस्कार झालेले असतात व त्याचे जे काही त्या वयात वाचन झालेले असते, तेवढ्या शिदोरीवरच तो लेखनाची वाटचाल करीत असतो. स्वाभाविकच त्याने निर्माण केलेल्या साहित्याचा दर्जा सामान्य व त्याच्या साहित्यविषयक कल्पना प्राथमिक राहण्याची शक्यता असते. त्याच्या आर्थिक परिस्थितीचा आणि साहित्यनिर्मितीचा संबंध आहे तो या प्रकारचा. त्याची सदभिरुची घडविण्यात आणि वाढविण्यात, उत्तम आणि विविध संस्कार करून घेण्यात, त्याच्या मार्गात अशा आर्थिक अडचणी येतात. शहरातील गरीब, होतकरू लेखकांना (शहरे ही साहित्याची केंद्रे असल्यामुळे) पैशांवाचूनही वरील गोष्टींशी संपर्क साधता येतो पण दूर खेड्यांत राहणाऱ्या तरुण ग्रामीण लेखकाला ही अडचण दूर करता येणे कठीण जाते.

ग्रामीण लेखकांच्या पहिल्या पिढीला वाङ्मयीन क्षेत्रात नाही म्हटले तरी काही फायदे मिळाले. पहिल्या पिढीतील मंडळी मोजकी होती. त्यामुळे त्यांच्यात स्पर्धा राहू शकली नाही. अनेक लेखक असले तर स्वाभाविकच त्यांच्या लेखनात तुलना होते. सरस-नीरस दिसू लागते. सरसाची निवड होत राहते नि नीरस बाजूला पडते. मग लेखक म्हणून सत्त्व असल्याशिवाय अस्तित्व टिकविणे कठीण होते. तसे यांचे मोजक्या संख्येमुळे झाले नाही. पहिल्या लाटेत बरेच हीणही खपून गेले. एक दुसऱ्यासारखा होऊ शकला नाही, हेही प्रत्येकाचे अस्तित्व स्वतंत्र राहण्याचे कारण आहे. आरंभीच्या कमी संख्येच्या काळात एक दुसऱ्यासारखा न होण्याची शक्यता आणि स्वाभाविकता जास्त असते. दोन-चार माणसे एकत्र असतील तर प्रत्येक जण स्वतंत्रपणे लक्षात राहतो. प्रत्येकाकडे लक्ष वेधणे साहजिकच असते. पन्नासभर

एकत्र असतील तर प्रत्येकजण लक्षात राहणे कठीण होते. जमाव (Mass) तयार होतो आणि प्रत्येकाचे वेगळेपण विरून जाऊ लागते. प्रत्येक जण सामान्य दिसू लागतो. तरुण ग्रामीण लेखकांच्या वाढत्या संख्येमुळे त्यांतील अव्वलांकडे लक्ष जात असले तरी 'बऱ्यां'कडे लक्ष वेधणे शक्य होत नाही. पहिल्या पिढीच्या लेखकांच्या मोजक्या संख्येमुळे त्यातील 'बरे' लेखन करणाऱ्यांनाही पहिलेपणाचे फायदे मिळाले आणि नंतरच्या दुसऱ्या पिढीतील लेखकांची संख्या थोडी जास्त झाल्याने पहिल्या पिढीच्या तुलनेने ते फायदे दुसऱ्या पिढीला मिळू शकले नाहीत. तिसऱ्या पिढीच्या ग्रामीण लेखकांची संख्या तर आणखीनच वाढली आहे.

कोणत्याही पहिल्या पिढीला मिळणारा दुसरा फायदा म्हणजे तिच्या लेखनाचे कौतुक केवळ आशयाच्या नवेपणामुळेही होत राहते. आशयाचा नवेपणा, अनोखेपणा हे काही वाङ्मयीन मूल्य नव्हे. पण वाङ्मय लोकप्रिय होण्यास, समीक्षेला त्या वाङ्मयाकडे खेचण्यास, प्रसंगी प्रतिष्ठा मिळवून देण्यास या नवेपणाची विशेष मदत होते. ती एक वाङ्मयीन क्षेत्रात मागल्या दाराने सदैव घुसणारी दुर्दम्य वस्तू आहे. स्वातंत्र्योत्तर नवसाहित्यिकांच्या पहिल्या पिढीला नव्या आशयाचाही फायदा मिळाला हे नाकारता येत नाही. हा फायदाही नंतरच्या लेखकांच्या पिढीला आशयाचा स्थूल भाग वाचकांच्या परिचयाचा झाल्यामुळे मिळू शकला नाही.

पहिल्या पिढीच्या या फायद्यातून आनुषंगिक काही फायदे होतात. प्रसिद्धी, पैसा, प्रतिष्ठा मिळणे कठीण जात नाही. त्यामुळे जीवनात लवकरच स्थिर होता येते. त्याचा जीवन-झगडा अन्न, वस्त्र, निवारा यांसारख्या गरजा भागविणाऱ्या खडतर, प्राथमिक पातळीवर राहत नाही. वाचन, लेखन, चिंतन हे निर्वेधपणे करणे शक्य होते. वाङ्मयसेवेत दुर्लंघ्य अडथळे येत नाहीत. शहरी जीवनात स्थिर होता येते. त्यामुळे शहरी समाजव्यवस्थेचे फायदे मिळतात. वाङ्मयीन-सेवा सुकर होण्यासाठी संपादक, प्रकाशक, लेखक, मित्र यांच्या गाठीभेटी सहज शक्य होतात. मासिके, साप्ताहिके हाताशी येतात. त्यामुळे चर्चा, विचारविनिमय, देवघेव होऊन वाचन-लेखनाला चालना मिळणे, विचारात स्पष्टता, सखोलता, विविधता इत्यादी गुण येणे शक्य होते. 'बऱ्या'पैकी लिहिणारे पुष्कळच लेखक असतील तर नंतरच्या पिढीला ही संधी मिळणे कठीण जाते. पुणे-मुंबईबाहेरील औरंगाबाद, सोलापूर, सातारा, सांगली, कोल्हापूर इत्यादी मध्यम शहरांतील लेखकांना ती अल्प प्रमाणात तरी मिळते पण कोणत्याही शहरापासून दूरवर असलेल्या खेड्यांतून असणाऱ्या लेखकांना अजिबातच मिळत नाही. त्यांच्यासमोर दृश्य-अदृश्य, स्थूल सूक्ष्म स्वरूपात अनेक अडचणी उभ्या असतात.

दुसरे असे की, आजचा तरुण ग्रामीण लेखक आणि दलित लेखक यांत महत्त्वाचा मानसिक फरक आहे. आजचा दलित लेखक नोकरीतील राखीव जागांमुळे

नोकरीत निर्धास्त व सुरक्षित आहे. सरकारी नोकरीनिमित्ताने तो बहुसंख्येने शहरात, जिल्ह्याच्या किंवा तालुक्याच्या ठिकाणी येतो. त्याला त्याचे असे मित्र मिळू शकतात, संघटनांत तो जाऊ शकतो. एकमेकांच्या मानसिक आधाराने वाङ्मयात आपल्या भावभावना मुक्तपणे व्यक्त करायला पाठबळ मिळते. पण ग्रामीण लेखक आपल्या खेड्यात साहित्यनिर्मितीशी एकाकीपणे तोंड देत असतो. साहित्यनिर्मिती ही एकट्याने, एकाकीपणेच करावयाची असते ही गोष्ट खरी पण या तरुण ग्रामीण लेखकाचा एकाकीपणा आणखी वेगळ्या प्रकारचा आहे. सामाजिक दृष्ट्या तो बहुधा त्या गावात एकांडा पडलेला असतो. मनाने आसपासच्या समाजापासून तुटलेला असतो. भोवतालचे सगळे जीवन वेगळ्या प्रेरणांनी चाललेले असते. तेथील लोक जगण्यासाठी प्रत्यक्ष रात्रंदिवस झगडत असतात. खेड्यातील एका माणसाची एक दिवसाची मजुरी कशी तरी त्याला एकच दिवस पुरेल अशी असते. अशा मजुरीमुळे व तीही बहुधा नियमित नसल्याने, जगण्यासाठी त्याला रात्रंदिवस धडपडावे लागते व पोटाच्या काळजीतच जन्मभर राहावे लागते. अशा समाजातील ग्रामीण साहित्यिक इतरांपासून मनाने दूर जाऊन साहित्यनिर्मिती करीत असतो. या त्याच्या निर्मितीला त्यावेळी तरी काही भवितव्य नसते. पोटाच्या प्रश्नापुढे दुसरे काहीही न दिसणाऱ्या लोकांना त्या भवितव्य नसलेल्या निर्मितीबद्दल काहीही वाटत नसते. उलट, तो एक रिकाम्या माणसाचा वेळ घालविण्याचा उद्योग वाटतो. त्यामुळे या निर्मितीच्या संदर्भात, आसपासच्या समाजाशी ग्रामीण साहित्यिकाचा संवाद होऊ शकत नाही. एखादाही लेखकमित्र, रसिकमित्र चर्चा करण्यास, संवाद साधण्यास, निदान स्वतः काय करीत आहोत ते समजून घेण्यास तेथे नसतो. उलट त्याला निरुत्साही करणारे, त्याच्या या बेभरवशाच्या कृतीची टिंगल-टवाळी करणारे बरेच असतात. अशा वेळी हा प्राप्त समाजाशी विसंवाद साधणारा निर्मितीचा उद्योग सोडून देऊन, समाजाच्या जगण्याच्या एकूण लयीशी एकरूप होऊन जावे असे त्याला वाटते. त्यामुळे ग्रामीण साहित्यिकाच्या मनातील हा उगवू घातलेला कोंभ तिथेच मरून, मरगळून जाण्याचीच शक्यता फार असते.

अशाही परिस्थितीत तो लिहीत असतो. त्याच्या या मानसिकतेचा त्याच्या साहित्यावर परिणाम होतो. ते घुसमटल्या मनाचे साहित्य असते. दलित साहित्याच्या तुलनेने त्याचे स्वरूपच भिन्न असते. असले हे आपले साहित्य नियतकालिकांकडे प्रसिद्धीसाठी तो पाठवीत असतो. प्रसिद्धीच्या बाबतीत पुन्हा दुसऱ्याच अडचणी उद्‌भवू लागतात. प्राथमिक गरजा भागविण्यातच गुंतलेल्या एकूण ग्रामीण जीवनात सौंदर्याची जाणीवपूर्वक जोपासना जवळजवळ शून्यच असते. जी जोपासना होत असते ती संपूर्णपणे अजाणता, नकळत, अनुषंगाने. अशा समाजजीवनातील साहित्यिकाची निर्मिती हीसुद्धा असुंदर, ओबडधोबड, अनघड असण्याचीच शक्यता

फार असते. उलट नागर जीवनात सौंदर्य दृष्टीची जोपासना विशेषत्वाने होत असते. त्यामुळेही ग्रामीण साहित्यिकाचे प्रामाणिक लेखन शहरी, दुय्यम दर्जाच्या पण चटकदार लेखनाइतकेही आकर्षक वाटत नाही. त्यामुळे नियतकालिकाचा शहरी संपादक ते आपसूक बाजूला काढून ठेवतो. कारण संपादकही नकळत आपली नागर माणसाची मध्यमवर्गीय दृष्टी सांभाळून बसलेला असतो. ती दृष्टी हाच त्याच्या 'उत्तम' साहित्याचा निकष असतो. यात एक व्यवहारही मिसळलेला असतो : आज घडीला तरी नियतकालिकांचा वाचकवर्ग हा प्रामुख्याने शहरवासी, मध्यमवर्गीय, पांढरपेशा आहे. नियतकालिके विकत घेऊन वाचणारा तो वर्ग असल्याने संपादकांना त्याची अभिरुची लक्षात घेऊनच साहित्य प्रसिद्ध करावे लागते. त्यामुळेही एके काळी (ग्रामीण लेखकांच्या पहिल्या पिढीच्या वेळी) कौतुकाचा व नावीन्याचा विषय असलेले ग्रामीण साहित्य आज ओळखीचे वाटत असल्यानेही त्याला नियतकालिकांतून क्वचितच व अगदी अल्प प्रमाणात स्थान मिळते.

वास्तविक संपादक-प्रकाशकांनी आज निर्माण होणाऱ्या ग्रामीण साहित्याकडे सहानुभूतीने आणि स्नेहाने पाहण्याची आवश्यकता आहे. समीक्षकांनीही नागर समीक्षावृत्ती सोडून देऊन, आणखी काही वेगळ्या अंगांनी या साहित्याकडे पाहता येईल किंवा काय याचा विचार केला पाहिजे. कारण सामान्यपणे कोणत्याही साहित्यनिर्मितीला त्या त्या समाजाचा एक अपरिहार्य संदर्भ असतो. तो संदर्भ लक्षात न घेता, साहित्याचे परिशीलन करणे अन्याय्य होत असते. वास्तविक पाहता ग्रामीण साहित्याकडे समीक्षकांचे दुर्लक्षच आहे. नव्या प्रबोधनाची, नव्या संक्रमणाची जाणीव नसल्याचे ते एक लक्षण आहे. पण समीक्षा हा नंतरचा भाग आहे. प्रसिद्धी ही तत्पूर्वीची बाब आहे, म्हणून प्रस्तुत संदर्भात संपादक-प्रकाशकांची जबाबदारी विशेष वाढते. त्यांनाही या ग्रामीण समाजातील सांस्कृतिक प्रबोधनाची जाणीव असणे आवश्यक आहे. मराठी शेतीप्रधान संस्कृतीचे ऐंशी टक्के मराठी मनाचे प्रतिबिंब या ग्रामीण साहित्यातून पडणार आहे. आज ना उद्या हे ग्रामीण साहित्यच खऱ्या अर्थाने आपल्या मूळ मराठी संस्कृतीचे स्वत्व शोधणार आहे. भारतीय संस्कृतीचा मूलभूत गाभा असलेली प्रादेशिक संस्कृती या साहित्यातून आविष्कृत होणार आहे, या जाणिवेने ग्रामीण साहित्याकडे पाहिले पाहिजे. आपल्या देशात प्रचंड संक्रमण सुरू आहे. देशाचा कायाकल्प जुन्या रूपातून नव्या रूपाकडे होत चाललेला आहे. आपल्या प्रदेशाचे जुने रूप काय होते, नवे रूपांतर होताना कोणत्या यातना आणि वेदना यांतून जावे लागत आहे, याचे रेखाटन आज घडीला होणे अत्यंत आवश्यक आहे. ते एकदा होऊन गेल्यावर व देश नव्या रूपात स्थिर झाल्यावर त्याचे (जुन्या रूपाचे व रूपांतराचे) रेखाटन करणे अशक्य होणार आहे. ऐतिहासिक दृष्ट्या या रेखाटनाला फार फार मोल आहे. ही मोलाची ऐतिहासिक

कामगिरी हे ग्रामीण साहित्य आज करू पाहत आहे, हे भान राखून या साहित्याकडे पाहिले पाहिजे.

अशा परिस्थितीत ग्रामीण साहित्याच्या मार्गातील अडचणींचे त्वरित निवारण झाले पाहिजे. त्यासाठी ग्रामीण साहित्याची मुक्त व्यासपीठे निर्माण झाली पाहिजेत. ग्रामीण साहित्याला स्थान देणारी अनेक मासिके, साप्ताहिके, प्रकाशन संस्था, साहित्य संस्था निघण्याची नितांत गरज आहे. या संस्थांतर्फे ग्रामीण साहित्य-संमेलने, मेळावे, शिबिरे, परिसंवाद, चर्चा होणे जरुरीचे आहे याशिवाय ग्रामीण साहित्याच्या अस्तित्वाचा गाभा पक्का होऊ शकणार नाही. त्याचे एकूण मराठी साहित्यक्षेत्रातील अर्थपूर्ण स्थानही लक्षात येऊ शकणार नाही.

ग्रामीण साहित्याच्या संदर्भात काही वाङ्मयीन समस्या आहेत त्या वेगळ्याच. एकदाचे मुक्त व्यासपीठ मिळाले की, ग्रामीण साहित्याचे अनेक अंगांनी परिशीलन, मंथन होत राहील. त्यामुळे ग्रामीण साहित्याची विविध अंगांनी झालेली कोंडी फुटण्यास मदत होईल. बाहेर पडण्याच्या वाटा शोधता येतील. नियतकालिकांतून या तरुण ग्रामीण साहित्यिकांच्या बऱ्यापैकी लेखनाला निर्वेधपणे प्रसिद्धी मिळू लागली की, त्यांच्या आर्थिक अडचणींवर, मानसिक एकाकीपणावर, खेड्यातील त्यांच्या सामाजिक उपेक्षेवर ते मनोबलाच्या, प्रसिद्धीच्या जोरावर मात करू शकतील.

अशा रीतीने ग्रामीण साहित्यिकांच्या व्यावहारिक अडचणी हा साहित्यक्षेत्राशी निगडित असलेला एक सामाजिक प्रश्न आहे. तो साहित्याच्या जाणकारांनीच साहित्याच्या भल्यासाठी सामाजिक आणि सांस्कृतिक जाणिवेने सोडविणे जरुरीचे आहे. ग्रामीण सुधारणावादाचे डांगोरे पिटणाऱ्यांनी आता या समाजाची सांस्कृतिक चळवळ हातात घेणे फार फार जरुरीचे आहे आणि साहित्य हे सांस्कृतिक चळवळीचा कणा असते हे युगायुगाने सांगितलेले सत्य त्यांनी लक्षात ठेवावे तरच काही तरणोपाय आहे.

◆

ग्रामीण रसिकाच्या अडचणी

'ग्रामीण रसिक' हा नवा शब्दप्रयोग आज प्रथमच मराठी वाङ्मयात प्रविष्ट होत आहे. 'ग्रामीण साहित्य' या शब्दप्रयोगाइतकाच तो अर्थपूर्ण आहे. एका नव्या जाणिवेची ती खूण आहे. या जाणिवेला काळही तसाच अनुकूल ठरला आहे. देशाला स्वातंत्र्य मिळाले. लोकशाही आली. मागोमाग मतदानाचा हक्क प्राप्त झाला. गरीब वर्गाला शिक्षणाच्या अनेक सवलती मिळाल्या, लोकप्रतिनिधींची निवड होऊ लागली. या सर्वांचा परिणाम होऊन बहुजन समाजात नवजागरण सुरू झाले. स्वत:च्या व्यक्तित्वाची जाणीव होऊ लागली. जगण्याविषयी आत्मविश्वास निर्माण झाला. या ग्रामीण मराठी समाजात नव्या परंपरा निर्माण होऊ लागल्या. या परंपरांचाच एक भाग म्हणजे 'ग्रामीण साहित्यनिर्मिती' आणि 'ग्रामीण रसिकाचे लक्षणीय अस्तित्व' होय.

हा ग्रामीण रसिक नेमका कोण? हा प्रश्न उपस्थित करण्याचे कारण असे की, स्वातंत्र्यानंतरच्या गेल्या पंचवीस वर्षांत पूर्वी ग्रामवासी असलेला पण नंतर शिकून कलास्वादाला सामोरा जाऊ शकणारा तरुणवर्ग, शिक्षण पूर्ण झाल्यावर बहुधा शहरवासी झालेला आहे. अशांना आपण 'ग्रामीण रसिक' म्हणू शकत नाही. जो शिक्षित आहे, साहित्य-कलेचा आस्वाद घ्यायला समर्थ आहे आणि जो ग्रामवासी आहे त्याला आपण 'ग्रामीण रसिक' म्हणणे योग्य आहे. ग्रामीण समाजातील असा वर्ग शोधू जाता तो विखुरलेला दिसतो. निवडक मुख्य शहरे सोडली तर जिल्ह्यांच्या गावी, तालुक्यांच्या ठिकाणी, मोठ्या गावांतून काही महाविद्यालये निघालेली आहेत. या महाविद्यालयांतील तरुणवर्ग, तेथील प्राध्यापकवर्ग, शाला-प्रशालांतील शिक्षकवर्ग, या ठिकाणी असलेला व्यापारीवर्ग, सरकारी खाती व सहकारी सोसायट्या यांतील नोकरवर्ग, बागायतदार शेतकरी व त्यांची कुटुंबे यांना आपण ग्रामीण रसिक म्हटले पाहिजे. पार अंतर्भागातील खेड्यांत असा वर्ग मिळणे कठीण आहे.

साहित्य-कलेचा आस्वाद ही घटनाच मुळी शिक्षितवर्गीय आहे. म्हणजे ग्रामीण रसिक हा तसा पूर्णपणे खेडूत नसतो. तो ग्रामवासी शिक्षित, काहीसा मोठ्या गावी राहणारा असतो. हा वर्ग प्रामुख्याने स्वातंत्र्योत्तर काळात बहुजन समाजात जे नवजागरण झाले त्यातूनच उदयाला आलेला आहे. काही प्रमाणात शिक्षण घेऊन तो काहीसा रसिकतेने जगताना दिसतो.

याउलट ज्याला आपण 'नागर रसिक' म्हणू शकू असा वर्ग पुणे, मुंबई, नागपूर, औरंगाबाद, अमरावती, सोलापूर, सांगली, कोल्हापूर या व यांसारख्या प्रसिद्ध उद्योगप्रधान शहरी असावा असे आपण मानतो.

या दोन रसिक वर्गांत त्यांच्या रसिकतेच्या दृष्टीने विचार करता अनेक कारणांनी तफावत पडलेली आहे. एक तर 'रस' ही वैयक्तिक पातळीवर अनुभवण्याची गोष्ट असते. त्यामुळे अनुभव घेण्याच्या व्यक्तीच्या कुवतीवर रसिकता अवलंबून असते. कलेविषयीची तिची जाणीव हा एक त्यात अतिशय महत्त्वाचा भाग असतो. या जाणिवेतही पुन्हा वैयक्तिकता असते. मला एखादी कथा ज्याप्रकारे आवडेल, त्याचप्रकारे ती दुसऱ्याला आवडेल असे नाही. वेगवेगळ्या कारणांसाठी एकच कथा दोघांना आवडू शकते किंवा एखाद्याला आवडते व एखाद्याला आवडत नाही. सारांश, रसिकाच्या रसिकतेतील अडचणी या सामुदायिकच असतात असे नाही. वैयक्तिक पातळीवरही असू शकतात. तेव्हा 'ग्रामीण रसिकाच्या अडचणी' असे म्हणताना त्या फक्त सार्वजनिक पातळीवर जेवढ्या असू शकतील तेवढ्यापुरतेच आपणाला बोलता येईल व त्यांच्यावर उपाय शोधता येतील.

दुसरे असे की, समाजात जो सर्वसामान्य वर्ग असतो त्याची अभिरुचीही सर्वसामान्यच असते आणि ती बहुधा स्थिर स्वरूपाची असते. अशा वर्गाला मनोरंजक, सुलभ-संवेदनाप्रवण, अनुभवाच्या सामान्य पातळीवर रेंगाळणारे, शैलीदार भाषेतील, सुखवादी साहित्य व कला आवडत असते.

अशा सर्वसामान्य रसिकवर्गाच्या सर्वसाधारण (कॉमन) भावभावना हेरून, अशा प्रकारच्या सामान्य (ऑर्डिनरी) सुखवादी साहित्याचे उत्पादन नेहमी होत असते. याबाबतीत ग्रामीण रसिकता आणि नागर रसिकता यांच्या पातळीत विशेष फरक असेल असे वाटत नाही. दर्जेदार साहित्यकलेपासून हा वर्ग बहुधा दूरच असतो.

पण नागर वस्तीत नवनव्या प्रयोगप्रवण साहित्य कलांचे स्वागत होत असते. चर्चा-परिसंवाद होऊन मतमतांतरे होत असतात, अनुकूल-प्रतिकूल पडसाद उमटत असतात. हे पडसाद उमटविणारा असा एक रसिकवर्ग अल्प प्रमाणात का असेना पण नागर वस्तीत असतो. एखादा प्राध्यापक सोडला तर ग्रामीण वस्तीत मात्र आपणांस तो बहुधा दिसत नाही. 'हा 'ग्रामीण रसिक' बव्हंशाने 'सामान्य पातळीवरच' साहित्य-कलांचा आस्वाद घेताना दिसतो.

असे का व्हावे, याचा शोध घेता काही गोष्टी हाताशी लागतात. समाजात जो वर्ग नव्याने जागृत होतो त्याच्या सांस्कृतिक व विशेषत: बौद्धिक क्षेत्रातील घडामोडी या सामान्यपणे प्राथमिक स्वरूपाच्या असतात. या नवजागृत वर्गासमोर आज जी साहित्यकला येत आहे तिची पूर्वपरंपरा या वर्गाला नाही, जी नागर रसिकाला आहे. या नवजागृत वर्गाच्या अनेक सुप्त जाणिवा जागृत होऊन नवरूप धारण करीत आहेत. साहित्य-कलाविषयक ग्रामीण रसिकता ही त्यामुळेच प्राथमिक स्वरूपाची राहणे स्वाभाविक आहे. या वर्गाचे स्थूलाकडे लक्ष असल्याने, सांस्कृतिक संस्कार इतर (विशेषत: शहरातील बुद्धिजीवी) वर्गाच्या तुलनेने कमी असल्याने त्याची रसिकता ही प्राथमिक स्वरूपाची, अर्थसंस्कारित असणे साहजिक आहे. या नवजाणिवांचे प्रतिबिंब, अपवाद वगळता बऱ्याच अंशाने अनेक ग्रामीण व दलित साहित्यिकांच्या साहित्यातही आपणांस उमटलेले दिसते. अशा वर्गाला प्रयोगप्रवण, नवनव्या सूक्ष्मतर प्रेरणांनी प्रेरित झालेली साहित्यकला नागर रसिकांच्या बरोबरीने आस्वादता येणे कठीण आहे.

आज खेडे आणि शहर (विशेषत: साहित्य-कलेची केंद्रे समजली जाणारी पुणे-मुंबई ही शहरे) यांच्या जीवन-पद्धतीत अतिशय अंतर आहे. हे अंतर सांस्कृतिक, सामाजिक, बौद्धिक, पारंपरिक, राहणीविषयक इत्यादी महत्त्वाच्या जीवनसंदर्भाशी निगडित आहे. म्हणजे ग्रामीण समाज आणि नागर समाज यांच्या रचनेतच मुळी फरक आहे. नागर समाजातील जे लेखक आज साहित्य-निर्मिती करतात ते (काही अपवाद वगळता) बव्हंशी मध्यमवर्गीय आहेत. त्यांच्यावर शहरी राहणीचा पगडा आहे. शहराच्या विश्वात मनाने मध्यभागी राहून या कलावंतांची साहित्य-कलानिर्मिती होत असते. त्या अनुषंगाने त्यांचे अनुभव, विचार, मूल्यामूल्यप्रभाव, दिशीकरण (ओरिएंटेशन) चाललेले असते. त्यात पुन्हा वैयक्तिक साहित्यकलावादी दृष्टीचा परिणाम असतो. पाश्चात्त्यांच्या अनेक कलापंथांचा व वादांचा परिणामही या शहरवासी साहित्यकलानिर्मितीवर होत असतो. प्रयोगप्रवण, दर्जेदार, नागर साहित्यकलेतून व्यक्त होणारे जीवनानुभव हे ग्रामीण रसिकाला अपरिचित आहेत ते वेगळेच. शिवाय ते जीवन आणि ती साहित्यकला सूक्ष्म, संयत, सूचक, बौद्धिक-चातुर्याने युक्त, अनुभवातील सुप्तासुप्त प्रेरणांची अनेक वेळा उकल करणारी असते.

हे सर्व ग्रामीण रसिकाला अपरिचित आहे. त्याला त्यातील काही ऐकीव माहिती असते. बरीचशी तशीही नसते. प्रत्यक्ष अनुभव तर कधीच नसतो. त्याचे जीवन, त्याचे अनुभवविश्व, त्याची सामाजिक, सांस्कृतिक परंपरा, जगण्याविषयीच्या त्याच्या कल्पना, त्याचे मूल्यामूल्यांचे दिशीकरण हे भिन्न आहेत. त्याचबरोबर अजूनही स्थूल भावनांची जागृती करणारी साहित्यकला त्याला विशेष आवाहन करते. जीवनातील बारकाव्यापेक्षा त्यातील स्थूलता, घटनात्मकता, त्याच पातळीवरचे

दृष्टिगोचर वास्तव दर्शन, रम्यतेच्या पातळीवरची अद्‌भुतता, उद्रेकी विवशता त्याला जवळची वाटते. ग्रामीण जीवनच आज स्थूलपणे जगले जाते. संयमापेक्षा बेभानपणा, सूचकतेपेक्षा सरळ रोखठोक आविष्कार, बौद्धिक चातुर्यापेक्षा भावनात्मक आवाहन, पारंपरिक कल्पनांचे, श्रद्धांचे गोंजारण त्याला आपले वाटते. बौद्धिक सौंदर्यात्म आनंदापेक्षा भौतिक, बागायती सुखे त्याला हवी असतात. साहित्य- कलाविषयक वाद-संवादापेक्षा प्रत्यक्ष गप्पाटप्पांच्या चेतक बैठकांत त्याला आनंद असतो. त्याचा उरलेला वेळ अन्न, वस्त्र, निवारा आणि करमणूक-विरंगुळा यात जात असावा. त्याची रसिकता त्यामुळे त्या प्रवृत्तींच्या आसपासच कुठेतरी रेंगाळत असते.

रसिकता ही समाजनिरपेक्ष बाब नव्हे. तिच्यावर भोवतीच्या सामाजिक दाबांचा, आपल्या जीवनाचा, वैयक्तिक कुवतीचा स्थूलसूक्ष्म परिणाम होत असतो. त्यांनी ती घडलेली असते. पारतंत्र्यात खितपत पडलेल्या देशाला शुद्ध कलावादी साहित्यापेक्षा स्वदेश, स्वाभिमान, स्वातंत्र्य यासारख्या मूल्यांनी प्रभावित झालेले साहित्यच जवळचे वाटते. मर्ढेकरांसारख्या सौंदर्यवादी कलामीमांसकाची स्वातंत्र्यपूर्व काळात कितपत दखल घेतली असती व त्या दिशेने प्रत्यक्ष साहित्यकलानिर्मिती कितपत प्रभावित झाली असती याची शंकाच आहे. ग्रामीण रसिकावर जोपर्यंत त्याच्या सामाजिक, सांस्कृतिक जीवनाचा दाब आहे, जोपर्यंत तो शहरी जीवनातील अनेक प्रेरणांपासून व मर्यादांपासून मुक्त आहे आणि जोपर्यंत शहरविश्वाच्या मध्यभागी, भोवतीच्या प्रेरणांनी प्रेरित होऊन नागर साहित्यकलानिर्मिती होत आहे; तोपर्यंत ग्रामीण रसिकाला ती प्रयोगप्रवण साहित्यकला आस्वादता येणे कठीण आहे. ग्रामीण रसिकाची ही मूलभूत आणि स्वाभाविक अडचण आहे. ज्या नागर जीवनात साहित्यकलानिर्मिती होते ते जीवन निदान जवळून पाहता येणे, त्या जीवनात संमिश्र होऊन जगणे, त्या जीवनाशी संबंध वाढणे पहिल्यांदा आवश्यक आहे. तेव्हा कुठे या मूलभूत अडचणीचे काही अंशी निवारण होईल.

सद्य:स्थितीत ग्रामीण रसिकावर काही मार्गांनी संस्कार करून त्याची रसिकता अधिक संपन्न करता येण्यासारखी आहे. आज-घडीला ग्रामीण रसिकाला निदान दर्जेदार मराठी साहित्य कसे अनुभवता येईल याची काळजी प्रथम मराठी समीक्षकांनी वाहिली पाहिजे. पण मराठी समीक्षकांची आजची मन:स्थिती लक्षात घेता, असे म्हणणे वदतोव्याघातासारखे आहे. विकसनशील ग्रामीण रसिकाची अडचण लक्षात घेऊन त्याची 'काळजीवाहू समीक्षा' मराठी समीक्षकांस करावयास लावणे म्हणजे त्यांच्या अहंकारी आत्मनिष्ठेच्या शेपटीवर ग्रामीण रसिकाच्या पायतणाचा पाय पडण्यासारखे आहे.

आजची मराठी समीक्षा अनेक अर्थांनी कोंझी, किरटी आणि विपर्यस्त झालेली आहे. तिच्यातून दिसून येणारी मराठी समीक्षकांची प्रवृत्ती साहित्य-कला समजून

घेण्यापेक्षा अहंखोर आत्मनिष्ठेने शबलित झालेली आहे. व्यक्तिनिष्ठा, प्रादेशिकता, वैयक्तिक हितसंबंध, वकिली, पाठीराखेपण, कृतक बौद्धिक शब्दछल, दांभिकता, पंथनिष्ठा, स्वत:चे सवते सुभे, सार्वजनिक शिष्ट सौजन्यातून येणारा खोटेपणा यांसारख्या छुप्या प्रेरणा आज मराठी समीक्षेमागे प्रामुख्याने कार्य करताना दिसतात. कोणत्याही क्षुद्र साहित्यावरील समीक्षणात येणारी पराकोटीची भाषा रसिकाचा आणखी एक प्रकारचा गोंधळ करीत असते. कुठल्यातरी कुमार प्रकाशच्या उथळ ललित लेखांच्या समीक्षणासाठी आणि दुर्गा भागवतांच्या ललित लेखांवरील समीक्षणासाठी एकाच प्रकारची पराकोटीची (सुपरलेटिव्ह) विशेषणे वापरल्याने दोन्ही ललित लेखनांमधील फरकच नाहीसा होतो. नाहीतर मग 'मराठवाड्याचे श्रेष्ठ कवी', 'गोव्यातील श्रेष्ठ मराठी कवी', 'नागपुरातील श्रेष्ठ मराठी कादंबरीकार' आणि शेवटी 'आमच्या गल्लीतील श्रेष्ठ नाटककार' असे खटाटोप गंभीरपणे चालतात. त्यामुळे हे 'श्रेष्ठी' एकूण मराठी साहित्यात नेमके कुठे आहेत हे जिज्ञासू रसिकाला कळेनासे होते. कित्येकवेळा हा रसिक अशा समीक्षणांमुळे भलत्याच दिशेला लागतो. हा धुडगूस मराठी साहित्यसमीक्षेत फार मोठ्या प्रमाणात आहे. संख्याशास्त्रीयदृष्ट्या या समीक्षणांचा अभ्यास करता येण्यासारखा आहे. जो समीक्षक ज्या साहित्यिकाच्या साहित्याचे समीक्षण करत असतो, त्या दोघांचे संबंध, प्रदेश, पंथ, वैयक्तिक हेवेदावे, इंटरेस्ट हे तपासून पाहण्यासारखे आहेत. त्यामुळे एक वेगळेच विदारक सत्य आपल्या हाताशी लागण्यासारखे आहे.

मराठीत अशी अनेक पुस्तके दाखवून देता येतील, की जी निर्विवाद श्रेष्ठ आहेत पण त्यांच्यावर कमीतकमी समक्षालेखन झाले आहे आणि अतिशय सामान्य पुस्तकावर वाङ्मयबाह्य कारणांमुळे भराभर परीक्षणे, परिसंवाद झालेले आहेत. दैनिके, साप्ताहिके, मासिके यांचे संपादक-प्रकाशकही याला अनेक वेळा जबाबदार असतात. ग्रामीण रसिकाच्या वाटेवरची ही फार मोठी अडचण आहे. त्याला यातील उपरे धागे-दोरे माहीत नसतात. तो अशा समीक्षणांनी शिफारस केलेले साहित्य श्रद्धेने मोठे मानतो व वाचतो, त्यामुळे तो स्वत:ची रसिकता अद्ययावत करण्याच्या धडपडीत चुकीच्या मार्गास लागण्याची शक्यता नाकारता येणार नाही.

ग्रामीण जीवन, ग्रामीण लोक, ग्रामीण चळवळी यांच्याविषयी नागरी मनाला वरवर उत्सुकता व कौतुक असले तरी, कुठेतरी सूक्ष्म तुच्छता आहे असे दिसून येते. त्यांच्याविषयी सहानुभूती, सहभाव, आस्था यांचा अभाव बव्हंशी नागरी मनात दिसून येतो. उलट, केवळ आपण शहरवासी आहोत या जाणिवेच्या पोटी सर्व बाबतीत अहंगंडाची भावना नागरी मनात वसताना दिसते. अशा गंडांनी आणि तुच्छतावृत्तींनी नागरी मन अवगुंठित असेल तर ते ग्रामीण रसिकाच्या अडचणींकडे सक्रिय सहानुभूतीने पाहील हे कठीण आहे. दोहोंमधील दरी कमी व्हावयाची असेल

तर एक प्रकारची मिशनरी सहानुभूती साहित्य-समीक्षकाजवळ असणे आवश्यक आहे. दुसऱ्या बाजूने असे म्हणता येईल की, नागर समीक्षक जेवढ्या आस्थेने नागर साहित्याचे समीक्षण करतात तेवढ्याच आस्थेने आणि सहानुभूतीने त्यांनी ग्रामीण व दलित साहित्याचे समीक्षण, चर्चा, परिसंवाद घडविणे आवश्यक आहे. त्यामुळे नागर व ग्रामीण रसिकांच्या मनात सहभाव, आत्मविश्वास आणि परस्परांबद्दल जवळीक निर्माण व्हायला मदत होणार आहे. त्यामुळे ग्रामीण साहित्यिक अणि दलित साहित्यिक यांचीही वाटचाल सुकर होणार आहे. यामुळेही ग्रामीण रसिकाची रसिकता सुधारण्यास, त्याच्याच जीवनावरील साहित्याचे नीट आकलन होण्यास त्याला मदत होणार आहे.

महाराष्ट्रातील प्रादेशिक विद्यापीठांची जबाबदारीही या बाबतीत मोठी आहे. प्रादेशिकता, वैयक्तिक स्वार्थ, देवघेवीचे व्यवहार, 'आपली माणसे', 'आपली पुस्तके' यांसारख्या अनेक काचण्यांनी या विद्यापीठांतील अभ्यास-मंडळे गळफासलेली आहेत. ही अभ्यास-मंडळे साहित्याचा चांगला-वाईट, श्रेष्ठ-कनिष्ठ म्हणून कमी विचार करतात. त्यांचा पहिला निकष असतो तो आपला प्रदेश. 'आपल्या प्रदेशातील साहित्यिकांचेच साहित्य लावा, मग ते कोणत्याही दर्जाचे असले तरी चालेल' असे त्यांचे म्हणणे असते. त्यानंतर आपल्या ओळखीचे प्रकाशक, आपले मित्र यांचे साहित्य लावले जाते. त्या पुस्तकांवर क्वचित प्रसंगी अभ्यास-मंडळातील अधिकारी व्यक्तींना (लेखकाच्या रॉयल्टीतून) कमिशनही दिले जाते. दर्जेदार साहित्याचे प्रकाशन करणाऱ्या संस्था एरवी कितीही मान्यवर असल्या तरी, विद्यापीठीय पातळीवर प्रयत्न करणाऱ्या प्रकाशनसंस्थांचेच ग्रंथ पुन:पुन्हा लावले जातात. पुणे-मुंबईसारख्या दीर्घ परंपरा असलेल्या विद्यापीठांच्या आजवर लागलेल्या पुस्तकांचा, त्यांच्या प्रकाशकांचा, त्यांच्या लेखकांचा पुन: संख्याशास्त्रीय अभ्यास करण्यासारखा आहे. या सर्व उपद्व्यापात बरीचशी जुनाट, सामान्य पुस्तके तरुण, ग्रामीण रसिकाला वाचावी लागतात. त्यांचेच संस्कार त्याच्या मनावर होऊन त्याच्या नकळत ती त्याला साहित्याचे मानदंड वाटू लागतात. विद्यापीठे ही रसिकता संस्कारित करणारी महत्त्वाची केंद्रे आहेत. त्यांनी साहित्यकलेच्या बाबतीत अतिशय जागरूक, दूरदर्शी आणि अद्ययावत राहून कार्य करणे, व्याख्याने, परिसंवाद, वर्कशॉप्स, चर्चा घडवून आणणे आवश्यक असते. पण आजची विद्यापीठे ही 'मठा'सारखी झालेली आहेत. तेथील मठाधिपतीला खूश करणे एवढीच बहुतेक अभ्यासमंडळांची कार्ये होऊन बसली आहेत.

शाळा-प्रशाळा यांच्यासाठी होणाऱ्या पुस्तकांची संपादनेही अधिक जागरूकतेने, ग्रामीण रसिकता घडविण्याच्या दृष्टीने, त्या रसिकतेला ते साहित्य आपलेसे वाटेल असा आत्मविश्वास निर्माण करण्याच्या हेतूने प्रेरित झाली पाहिजेत. विशेषत:

ग्रामीण पातळीवर वेगळी पुस्तके संपादणे आवश्यक आहे. आज प्रामुख्याने नागरी दृष्टीतून लिहिलेले नागरी साहित्य, नागरी दृष्टीचा संपादक ग्रामीण विद्यार्थ्यांसाठी संपादन करीत असतो. ग्रामीण रसिकाचा यात बहुधा विचार होत नसतो. शिक्षणशास्त्रज्ञांनीही शहरी कार्यालयाच्या बाहेर पडून, ग्रामजीवनाचा व तेथील जागरणाचा कानोसा घेऊन संपादने केली जातील अशी दक्षता घेणे आवश्यक आहे.

जिल्हा परिषदांतर्फे ग्रामवाचनालयांना पुस्तके पुरविली जातात. ग्रामातील अनेक वाचनालयांच्या मंडळावरील सभासद किंवा अधिकारी, पुढारी-शहरांत पुस्तके खरेदी करण्यासाठी येतात. ही पुस्तके मुखपृष्ठे पाहून खरीदताना मी पाहिली आहेत. 'हजार रुपयांची तुमची पुस्तके घेतो, 'मला' किती कमिशन देता बोला.' अशाप्रकारचे सौदे माझ्यासमोर ठरलेले आहेत. धंदेवाईक, पोटभरू प्रकाशक आपली चोथा पुस्तके जास्तीतजास्त 'कमिशन' देऊन यांच्या गळ्यात घालतात. या पुस्तकांवर ग्रामीण रसिकता पोसली जाते.

शासनानेही पुस्तकांची शिफारस-यादी करताना जास्त प्रवासखर्च नको म्हणून पुण्यामुंबईतीलच फक्त साहित्यतज्ज्ञांना बोलावण्याची किंवा 'आपली माणसे' नेमण्याची घातक प्रथा सोडून द्यावी. विविध क्षेत्रांतील, विविध ठिकाणची साहित्यतज्ज्ञ मंडळी बोलावून किंवा त्यांच्याकडून यादी मागवून शासनाला निर्णायक यादी निरपेक्ष वृत्तीने तयार करता येईल.

ग्रामीण समाजातील पुढारी फक्त गावातील राजकीय उद्योगाकडे आणि आर्थिक सुधारणेकडेच लक्ष देताना दिसतात. सांस्कृतिक घटक त्यांनी संपूर्ण दुर्लक्षिलेला आहे. वरचेवर गावात राजकीय पुढारी आणि मंत्रीच आणण्यापेक्षा चांगले साहित्यिक, चांगले समीक्षक, चांगले विद्वान, चांगले कलावंत (सिनेमातील नव्हे) आणणे जरूर आहे. फळा-पिकांच्या प्रदर्शनाबरोबर अधूनमधून कलाप्रदर्शने, कलाशिबिरे गावात घडविली तर ग्रामीण रसिकता संस्कारित व्हायला, साहित्यकलेतील नवे नवे प्रयोग समजावून घ्यायला मदत होईल असे वाटते.

मराठी साहित्य संमेलन बहुधा पुणे-मुंबई शहर सोडून बाहेर भरवले जाते. या संमेलनासाठी होणारा खर्च स्थानिक संस्था करत असतात. हा खर्चही योग्य दिशांनी करता येण्यासारखा आहे. बहुधा ही साहित्य संमेलने 'साहित्यदेवीची जत्रा' अशा स्वरूपाची होत असतात. नव्याने जागृत होणाऱ्या ग्रामीण रसिकाचा विचार यात शून्य असतो. बहुतेक मंडळी पुण्या-मुंबईहून मागविली जातात. बेटासारख्या शहरात वाढलेली ही मंडळी आपले वाङ्मयीन बाडबिस्तारे घेऊनच तिथे येतात आणि पुण्या-मुंबईतील वादच बाहेर जाऊन घालत बसतात. हे चिंचोळे वाद 'महाराष्ट्राचे वाद' आहेत असे समजून तेच तिथे घातले जातात. या वादांशी ग्रामीण रसिकाला काहीही कर्तव्य नसते. या साहित्यसंमेलनांनी आता पुणे-मुंबईतील

वाङ्मयीन प्रश्न संमेलनाच्या गावी आणून उगाळत बसण्यापेक्षा, जेथे संमेलन भरते तेथील ग्रामीण रसिकाची गरज प्रथम ओळखली पाहिजे. त्या संदर्भात या शहरवासियांनी त्यांना साहित्यसंमेलनातून मार्गदर्शन करणे अपेक्षिले जात असते, हे लक्षात ठेवले पाहिजे.

या संमेलनासाठी किंवा प्रसंगपरत्वे होणाऱ्या कार्यक्रमासाठी ग्रामाकडे येणाऱ्या नागर साहित्यिकांनीही पैसे, कोंबडी किंवा उंची मद्ये उपटण्यासाठी किंवा विदुषकी करमणुकीसाठी उथळ विनोदी कथांची कथने किंवा शाब्दिक कोट्यांनी वा चावट शृंगारांनी भरलेल्या कवितांची वाचने थोडी थांबवून निर्मिती, आस्वादन व तत्संबंधींच्या प्रश्नांवर थोडे तरी बोलले पाहिजे. या थोड्या वेळात ग्रामीण रसिकाला संस्कारित करतील असे काही विचार त्यांना सांगता येतील व नंतर चांगल्या कथा-कवितांचे जलसे करता येणे शक्य आहे.

हे सर्व संस्कार ग्रामीण रसिकांवर करीत असताना एक गोष्ट पुन्हा लक्षात ठेवली पाहिजे, की यात ग्रामीण रसिकाचे स्वत्व नाहीसे करून नागर रसिकत्वाचे रोपटे तिथे लावता येणार नाही. ग्रामीण रसिकाने नागर रसिकाचे केवळ अनुकरण करावे अशी जर अपेक्षा असेल तर ती चुकीची आहे. कारण नागर रसिक हा मनाने नगराच्या मध्यभागी असणार तर ग्रामीण रसिक हा मनाने ग्रामजीवनाच्या मध्यभागी असणार. त्याच्या मनाला नागर साहित्यकलेपेक्षा ग्रामीण साहित्यकला ही केव्हाही जवळची वाटणार. त्यामुळे ज्या मानसिक स्थितीत नागर रसिक, नागर साहित्यकलेतील प्रयोगप्रवणता आस्वादील, त्याच मानसिक स्थितीत ग्रामीण रसिक ती आस्वादणे शक्य नाही. त्यामुळे 'ग्रामीण' रसिकाला 'नागर' साहित्याचे आस्वादन करण्यास समर्थ करण्यापेक्षा त्याला कोणतेही (नागर-ग्रामीण) प्रयोगप्रवण आणि उत्तम साहित्य आस्वादता येईल अशा संस्कारांनी संपन्न करणे एवढेच शक्य आहे.

खरे तर हे सर्व करण्यासाठी नागर समीक्षकांकडून वा समाजाकडून अपेक्षा न करता, नवजागृत ग्रामीण रसिकांनी, तेथील समाजसेवकांनी, तरुण विद्यार्थीवर्ग, प्राध्यापक-शिक्षकवर्ग यांनी एकत्र येऊन ग्रामांतून साहित्यसंस्था व परिषदा स्थापिल्या पाहिजेत. नियतकालिके, प्रकाशने काढून आपले साहित्य, आपले विचार, आपली मते, आपल्या अडचणी व अपेक्षा यांना स्पष्टपणे वाचा फोडली पाहिजे. संघटित प्रयत्नांशिवाय या अडचणींचे निवारण होईल असे वाटत नाही. ग्रामभागातील साहित्यिकांची संमेलने-शिबिरे भरवून अंतर्गत चळवळ उभी केली पाहिजे. आपल्या साहित्यविषयक मागण्यांचे महत्त्व पटवून दिले पाहिजे. त्याशिवाय आत्ममग्न नागर मनाचे लक्ष त्याच्या अडचणींकडे वळेल असे वाटत नाही. ग्रामीण महाविद्यालये ही त्या दृष्टीने शक्तिस्थाने आहेत. ती जागरूक राहून

ग्रामीण रसिकांची संस्कार केंद्रे बनणे आवश्यक आहे. पुणे-मुंबईकडील मुखे व डोळे त्यांनी थोडे अंतर्मुख होऊन आपल्या परिसरावर केंद्रित करणे जरूर आहे.

आज ना उद्या हे घडण्याची शक्यता नाकारता येणार नाही. कारण 'मराठी साहित्यनिर्मितीचे केंद्रच आज सरकत आहे असे दिसते. आजवर साहित्यनिर्मिती प्रामुख्याने होत असलेल्या पुण्या-मुंबईसारख्या शहरांबाहेरच्या मनात, जीवनात हे स्थिर होऊ पाहत आहे. ग्रामीण साहित्य, दलित साहित्य ही त्याची ठळक पदचिन्हे म्हणता येतील. मराठी साहित्यालाच हा प्रचंड हादरा बसत आहे. पुढच्या काही वर्षांत त्याची तीव्रता विशेष जाणवेल असे वाटते. कारण लोकशाहीत राजसत्ता, अर्थसत्ता, ज्ञानसत्ता यांचे जे स्थित्यंतर व हस्तांतर झाले त्याचे परिणाम किंवा ही खांदेपालट समाजाच्या सर्व अंगोपांगांत हळूहळू होत जाणे नैसर्गिक आणि म्हणून अपरिहार्य आहे.' (सत्यकथा फेब्रु. १९७४) असे जर झाले तर साहित्यसंस्थांची स्वतंत्रपणे ग्रामीण विभागांना गरज वाटणे स्वाभाविक आहे. मग ही मोठी ग्रामे अशा शहरी संमेलनांचे सोहळे करण्यापेक्षा त्याच पैशांतून एखादी चिरस्थायी साहित्यसंस्था, एखादी साहित्यपरिषद किंवा साहित्यसंघ स्थापन करतील व आपले ग्रामीण समाजाचे 'मुखपत्र' प्रकाशित करत राहतील. यातूनच ग्रामीण रसिकांच्या अडचणींना अधिकारवाणीने तोंड फुटेल. त्या दिशेनेच त्या संस्था कार्यप्रवण होतील. यातूनच ग्रामीण रसिकाची साहित्याविषयीची मूलभूत जाणीव अधिक सच्चेपणाने जोपासली जाईल. मग आपोआपच नागर साहित्यातील प्रयोगप्रवणता उपरी राहणार नाही. तिच्याशी सहअस्तित्व, सहप्रवास आणि हळूहळू एकरूपत्व साधणे कठीण जाणार नाही. एरवी वरवरच्या उपऱ्या प्रयत्नांना ही दरी सांधता येणे कठीण आहे.

◆

ग्रामीण साहित्य, साहित्यिक आणि सद्यःस्थिती

साहित्याला कलास्वादाच्या पातळीवर एक कलावस्तू म्हणून स्थान असतेच. शिवाय ती एक सामाजिक वस्तूही असल्याने त्या संदर्भातही साहित्याला महत्त्व प्राप्त होते. विशेषतः वास्तववादी साहित्याला सामाजिक, सांस्कृतिक संदर्भ अधिक प्रमाणात प्राप्त होतो. चांगले वास्तववादी साहित्य हे दूरवरच्या भूतकाळात जमा झाल्यावर ऐतिहासिक दृष्ट्या तत्कालीन सामाजिक मनातील आंदोलनांचा एक आलेख पाहण्यास उपयुक्त ठरू शकते. त्या काळातील मन भोवतालच्या सर्व प्रकारच्या परिस्थितीत कसे स्पंदन पावत असावे याच्या पाऊलखुणा त्यात निश्चितपणे सापडतात. त्या दृष्टीने वास्तववादी साहित्याला समाजाच्या इतिहासात अर्थपूर्ण स्थान असते. वाङ्मयीन दृष्टीनंतर या सामाजिक दूरदृष्टीनेही 'ग्रामीण साहित्य' या घटनेकडे पाहता येणे शक्य आहे.

'ग्रामीण साहित्य' ही संकल्पना एखाद्या प्रदेशांतर्गत जीवनातून निर्माण झालेल्या साहित्याला योजली जाते. त्या साहित्यात त्या प्रदेशातील वास्तव जीवनाचे प्रतिबिंब पडलेले असते. साहित्यिकाच्या प्रदेशनिरपेक्ष व्यक्तिमत्त्वाचा आविष्कार त्यात गौणस्थानी गेलेला असतो. त्यामुळे 'ग्रामीण साहित्य' वर सुचविल्याप्रमाणे ग्रामीण मनाचा, समाजाचा, अनेक ताणतणाव्यांसह शब्दरूप झालेला एक सांस्कृतिक ठेवा असतो. तो त्या प्रदेशाचा चालताबोलता मानसिक इतिहास असतो.

ग्रामीण साहित्याचे हे वाङ्मयोत्तर वैशिष्ट्य टिकवावयाचे असेल, त्याचे 'ग्रामीण' हे विशेषण सार्थ करावयाचे असेल तर ग्रामीण साहित्यिकावर एक जादा जबाबदारी येऊन पडते. तो जे विशिष्ट-प्रदेशांतर्गत ग्रामीण साहित्य निर्माण करीत असतो त्या प्रदेशातील समाजात व तेथील मानवी मनात जी विविध प्रकारची स्थित्यंतरे कालाच्या ओघात होत असतात त्यांचे भान त्याला ठेवावे लागते. स्थित्यंतर होणाऱ्या समाजाच्या वातावरणाचा परिणाम तेथील मानवी मनावर होत

असतो. कारण त्यालाही परिस्थितीशी तडजोडून घेण्यासाठी निरनिराळी वाटा-वळणे स्वीकारावी लागतात. दुसऱ्या बाजूने वातावरणावरही परिणाम घडवून आणावे लागतात आणि वातावरण आपणास अनुकूल करून घ्यावे लागते. या जीवन-संघर्षाच्या बुडाशी मानवी मूलभूत प्रवृत्तीच कार्य करीत असल्या तरी बदलत्या परिस्थितीत त्यांचा आविष्कार वेगळा होतो, त्यामुळे 'सामाजिक शैलीतही' बदल होऊ लागतो. या सर्वांचा परिणाम त्या विशिष्ट कालात निर्माण होणाऱ्या ग्रामीण साहित्यात प्रतिबिंबित व्हावा अशी अपेक्षा स्वाभाविकपणे निर्माण होते.

दुसरे असे की, भारतीय ग्रामीण जीवनात आज जे स्थित्यंतर घडत आहे त्याला ऐतिहासिकदृष्ट्या अतिशय महत्त्व आहे. ग्रामीण जीवन हे आधुनिक युगाशी जोडण्याची प्रक्रिया सुरू झालेली आहे. पहिल्या पिढीने निर्माण केलेले ग्रामीण साहित्य हे बव्हंशी या प्रक्रिया-पूर्वकाळातील आहे. पण आजघडीच्या ग्रामीण लेखकाने ही प्रक्रिया आपल्या अनुभवकक्षेत समाविष्ट करून घेणे व आपले 'ग्रामीण साहित्य' हे 'आधुनिक ग्रामीण साहित्या'च्या पदवीला नेणे जरूर आहे. ग्रामीण जीवनातील युगान्तराचे भान आज बव्हंशी ग्रामीण साहित्यिकांना नाही ही दुर्दैवाची गोष्ट आहे.

या प्रक्रियेचा परिणाम ग्रामीण साहित्यिकाच्या व्यक्तिमत्त्वावर प्रत्यक्ष (Direct) स्वरूपात होणे अधिक जरुरीचे आहे. त्यामुळे त्याच्या तद्‌विषयक अनुभवांत भोगलेपणाचे तेज संभवते. असे झाले तर प्रत्यक्ष अनुभवांतून प्रेरणा घेऊन जेव्हा साहित्यसन्मुख सौंदर्यानुभव आकाराला येऊ पाहतो, तेव्हा त्या सौंदर्यानुभवात सर्वांगांनी अधिक सखोलता, व्यापकता, तीव्रता, अनेक पापुद्र्यांतून व उलटसुलट चिंतनलयीतून निर्माण होणारी व्यामिश्रता निर्माण होण्याची शक्यता असते. त्यामुळे व्यक्त होऊ पाहणारा सौंदर्यानुभव समृद्ध आणि अधिक चैतन्यपूर्ण होतो.

प्रतिभावंत लेखकाला कल्पनेच्या पातळीवरही हे अनुभवद्रव्य सौंदर्यानुभवासाठी गोळा करणे, निर्माण करणे शक्य असते. पण त्यासाठी जी अव्वल दर्जाची द्रष्टी प्रतिभा लागते ती फारच दुर्मीळ असते. एरवी 'बऱ्यापैकी साहित्यिक'च फार असतात. त्यांची श्रेणी नेहमीच दुसरी असते. दुसऱ्या श्रेणीतील ते पहिले-दुसरे असतात एवढेच. अशा साहित्यिकांना अनुभवद्रव्य प्रत्यक्ष हिंडून-फिरूनच गोळा करणे भाग पडते. नाही तर मग ते एका आवर्तात सापडतात, त्यांचे लेखन त्यांनीच रुळवलेल्या चाकोऱ्यांतून जाऊ-येऊ लागते, तिथेच फिरत राहते किंवा मग ते थांबते तरी.

स्वातंत्र्यानंतरच्या म्हणजे १९५० ते १९६० च्या काळात लिहित्या झालेल्या आणि प्रस्थापित झालेल्या पहिल्या पिढीच्या ग्रामीण लेखकांचे एक सामाजिक वैशिष्ट्य दिसून येते. स्थानांतर करून ही मंडळी शहरवासी झाली आहेत. त्यामुळे त्यांच्या ग्रामीण साहित्यात जे ग्रामीण जीवन येत होते; ते त्यांच्या बालपणात

अनुभवलेले किंवा १९५० च्या आसपासपर्यंत त्यांच्या अनुभवाला आलेले होते. त्यांच्या कुटुंबातील नैमित्तिक कारणांनी ग्रामीण जीवनाशी त्यांचे नैमित्तिक संबंध येत होते. तरी त्या संबंधांतून त्यांना मिळत गेलेली नंतरच्या काळातील शिदोरीही त्यांच्या १९५० पूर्वीच्या ग्रामीण व्यक्तिमत्त्वाने नियंत्रितच केलेली होती, असे त्यांच्या ग्रामीण साहित्यावरून जाणवते.

या संदर्भात असा प्रश्न उपस्थित होतो, की या लेखकांनी केवळ १९५० पर्यंतचे (स्वातंत्र्यपूर्वकाळातील) ग्रामीण जीवन आपल्या साहित्यात रेखाटले म्हणून ते साहित्य कलादृष्ट्या कमी मानावयाचे काय? साहित्यात प्रतिबिंबित होणारे जीवनदर्शन कोणत्या काळातील आहे यावर काही साहित्याचे मोल अवलंबून नसते हे तर खरेच पण ग्रामीण साहित्याने आजवर ग्रामीण वास्तवतेच्या अपेक्षा पूर्ण केलेल्या असल्यामुळे आजही ग्रामीण साहित्याने बदलत्या ग्रामीण समाजाच्या व त्यात सापडलेल्या बदलत्या ग्रामीण मनाच्या आंतर्बाह्य आंदोलनाचे रेखाटन करावे अशा अपेक्षा निर्माण होणेही स्वाभाविक आहे. अर्थात ही अपेक्षा सामाजिक स्वरूपाची आहे. 'ग्रामीण साहित्य हे ग्रामीण जीवनाचे दर्शन घडविणारे एक साधन आहे' या नात्याने ती केली जाते. ग्रामीण साहित्याचा आनुषंगिक परिणाम प्रधान हेतू मानला गेला आहे असे या अपेक्षेत दिसून येते.

पण या अपेक्षेत एक साहित्यविषयक प्रश्नही गुंतला आहे. तो असा की, साहित्यातील आशयीभूत वास्तव बदलले की त्याचा आविष्कार व अभिव्यक्त रूपही बदलते. ते बदललेले नवे वास्तव आपली अशी नवी आविष्कार-शैलीही निर्माण करू शकते, आपला असा कलात्मक घाट घेऊन ते अवतरू लागते. अनेक अंगांनी कोंडी झालेल्या ग्रामीण साहित्यात त्याची आज आवश्यकता आहे. ती वाङ्मयीन कोंडी फुटण्यास वरील अपेक्षापूर्तीमुळे मदत होईल असे वाटते.

पहिल्या पिढीचे ग्रामीण साहित्यिक, ग्रामीण जीवनाचा प्रत्यक्ष संपर्क सोडून शहरवासी झाल्यामुळे त्यांच्या ग्रामीण साहित्यात सामाजिक आधुनिकता येऊ शकत नाही, असे वाटते.

याला 'उतार' म्हणून आज घडीलाही ग्रामीण जीवनात वास्तव्य करणाऱ्या, तरीही आधुनिक ग्रामीण जीवनाचे रेखाटन करू न शकणाऱ्या साहित्यिकांचे उदाहरण देता येण्यासारखे आहे. रणजित देसाई यांच्यासारखा आरंभीच्या काळात अव्वल दर्जाचा असलेला ग्रामीण लेखक शहरापासून दूर असलेल्या एका खेड्यात सातत्याने राहूनही त्याच्या हातून नंतरच्या काळात बदलत्या वास्तवातून प्रेरणा घेणारे ग्रामीण साहित्य निर्माण होऊ शकलेले नाही ही वस्तुस्थिती आहे. पण रणजित देसाई यांचा पिंड मुळातच रोमँटिक वृत्तीला जवळचा असल्यामुळे ते वास्तववादी ग्रामीण साहित्य-निर्मितीच बव्हंशी बंद करून अद्‌भुताला, रोमँटिक

वृत्तीला जवळच्या अशा ऐतिहासिक, पौराणिक कथा-कादंबऱ्यांकडे वळले. ना. धों. महानोरांसारखा असाच दुसरा ग्रामीण साहित्यिकही 'रानातल्या कविता' यांसारख्या कवितासंग्रहाने प्रथम प्रसिद्धीला आला. वास्तविक त्यांचीही वृत्ती मुळात रोमँटिकच आहे. या वृत्तीतूनच त्यांनी 'रानातल्या कविता' लिहिल्या. म्हणूनच त्या संग्रहात ग्रामीण वास्तव जीवनाचे प्रतिबिंब धगधगीत स्वरूपात पडण्याऐवजी एका प्रणयोत्सुक मनाचे, शरीरभोगासाठी हुळहुळणाऱ्या एका पौंगंड अवस्थेतील पुरुष-मनाचे प्रतिबिंब पडले. राना-मळ्यातील बाभळ-बोरी, नदी-ओढे, ज्वार-तूर, कणसे, केळी यांसारख्या वरवरच्या ग्रामीण वास्तवाचा केवळ प्रतिमांसाठी वापर करून त्यांनी आपली आत्मनिष्ठ रोमँटिक वृत्तीच आपल्या कवितांतून व्यक्त केली.

या दोघांचीही रोमँटिक वृत्ती बऱ्याच अंशी नागर-कलाप्रकार व नागर-अभिरुचिसंस्कार यांवरच पोसलेली दिसते. रणजित देसाई यांचे वाचनवेड, संगीताचे वेड यामुळे त्यांच्यातील रोमँटिक वृत्तीला खतपाणी मिळाले असावे तर ना. धों. महानोर यांच्या कवितेवरील ना. घ. देशपांडे, पु. शि. रेगे, बा. भ. बोरकर यांचे संस्कार महानोरांच्या रोमँटिक वृत्तीचाच निर्देश करतात. महानोरांची कविता ग्रामीण वास्तवदर्शी कविता आहे म्हणून ती लोकप्रिय झाली अशी कुणाची जर समजूत झाली असेल तर ती चुकीची आहे. त्यांच्या कवितेचे यश ग्रामीण जीवनातील वरवरच्या वास्तवातील वस्तूंचा व घटनांचा अप्रस्तुतासारखा (म्हणजे उपमानासारखा) वापर करून तिने रोमँटिक भावनाच अभिव्यक्त केली आणि ग्रामीण जीवनातील प्रतिमा सहजतेने वापरल्या यात आहे. आत्मनिष्ठ रोमँटिक भावनेच्या अभिव्यक्तीसाठी ग्रामीण प्रतिमांचा यशस्वी वापर करणारा हा कवी आहे.

ही रोमँटिक वृत्ती साहित्यात येणे चांगले की वाईट हे इथे सांगावयाचे नसून, या दोघांच्या हातून वास्तवाचे भान ठेवणारे ग्रामीण साहित्य निर्माण होणे कोणत्या कारणामुळे शक्य झाले नाही, हे सांगावयाचे आहे. या दोघांच्याही रोमँटिक वृत्तीमुळे त्यांच्या साहित्यविषयक कल्पना वास्तववादी ग्रामीण साहित्याला प्रतिकूल ठरल्या; एवढेच इथे सुचवावयाचे आहे.

व्यंकटेश माडगूळकर, द. मा. मिरासदार, शंकर पाटील या पहिल्या पिढीचे अनुकरण वेड्यावाकड्या स्वरूपात नंतरच्या लेखकांनी सरधोपटपणे केले. त्यामुळे गेल्या पंचवीस-तीस वर्षांतील ग्रामीण कथा-कादंबरी त्याच आवर्तात फिरताना दिसते. अनुकरण हे नेहमीच उथळ स्वरूपाचे असते. ज्याचे अनुकरण करावयाचे त्यातील अस्सलपणा गमावला जातो आणि वरवरच्या गोष्टींचे अनुकरण होऊ लागते. त्यामुळे गेल्या पंचवीस-तीस वर्षांतील ग्रामीण कथेकडे सहज दृष्टी टाकल्यास तिच्या आवर्ताच्या काही खुणा स्पष्ट दिसू लागतात. ती प्रामुख्याने घटनाप्रधान झाली. तिच्यातील मानवी जीवन एक पदरी आणि ठोस, सांकेतिक आणि स्थूल

स्वरूपाचे रेखाटले गेले. भरपूर निसर्गवर्णने कथेची केवळ शोभा वाढविण्यासाठी आली. पात्रांची तपशीलवार बाह्य वर्णने, चटकदार संवादांचा तारतम्यहीन भरणा, निसर्गाची तपशीलवार वर्णने, यामुळे ती पसरट झाली. किस्से पिकविण्याच्या खोडीमुळे तिच्यात उथळपणा आणि आचरटपणा आला. परिणामकारक शेवट कसा होईल, त्यातील नाट्य वाचकाला कसे भिडेल, शेवटच्या कलाटणीमुळे वाचक कसा चकित होईल, घटनांच्या चढत्या भाजणीची परिसीमा कथेत कशी साधता येईल, भावविवशतेने शेवट करून भाबड्या वाचकाच्या हृदयाचा ठाव कसा घेता येईल इकडे या कथेचे भान राहिले. ती नेहमीच वाचकावर निष्ठा ठेवून माहितीपूर्ण निवेदनशैली वापरू लागली.

अर्थात याला काही अपवाद आहेत. ग्रामीण कथेला निरनिराळ्या दिशा दाखविण्याचे प्रयोग झालेच नाहीत असे नाही. रणजित देसाई यांनी अगदी आरंभीच्या म्हणजे १९५३-५५ च्या आसपासच कलात्मक संयम, सूचकता, आटोपशीरपणा, घाटाची जाणीव यांचे भान ठेवून अतिशय सुरेख ग्रामीण कथा लिहिल्या आहेत. त्यानंतर लेखन करणाऱ्या शंकर पाटील यांनी ग्रामीण माणसाच्या मनात खोलवर प्रवेश करून ते उकलून दाखविण्याचा प्रयत्न केला. मानवी मन उकलून दाखविण्यासाठी निसर्गाचा अतिशय प्रभावी उपयोग करून घेतला. केवळ निसर्ग, केवळ वातावरण, केवळ मनोवस्था हे कथेचे विषय होऊ शकतात हे दाखवून दिले. जाणिवेतल्या आणि नेणिवेतल्या मनातील धागेदोरे एकत्र गुंफून दाखविले. ग्रामीण भाषेला निवेदनात अधिक अवसर देऊन तिची नागर भाषेशी सांगड घातली. कथेत घटनेला कमी स्थान देऊन तिला मनोवास्तवाकडे खेचण्याचा यशस्वी प्रयत्न केला.

शंकर पाटील यांच्यानंतर आलेल्या आनंद यादवांनी पाटलांच्या कथेतील बलस्थाने आत्मसात करून, ग्रामीण कथा आणखी पुढे नेण्याचा प्रयत्न केला. तोपर्यंतच्या काळात कळत-नकळत बहिर्मुख असलेली व केवळ निवेदनशील राहिलेली कथा अधिक अंतर्मुख करून आविष्कारशील केली. कथाकारच प्रत्येक कथेचे सरळ सरळ निवेदन करतो ही तोपर्यंतच्या लेखकांची ठाम भूमिका सोडून कथा ही आपल्या स्वभावानुसार विविध पद्धतींनी व विविध पातळ्यांवर अभिव्यक्त होऊ शकते हे दाखवून दिले. कथेतील भाववृत्ती जाणून तिची डूब संपूर्ण कथेलाच देऊन ती काव्यात्म केली. केवळ घटनांना प्राधान्य किंवा केवळ मनोवास्तवाला प्राधान्य अशी एका टोकाची भूमिका न घेता, घटनेच्या निमित्ताने आंदोलित होणारे मन आणि आंदोलित मनाच्या प्रेरणेने निर्माण होणाऱ्या घटना यांची सांगड घालून, घटनायुक्त बाह्य वास्तव आणि मनोवास्तव यांचे संबंध दाखविण्याचा प्रयत्न केला. कथा केवळ गद्यात्मतेच्या वास्तव पातळीवरच अवतरते असे तोपर्यंतच्या ग्रामीण लेखकांनी बव्हंशी गृहीत धरले होते, तर ग्रामीण जीवनातही व्याकूळ करणारे काव्य

असू शकते याची जाणीव ठेवून कथेचा आविष्कार काव्यात्मतेच्या उत्कट पातळीवर केला. कलात्मतेच्या आवश्यकतेनुसार नागर किंवा ग्रामीण भाषा त्या त्या कथांना नि:संकोचपणे वापरून, ग्रामीण भाषेचे माध्यमाच्या दृष्टीने महत्त्व पटवून दिले. कथा कलात्मदृष्ट्या सघन, आटोपशीर करण्याचा त्यांचा प्रयत्न होता.

नंतरच्या काळात आलेल्या चारुता सागर यांची वृत्तीही लक्षात घेण्यासारखी आहे. सामाजिकतेची जाणीव ठेवूनही कथा भावनिर्भर करण्याची त्यांची वृत्ती स्तुत्य आहे, पण चारुता सागर कलात्मकतेचे भान ठेवून कथा लिहीत नसावेत असे वाटते. प्रत्यक्ष लेखनाच्या वेळी कथेतील भाववृत्तीने ते स्वत:च भारून जात असावेत. त्यामुळे त्यांची कथा अनेक वेळा वाहवत जाते, तिला संयम राहत नाही. तिचे कलात्मकतेचे भान सुटते. तिच्यातील सामाजिकता आणि काव्यात्मता त्यांनी डोळसपणे जोपासली तर त्यांच्या कथेला एक मोठी ताकद प्राप्त होईल असे वाटते.

कथेच्या क्षेत्रात चंद्रकुमार नलगे, महादेव मोरे यांचीही धडपड उल्लेखनीय आहे. महादेव मोरे यांची कथा ग्रामीण जीवनातील विविध स्तर, विशेषत: खालचे स्तर हाताळण्याचा प्रयत्न करते. त्यांची बुद्धी त्यांच्या पिढीतील इतर लेखकांच्या तुलनेने अधिक तरल आणि वृत्ती उपक्रमशील आहे. कथेचे विविध घाट शोधण्याचा ते त्यांच्या परीने सतत प्रयत्न करतात. पण त्यांच्या बहुसंख्य कथा वाचल्यानंतर असे जाणवते की, त्यांच्या प्रयत्नात विचारपूर्वकता कमी आहे. मराठीतील नागर व ग्रामीण लेखकांच्या विविध कथा वाचून त्यांच्या घाटांना अनुसरून आपली कथा त्यांच्यासारखी करावी अशा केवळ तात्कालिक प्रेरणेने ते आपल्या अनेक कथा लिहीत असावेत. या प्रेरणेत 'स्वतंत्र जाणीव' प्रत्ययाला येत नाही. त्यामुळे त्यांच्या कथारूपांचा परिणाम मनावर विस्कळीत होतो. भाषाशैलीत ते स्वतंत्रपणे रमताना दिसतात. एकूण कथेच्या संदर्भात एखाद्या घटनेला वा संवादाला काय स्थान आहे, याचे भान त्यांना पुष्कळ वेळा नसते. कित्येक वेळा प्रेमभावना आणि लैंगिकभावना यांच्या आहारी जाऊन आपली कथा वास्तवापासून वंचित करून भडक, रोमँटिक करण्याचा ते प्रयत्न करतात. या मोहातून मोरे जर सुटले तर उत्तम प्रकारचे भाषासाधन लाभलेला, प्रयोगशीलतेवर प्रेम करणारा एक बुद्धिमान लेखक मराठी ग्रामीण साहित्याला मिळेल असे वाटते.

चंद्रकुमार नलगे यांची ग्रामीण कथा प्रामुख्याने कौटुंबिक आणि भावनाप्रधान वाटते. कित्येक वेळा ती भावविवश होते आणि घटनेच्या विशिष्टतेतच रेंगाळू लागते. अनेक वेळा तिला वैचारिकतेचे अधिष्ठान फारच दुबळे लाभत असल्याने तिची भावविवशता वैयक्तिक पातळीवरच राहून कथेची आवाहन-शक्तीच नाहीशी होते. हे दोघेही लेखक संख्येने विपुल लेखन करणारे आहेत तरी इतरांच्या तुलनेने त्यांच्या कथांत विविधता आढळते हे त्यांचे विशेष आहे.

सखा कलालांची कथा कलात्मक असली तरी मंदतेज वाटते. दुसरे असे की, अतिशय विरळ प्रमाणात ते कथालेखन करतात. त्यामुळे ते ग्रामीण साहित्याच्या एकूण प्रवाहावर कितपत प्रभाव पाडू शकतील आणि तिला वळण लावू शकतील याची शंका वाटते.

या सर्व प्रयोगशील लेखनांची नोंद घेत, त्याची बलस्थाने आत्मसात करत, नव्या वास्तवाचा आमूलाग्र वेध घेत ग्रामीण कथा पुढे जाणे आवश्यक आहे, पण गेल्या २५-३० वर्षांतील एकूण मराठी ग्रामीण कथेकडे पाहता नजीकच्या काळात तरी तिला नवी दिशा लाभेल असे वाटत नाही. तरुण ग्रामीण लेखकांमध्ये चंद्रकुमार नलगे, महादेव मोरे, चारुता सागर, नव्या उमेदीच्या व. बा. बोधे, भास्कर चंदनशिव या लेखकांनी अभ्यासपूर्वक काही लेखन करण्याचा प्रयत्न केला तर ग्रामीण कथेला नवी कळा प्राप्त होणे शक्य आहे, पण संपूर्ण चित्र लक्षात घेता ती आज आवर्तात अडकली आहे, अशीच तिची स्थिती जाणवते.

आशयदृष्ट्याही तिच्यात आवर्त निर्माण झाले आहे. १९५० ते ७० च्या वीस वर्षांच्या काळात महाराष्ट्राच्या विविध प्रदेशांतून अनेक लेखक ग्रामीण कथालेखन करू लागले आणि विविध स्तरांतून सर्वसाधारण पातळीवरचे अनुभव व घटना ग्रामीण साहित्यात जमा झाल्या. रा. रं. बोराडे यांच्यासारखे लेखक आशयातील आवर्त फोडण्याचा प्रयत्न चुकीच्या दिशेने करतात. त्यांच्या आरंभीच्या काळात त्यांनी पहिल्या पिढीच्या तिघाही लेखकांचे अनुकरण करण्याचा प्रयत्न केला. त्यानंतर तिघांचेही एकत्रीकरण करून नवे रसायन करता येईल की काय ते पाहिले. नंतरचा काही काळ तर त्यांनी, विशेषत: शंकर पाटील यांच्या अनेक कथांचे घाट अनुसरून आपल्या कथा लिहिण्याचा प्रयत्न केला, पण त्यांच्या हाती फारसे काही लागले नसावे असे त्यांच्या नंतरच्या सरळ, साध्या मांडणीच्या कथालेखनांवरून दिसते. मध्यंतरी काही काळ त्यांनी बालमनाच्या दृष्टीने प्रौढांच्या घटनांचा अन्वय लावणारे काही अनुभव आपल्या कथांतून व्यक्त करण्याचा प्रयत्न केला. पण ते अनुभवही सर्वसाधारण पातळीवरच व्यक्त झालेले आहेत. एकाच पातळीवरचे विविध अनुभव साहित्यात व्यक्त केल्याने साहित्याचा विस्तार होतो; विकास होऊ शकत नाही याचे भान त्यांना नसावे. साहित्याचा विकास घडवायचा असेल तर केवळ अनुभव बदलून भागत नाही तर अनुभव घेण्याची पातळी बदलावी लागते; अनुभवातील सखोलता, व्यापकता, व्यामिश्रता नव्या जाणिवांनिशी शोधावी लागते, त्यांचा आविष्कार, त्यांची मांडणी नव्याने करावी लागते; त्यासाठी नवी भाषिक शैली, नवी सरणी स्वीकारावी लागते, याचे भान रा. रं. बोराडे यांनी ठेवले तर एका मुरलेल्या, चिकाटीच्या लेखकाकडून काही अव्वल दर्जाची, विकासशील स्वरूपाची निर्मिती होण्याची शक्यता आहे.

पण असे कुणाकडून काही घडण्याची शक्यता तूर्त तरी दिसत नाही. आवर्ताची चाकोरी मात्र रुळून रुळून ठळक होत चालली आहे. अनेक तरुण, दुय्यम दर्जाचे लेखक तिच्यात राहून लेखन करीत आहेत.

याची कारणे शोधताना आणखी काही गोष्टी दिसून येतात. पहिल्या पिढीचे लेखक ग्रामीण विभागात वयाची विशी घालविल्यानंतर शहरात आले. या वयातील अनुभव हे प्रामुख्याने कौटुंबिक स्वरूपाचे, माणसांमाणसातील विविध वैयक्तिक संबंधांचे असतात. समग्र ग्रामीण समाजाची जाणीव होऊन त्यातील ताणतणाव हेरण्यासाठी, व्यापक पातळीवरील सूक्ष्म भेदांचे आकलन होण्यासाठी, जी एक प्रगल्भ आणि प्रौढ बुद्धिमत्ता प्रतिभावंताला लागते ती या लेखकांच्या पदरी विशीतील ग्रामांतर करीपर्यंत येणे शक्य नव्हते. नंतरच्या पिढ्यांचीही हीच स्थिती झाली. त्यामुळे पहिल्या पिढीने ज्या प्रकारची ग्रामीण साहित्यनिर्मिती केली त्याच वळणाची निर्मिती नंतरच्या पिढीकडूनही होऊ लागली. समान अनुभवांमुळे व समान वयातील अनुभवांमुळे अनुकरण करणे सोपे गेले. त्यामुळे पहिल्या पिढीच्या कथेने आखून दिलेल्या मर्यादेत आपणही साहित्यनिर्मिती करू शकतो अशा प्रकारचा जुजबी आत्मविश्वास नंतरच्या पिढ्यांना पहिल्या पिढीने नकळत दिला.

वास्तविक नंतरच्या पिढीतील लेखक हे वेगळ्या सामाजिक स्तरातील आहेत. रा. रं. बोराडे, चंद्रकुमार नलगे यांचा बऱ्याच प्रमाणात आणि महादेव मोरे, चारुता सागर इत्यादींचा घनिष्ट प्रमाणात अजूनही ग्रामीण जीवनाशी संबंध आहे. तरीही लेखक सुरक्षित चाकोरीतील हमखास यश देणारे पूर्वसिद्ध वळणाचेच लेखन करीत राहतात. समोर ठाकलेले ग्रामीण जीवनाचे वर्तमान वास्तव स्वतंत्र, प्रौढ वृत्तीने, भेदक दृष्टीने, पुरेशा गांभीर्याने, अभ्यासू वृत्तीने न्याहाळावे, तपासावे आणि नव्या सरणीची, नव्या अभिव्यक्तीची, काही प्रयोगशील निर्मिती करावी असे त्यांना वाटतच नसावे. कदाचित यशाच्या दृष्टीने त्यांना ती निर्मिती असुरक्षित वाटत असावी; कदाचित ज्याच्या त्याच्या कुवतीचाही हा प्रश्न असू शकेल.

नंतरच्या नव्या पिढीवर आणखी एका अनुचित घटनेचा परिणाम होतो आहे. ती म्हणजे कथाकथन. आजकाल महाविद्यालयांतून, सार्वजनिक ग्रंथालयांतून, संस्थांमधून, मंडळांमधून, तसेच गणेशोत्सव, विविध स्नेहसंमेलने, कथाकथन स्पर्धा यांच्या निमित्ताने अनेक ग्रामीण लेखक कथाकथन करतात. या कथाकथनाचे कार्यक्रम महाराष्ट्रात गेल्या दहा-बारा वर्षांत अतिशय लोकप्रिय झाले आहेत. हे कार्यक्रम लोकप्रिय करण्याचा सिंहाचा वाटा पहिल्या पिढीच्या तिघा कथाकारांचा व त्यांच्या कथांचाच आहे. ग्रामीण भागात तर हे कार्यक्रम वरचेवर होत असतात.

कथाकथनाचा परिणाम दोन प्रकारचा होताना दिसतो : (१) कथाकथन ऐकणाऱ्या रसिकांच्या अभिरुचीवर आणि (२) नव्या पिढीच्या होतकरू साहित्यिकांच्या लेखनावर.

कथाकथन करताना त्यात mass appeal कसे येईल त्याची दक्षता घेतली जाते. जाणकारांनी उत्कृष्ट कथा निवडून त्याचे कथन करण्याची विनंती त्या त्या लेखकांना केलेली नसते किंवा वाङ्मयीनदृष्ट्या आपल्या उत्कृष्ट कथा आपणच निवडून शुद्ध वाङ्मयीन अभिरुचीच्या हेतूने हे मातब्बर ग्रामीण कथालेखकही आपल्या कथांचे कथन करीत नाहीत.

उलट मनोरंजनाच्या, चार घटका करमणुकीच्या किंवा शुद्ध हसण्याच्या उद्देशाने आलेल्या समोरच्या जनसमूहाला (Mass ला) रमविणाऱ्या कथा त्यांना निवडाव्या लागतात. जनसमूहाचे मानसशास्त्र (Mass psychology) प्रसिद्ध आहे. अशा सर्वसाधारण समूहाला वैचारिकतेपेक्षा भावनिकतेचे, गंभीरतेपेक्षा हलकेफुलकेपणाचे बोधपरतेपेक्षा मनोरंजनाचे, सूक्ष्मापेक्षा स्थूलाचे, मन:पूर्वकतेपेक्षा भडकपणाचे, अतिशयोक्तीचे आवाहन (appeal) जास्त असते. त्यामुळे अशा कार्यक्रमासाठी निवडल्या जाणाऱ्या कथा या विशिष्ट प्रकारच्याच असतात हे उघड आहे. त्या निवेदनशील, स्पष्टीकरणात्मक आणि वर्णनात्मक, चढत्या भाजणीच्या घटनांनी भरलेल्या, सरळसोट बालबोध वळणाच्या, किस्सेवजा, अतिशयोक्त, एखाद्या कथागत पात्राची किंवा विषयाची टिंगल-टवाळी करून, मनोरंजन करणाऱ्या अशाच असणार. उदाहरणार्थ, या कार्यक्रमात पहिल्या पिढीच्याच गाजलेल्या कथांची सहज सुचणारी नावे ('शाळातपासणी', 'जुपी' - व्यंकटेश माडगूळकर; 'मिटींग', 'टिपिशन', 'नाटक' - शंकर पाटील; 'माझी पहिली चोरी', 'शाळेतील समारंभ' - द. मा. मिरासदार) पाहिली तरी त्या कथांचे स्वरूप लक्षात येण्यास पुरेसे आहे. वास्तविक हे तिघेही पहिल्या पिढीचे मातब्बर कथाकार. आपल्या उत्कृष्ट कथा कोणत्या हे त्यांना चांगले माहीत असते. पण इच्छेविरुद्ध त्यांना वरील प्रकारच्याच कथा निवडाव्या लागत असाव्यात. शिवाय उत्कृष्ट कथांचे कथन करणे हा त्यांच्या कार्यक्रमाचा हेतू नसून, लोकप्रिय होणाऱ्या कथांचे कथन करून कार्यक्रम यशस्वी करावा असाही त्यांचा हेतू असण्याची शक्यता आहे. एरवी तसा तो असू नये असेही कुणी म्हणू शकणार नाही. किंबहुना (Mass appeal) असलेल्या आपल्या कथा हेरून त्यांचे कथन करण्यात त्यांचा हातखंडा आहे म्हणून तर इतकी वर्षे हे कार्यक्रम चाललेले आहेत हे मान्य करावे लागते. एवढेच नव्हे तर त्यांच्या अशाच प्रकारच्या पुष्कळ कथा तरुण विद्यार्थी निवडून कथाकथनाच्या स्पर्धातून त्यांचे कथन करीत असतात. इतर अनेक ग्रामीण लेखकही आपल्या अशाच कथांचे कथन संधी मिळेल तेव्हा वेळोवेळी करत असतात.

या सर्वांमुळे त्यांचा वाङ्मयीनदृष्ट्या जो परिणाम होतो तेवढ्यापुरतेच इथे सांगावयाचे आहे. अशा प्रकारचे कार्यक्रम ऐकून सर्वसाधारण ग्रामीण परिसरातील रसिकाचा असा समज होतो की, ग्रामीण कथा ही अशाच प्रकारची असते. ज्याअर्थी

ही लेखक मंडळी आपल्या तोंडून एवढ्या जनसमूहासमोर आपली कथा साग्रसंगीत ऐकवत आहेत, त्याअर्थी त्यांच्या दृष्टीनेही हीच उत्कृष्ट कथा असली पाहिजे. मग तशाच प्रकारच्या कथांचे व कथा-संग्रहांचे ते वाचन करतात, त्यांचे कौतुक करतात, तशाच प्रकारच्या कथांत ते रमतात आणि त्यातूनच त्यांची ग्रामीण कथेविषयीची अभिरुची घडत जाते. अशास्थितीत ग्रामीण कथा गंभीर वा इतर कोणत्याही स्वरूपात यांच्यासमोर आली तर ती त्यांना रुचेनाशी होऊ लागते. ग्रामीण साहित्याच्या अभिरुचीच्या दृष्टीने होणारा हा परिणाम इष्ट नव्हे.

त्याहून गंभीर बाब म्हणजे तरुण पिढीच्या होतकरू लेखकांवर या कथाकथनाचा होणारा परिणाम. अशा कार्यक्रमांना हा तरुण लेखकवर्ग आवर्जून उपस्थित असतो, महाविद्यालयांतून अनेक कथाकथन-स्पर्धाही ठेवल्या जातात. त्यातही विद्यार्थी लेखक मोठ्या प्रमाणात भाग घेतात. त्यांच्यासमोर अशा कार्यक्रमांचे व कथांचेच आदर्श असतात. तरुण वयातील अवखळ, सहज प्रवृत्तीला अशा प्रकारची कथा आकृष्टही करीत असते. आपणही अशाच कथा लिहाव्यात असे या तरुण लेखकाला वाटते. तशाच प्रकारच्या कथा तो लिहितो, एवढेच नव्हे तर अशा प्रकारच्या स्वत: लिहिलेल्या कथा तो कथाकथन-स्पर्धांतून त्याच शैलीत सांगतो. आपली कथा मनोरंजनात कमी पडत असेल तर पुन:पुन्हा तिच्यात मसाला भरतो आणि पुढच्या वर्षीच्या स्पर्धांत तीच कथा पुन्हा सांगतो. त्या कथांना मग 'पहिली, दुसरी किंवा तिसरी आलेली कथा' किंवा 'स्पर्धेत वाचलेली कथा' म्हणून त्याच्या महाविद्यालयाच्या नियतकालिकात, स्थानिक दैनिक-साप्ताहिकात प्रसिद्धी मिळते आणि तो 'प्रसिद्ध' लेखक होऊन राहतो. यातूनच त्यांची कथानिर्मिती जोर धरते आणि याच यशस्वी मार्गाने तो जाऊ लागतो. हा धोका तरुण ग्रामीण लेखकांच्या पिढीला अनेक दृष्टींनी फार मोठा आहे, म्हणून निदान अभिरुचीचे, संस्कार-संस्कृतीचे केंद्र मानल्या गेलेल्या महाविद्यालयांनी व संस्थांनी असले कार्यक्रम बंद केले पाहिजेत. निदान उत्कृष्ट कथा निवडून कथाकथन केले पाहिजे.

हे जर झाले नाही तर रविकिरण मंडळकालीन काव्यगायनाचा परिणाम तत्कालीन बहुतेक कविता उथळ नि बालबोध होण्यात जसा झाला; एवढेच नव्हे तर कविता शिकविण्याच्या शालेय व महाविद्यालयीन पद्धतीवरही जसा आमूलाग्र झाला तसे या ग्रामीण कथेच्या बाबतीत झाल्याशिवाय राहणार नाही. इतिहास लक्षात घेऊनच हे अनुमान मी करीत आहे. हे कार्यक्रम ग्रामीण कथेची झालेली कोंडी भक्कम करण्यास मदत करीत आहेत, हे यावरून उघडच दिसते.

ग्रामीण साहित्याला चांगला टीकाकार आणि भाष्यकार न मिळाल्यामुळेही ते साहित्य दिशाहीनतेने भरकटण्याची किंवा आवर्तातच फिरत राहण्याची शक्यता नाकारता येत नाही. प्रत्येक लेखक हा जाणीवपूर्वक व अभ्यासपूर्वक लेखन

करीतच असतो असे नाही. काही लेखक जाणीवपूर्वक लेखन करणारे (conscious writers) असतात तर काही नेणीवेने लेखन करणारे (unconscious writers) असतात. ग्रामीण साहित्याच्या बाबतीत एकदोन अपवाद सोडले तर आपण काय लेखन करतो याचे भान न ठेवता लेखन करणाऱ्यांची संख्या मोठ्या प्रमाणात असण्याची शक्यता आहे. वास्तविक आधुनिक युगाचे एक लक्षण म्हणून आपली कोणतीही कृती जाणीवपूर्वक, विचारपूर्वक करण्याची नितांत गरज आहे.

मराठीमध्ये मात्र अशी साहित्यनिर्मिती करणारा ललित लेखक तर राहोच, पण साहित्यावर भाष्य करणारे टीकाकारही कितपत योग्य दिशेने, एखादी टीका-भूमिका शास्त्रीय शिस्तीने स्वीकारून टीकालेखन करतात याची (दोन-चार अपवाद वगळता) शंकाच आहे. त्या त्या साहित्य प्रकारांची एकूण दिशा लक्षात घेऊन त्या प्रकारांतील पुस्तकांची समीक्षा करणारे टीकाकार आजकाल मराठीमध्ये दुर्मीळ झाले आहेत. अशा परिस्थितीत ग्रामीण साहित्याला अव्वल दर्जाचा व मोठ्या ताकदीचा टीकाकार वा भाष्यकार मिळणे एकंदर कठीणच दिसते. वास्तविक ग्रामीण साहित्य आणि दलित साहित्य ही नवजागृत मराठी समाजाची सांस्कृतिक फलिते आहेत. समाजाच्या आणि पर्यायाने साहित्याच्या क्षेत्रात त्यांना अर्थपूर्ण स्थान प्राप्त व्हायला पाहिजे. त्याच्यावर उलटसुलट आणि गंभीरपणे चर्चा व्हायला पाहिजेत, पण कुणीही टीकाकार या प्रश्नाला सामोरे जाण्यास मन:पूर्वक धजत नाही, असेच म्हणावे लागते. दलित साहित्याच्या संदर्भात निर्माण होणारी टीका व घडविल्या जाणाऱ्या चर्चाही मौलिकदृष्ट्या पाहिल्या तर पाण्यावरच्या फेसासारख्याच वाटतात. ग्रामीण साहित्याच्या बाबतीतही स्फुट स्वरूपाची, कारणपरत्वे केलेली टीकालेखने सोडली तर कुणी नीटपणे ग्रामीण साहित्य न्याहाळलेले वा तपासलेले आहे असे दिसत नाही.

ग्रामीण साहित्याला जो भाष्यकार हवा आहे तो नुसता ग्रामीण साहित्याचे बौद्धिक विवरण करणारा, माहितीवजा आढावा घेणारा किंवा केवळ पाठी थोपटून नुसती भलावण करत राहणारा असून भागणार नाही, तर त्या साहित्याच्या प्रेरणा, प्रवृत्ती निष्ठेने तपासणारा, त्याच्या मर्यादा दाखवून देणारा एवढेच नव्हे तर त्यातून नव्या दिशेने होणाऱ्या निर्मितीच्या शक्यता दाखविणारा असा पाहिजे. नवकथेला व नवकवितेला गंगाधर गाडगीळ, गो. वि. करंदीकर, वा. ल. कुलकर्णी, माधव आचवल यांच्यासारखे टीकाकार व भाष्यकार मिळाले. त्यामुळे नवकथा कविता लवकर प्रस्थापित व्हायला व तिचा जोरदार प्रवाह निर्माण व्हायला मदत झाली. या किंवा यांसारख्या अनेक टीकाकारांनी आपली दोन-चार स्फुट लेखने सोडली तर ग्रामीण साहित्याची मात्र उपेक्षाच केली.

टीकाकारांनी उपेक्षा केल्यामुळे पहिल्या पिढीनंतरच्या साहित्यिकांवर दुहेरी

जबाबदारी येऊन पडते : एका बाजूने जाणीवपूर्वक, जागरूकतेने साहित्य-निर्मिती करीत राहणे आणि दुसऱ्या बाजूने खोटा, संकेतसिद्ध संकोच सोडून देऊन, आपण नेमके काय करीत आहोत याचे अलिप्तपणे भान ठेवणे व वेळोवेळी आपल्या लिखाणाची, एकूण ग्रामीण साहित्याची दिशा वैचारिक पातळीवर स्पष्ट करणे. मला वाटते हे आधुनिक युगमनाचेच लक्षण आहे. त्याशिवाय सद्य:स्थितीत ग्रामीण साहित्याला तरणोपाय नाही.

ही दुहेरी जबाबदारी पेलण्यासाठी आपल्या वाचनाचा आवाका मोठ्या प्रमाणात वाढविणे आवश्यक आहे. नव्या पिढीच्या साहित्यिकांचे, इतर साहित्याचे वाचन फारच कमी दिसते. त्यांचे इंग्रजीचे वाचन तर नाहीच नाही पण मराठीचेही नाही असा अनुभव येतो. मला असे अनेक ग्रामीण लेखक भेटलेले आहे की त्यांनी मराठीतील ग्रामीण साहित्यही नीट वाचलेले नाही. एवढेच नव्हे तर त्यांच्या कानावर मराठीतील काही प्रयोगशील वाङ्मयीन नियतकालिकांची (वाचण्याचे राहू दे) नावेही अजून गेलेली नाहीत. तरी त्यांची चारचार पाचपाच पुस्तके प्रसिद्ध झाली आहेत. अधूनमधून त्यांच्या वाचनात बाजारी नियतकालिकांतील जे अतिसामान्य ग्रामीण साहित्य येईल तेवढेच ते वाचत असतात. ग्रामपंचायतीच्या किंवा अशाच कुठल्या तरी सामान्य पुस्तकांचे भरताड केलेल्या लायब्ऱ्यांतून त्यांच्या हाती लागतील तीच ग्रामीण पुस्तके त्यांचे आदर्श नमुने असतात. अशा स्थितीत त्यांच्या हातून लिहून होईल ते लेखन 'साहित्य' म्हणून ते प्रसिद्ध करतात. बाजारी नियतकालिकांना अशा प्रकारच्या लेखनांची गरजही असते. केवळ पोटापाण्याचा धंदा म्हणून पुस्तके प्रकाशित करणाऱ्या नवनव्या प्रकाशकांनाही अशी स्वस्तात मिळणारी हस्तलिखिते प्रकाशनाच्या धंद्यासाठी हवी असतात. आणि अशा रीतीने ग्रामीण साहित्य आणि साहित्यिक निर्माण होतात. त्यांच्या नावावर ग्रंथ चढत जातात. काय लिहिले यापेक्षा किती लिहिले व किती प्रसिद्ध झाले यांचेच त्यांना कौतुक असते. असल्या प्रकारची साहित्यनिर्मिती वेगळे काही करू शकेल अशी अपेक्षा करणे चुकीचे आहे. हे सर्व टाळून नव्या पिढीच्या ग्रामीण साहित्यिकांनी इंग्रजी-मराठीतील कसदार वैचारिक व ललित वाङ्मय कसून वाचले पाहिजे आणि 'साहित्य' म्हणून किती प्रचंड गुणवत्तेची निर्मिती होऊ शकते हे समजून घेतले पाहिजे.

तसेच केवळ अंगावर आलेले अनुभव आविष्कृत करण्यापेक्षा अनुभव अंगावर घेऊनही त्यांचे लेखन केले पाहिजे. त्यासाठी अभ्यासाची गरज आहे. समग्र ग्रामीण जीवनाचा बदलत्या परिस्थितीत वेध घेण्याचे सामर्थ्य त्यांना प्राप्त झाले पाहिजे.

साध्या साध्या गोष्टीतही नंतरच्या पिढीचे ग्रामीण साहित्यिक विचार करीत नाहीत असे दिसते. पहिल्या पिढीने प्रामुख्याने कथाच लिहिली, म्हणून नंतरच्या

पिढीतील साहित्यिकही आंधळेपणाने कथाच लिहीत राहिले आहेत. वास्तविक कथा, कविता, कादंबरी, नाटक, ललित गद्य असे साहित्याचे अनेक प्रकार आहेत. साहित्याच्या प्रत्येक प्रकाराचे वेगवेगळे वैशिष्ट्य असते आणि वेगवेगळी ताकदही असते. एकच एक साहित्यप्रकार हाताळल्याने त्या प्रकारात व्यक्त होणारे अनुभव जसे एकसुरी होण्याची शक्यता असते; तसेच तोच प्रकार पुन: पुन्हा हाताळल्याने त्याची काही वैशिष्ट्ये अपरिवर्तनीय (rigid) होऊन त्याची चाकोरी निर्माण होते आणि तो प्रकार स्वत:च्या ठामपणाच्या मागण्या करू लागतो. उदा. ग्रामीण कथा म्हटले की ती घटनाप्रधान, निवेदनशील, कलाटणी असलेली, ऐसपैस, बाळबोध वळणाची, इत्यादी स्वरूपाची असली पाहिजे अशा मागण्या तो कलाप्रकारच ठामपणे करू लागतो. नव्या लेखकालाही तशा प्रकारची कथा लिहिल्याशिवाय चैन पडेनाशी होते. त्याशिवाय आपली 'ग्रामीण कथा' यथार्थ होणार नाही अशीही त्याची समजूत होते.

अशावेळी तो साहित्य-प्रकार सोडून देऊन, दुसऱ्या प्रकारात लेखन करणे साहित्यिकाला हितावह ठरते. एवढेच नव्हे तर आपणच एखादा प्रकार वाजवीपेक्षा जास्त हाताळला तर आपलीच वळणे आपण पुन:पुन्हा गिरविण्याची शक्यता फार असते; म्हणून वेळोवेळी वेगवेगळे साहित्यप्रकार हाताळणे जरूर असते. कारण दुसरे प्रकार हाताळताना त्या विशिष्ट प्रकारांचे जे काही मागणे असते ते पुरवावे लागते. तो विशिष्ट प्रकार हाताळावयाचा असल्याने नवे साहित्यरूप घेऊ पाहणाऱ्या आपल्या अनुभवांकडेही पूर्वीपेक्षा नव्या जाणिवांनी पाहावे लागते. या प्रक्रियेमुळे अनुभवांची पातळी बदलण्याची शक्यता असते, तसेच त्यातील विविध घटकांवरही पूर्वीच्या प्रकारातील लेखनाच्या तुलनेने कमीअधिक भर द्यावा लागतो, त्यामुळे अनुभवांना वेगवेगळी अर्थपूर्णता लाभणे शक्य असते. वेगळ्या ताकदीचे अनुभवही बदललेल्या साहित्य-प्रकारांतून व्यक्त होण्याची शक्यता असते.

असे वेगवेगळे साहित्य-प्रकार हाताळण्यासाठी नव्या पिढीच्या ग्रामीण लेखकांत आत्मविश्वास वाढण्याची आवश्यकता आहे. पूर्वसुरींच्या चाकोरीत वाटचाल करण्याची वृत्ती ही एका अर्थी आपल्या ठिकाणी असलेल्या स्वत्वाविषयीचा आत्मविश्वास गमावल्याची द्योतक असते. प्रत्येकाचे स्वत्व हे दुसऱ्यापेक्षा निश्चितपणे वेगळे असते; याची जाणीव होऊन अनुकरण नाकारण्याची, स्व-तंत्र निर्मिती करण्याची जिद्द बाळगणे आवश्यक आहे. ती जोपर्यंत येत नाही तोपर्यंत ही कोंडी फुटणार नाही आणि सद्य:स्थितीत ज्याप्रकारचे ग्रामीण लेखन हे लेखक करीत आहेत त्याला ऐश्वर्याचे, नवतेजाचे दिवस येणार नाहीत.

साहित्य संस्थांचीही उणीव ग्रामीण साहित्याला तीव्रतेने भासते. ग्रामीण मराठमोळा मनाचे प्रतिनिधित्व करणाऱ्या ग्रामीण साहित्याचे जाणीवपूर्वक पोषण करणारे

एकही नियतकालिक आणि एकही ग्रामीण साहित्य-संस्था महाराष्ट्रात नसावी ही स्थिती शोचनीय आहे. अशा ग्रामीण साहित्य-संस्था जर जिल्हा-पातळीवर निर्माण झाल्या तर त्या त्या प्रदेशातील ग्रामीण साहित्याचे पोषण करण्यास त्या उपयोगी पडतील. त्यांच्या मदतीने ग्रामीण साहित्यविषयक निरनिराळे उपक्रम योजता येतील. उत्कृष्ट ग्रामीण साहित्याची व ग्रामीण साहित्यावरील टीकेची जोपासना त्या संस्थांच्या मुखपत्राद्वारे, नियतकालिकांद्वारे करता येईल. ग्रामीण साहित्यिकांचे वेळोवेळी मेळावे घेऊन त्यांना जसे मार्गदर्शन करता येईल तसेच उत्तम ग्रामीण साहित्यनिर्मितीला, तद्विषयक जाणकारीला अनेक प्रकारे चालनाही देता येईल.

फार काय ज्या खेड्यांमध्ये देशातील ऐंशी टक्के लोक राहतात, भारतीय जीवनाचा गाभा असलेले जे खेडे आज जुन्या संस्कृतीतून अपरिहार्यपणे युगान्तराच्या नव्या संस्कृतीत पदार्पण करू पाहत आहे, ज्या खेड्यातील प्राकृतिक मनाने आज सगळ्या देशाचे राजकीय स्वरूप नियंत्रित केले आहे, ज्या खेड्यातील जनतेच्या मतदानाच्या हक्कावर आजची लोकशाही आपले स्वरूप पालटू शकते, नवे रूप धारण करू शकते, येथील जनता शेतीनिष्ठ असल्यामुळे ज्या खेड्यांकडून मूठभर शहरवासींची नागरी संस्कृती अन्नदानाने जगविली जाते, पुष्ट केली जाते; त्या खेड्याचे, ग्रामसमाजाचे सर्वांगीण दर्शन घडविणाऱ्या मराठी ग्रामीण साहित्याकडे आजचे शहरवासी टीकाकार, शहरवासी विद्यापीठे, शहरवासी शिक्षण व्यवस्था ही पूर्णपणे डोळेझाक करून, पाठ फिरवून आपल्याच संकुचित शहरनिष्ठ जीवनात मग्न आहेत. त्यावरूनच या टीकाकारांचे, विद्यापीठांचे, त्यांच्या शहरनिष्ठ शिक्षण व्यवस्थेचे भवितव्य किती अंधकारमय आहे हे स्पष्ट दिसते. कालौघ लक्षात न घेणाऱ्या त्यांच्या आत्मकेंद्री, भोगवादी, मतलबी मनोवृत्तीची कल्पना येते. म्हणून ग्रामीण साहित्याचा आज वाङ्मयीन दृष्ट्या, सामाजिक दृष्ट्या, मानसशास्त्रीय दृष्ट्या, समाजशास्त्रीय दृष्ट्या, सांस्कृतिक दृष्ट्या सर्वांगीण अभ्यास व्हावयास पाहिजे - तो होत नाही. त्याच्या या दृष्टींनी अभ्यास करणारे टीकाकार, समाजचिंतक मानसशास्त्रज्ञ, विद्वान अभ्यासक आजच्या तरुण ग्रामीण पिढीतूनच आले पाहिजेत. तरच ग्रामीण साहित्याचे यथार्थ स्वरूपदर्शन घडविले जाणार आहे. अन्यथा शहरवासी आत्मकेंद्री संस्कृती शहराबाहेरच्या मनामध्ये पोसणाऱ्या या साहित्याला दुर्लक्षून नामशेष केल्याशिवाय राहणार नाही.

म्हणून सर्वांगीण अभ्यासाची केंद्रे आता शहरातून ग्रामांत हलविली पाहिजेत. खेड्याकडे नव्या आस्थेने, आत्मीयतेने पाहायला शिकले पाहिजे. विद्यापीठीय पातळीवरील सामाजिक शास्त्रांची व साहित्याची पदव्युत्तर संशोधने शहरांबाहेरच्या समाजसागराशी प्रत्यक्ष जोडली गेली पाहिजेत. विद्यापीठीय विद्वानांनी आपल्या पायाखालचे मऊमऊ अभ्यासू मॅटिंग सोडून, प्रत्यक्ष ग्रामीण संस्कृतीच्या मातीवर

संशोधनाचे पाय ठेवले पाहिजेत, तरच काही ग्रामीण जीवनाविषयी व जीवनांतर्गत हालचालींविषयी अचूक निदान होण्याची शक्यता आहे. अन्यथा शेकड्यांनी नवी विद्यापीठे व शिक्षण संस्था निर्माण करूनही काही उपयोग नाही. आजची सगळी प्रस्थापित विद्यापीठीय दृष्टी, विद्यापीठीय विद्वता आणि संशोधने, ग्रामीण जागरण लक्षात घेता, पूर्णपणे कालबाह्य झालेली आहेत. याचसाठी स्वतंत्र दृष्टींचे, मूलगामी नवा विचार मांडणारे, सबंध देशाच्याच प्राप्त जीवनाचा अन्वयार्थ लावून नवनव्या दिशा दाखविणारे विचारवंत, ग्रामीण समाजातूनच आता आले पाहिजेत. सगळीच बुद्धिमता ग्रामीण समाजाने राजकारणाच्याच नरकात घालण्याचे व स्वत:च्या धूर्त स्वार्थासाठीच राबविण्याचे बंद केले पाहिजे. ही प्रक्रिया सुरू झाली तरच ग्रामीण साहित्याचे यथार्थ स्थान ओळखले जाईल व त्या स्थानावर त्याला नीटपणे प्रस्थापित करता येईल.

◆

माझ्या कवितेविषयीची माझी भूमिका

१. कविता लिहिण्यास वयाच्या दहाव्या-अकराव्या वर्षी म्हणजे मराठी पाचवीत असताना प्रारंभ केल्याचे आठवते.

उमेदवारीच्या काळाचे एकूण तीन टप्पे आहेत. मराठी पाचवीत असताना खरे तर काव्य-निर्मिती नव्हती. कविता रचीत होतो. काव्याच्या प्रांतातले ते बालपण होते. शाळेतील काही शिक्षक कविता करीत असत. काही शिक्षक क्रमिक पुस्तकांतील कविता चांगली गाऊन दाखवीत असत. मलाही कविता लवकर पाठ होत. गळा चांगला होता म्हणून माझ्याकडून कविता साभिनय गाऊन घेतल्या जात असत. या सर्वांचा परिणाम होऊन कविता रचावी असे वाटे. आवडलेल्या चाली, कल्पना, नादमधुर शब्द या सर्वांतून ती कविता कडव्या-कडव्याने रचली जाई. या काळात कोणतीही चांगली चाल मला आवडे, कविता नव्हे. या काळात कवी आवडण्याचा प्रश्नच नव्हता.

काही काव्यमय जाणवले, तसे निर्माण करावे असे वाटले ते साधारण दहावीमध्ये असताना. वयाच्या अठरा-एकोणिसाव्या वर्षी, घरी परंपरागत पण खंडाची शेती. तिच्यावर अपार कष्ट केले. प्रतिकूल परिस्थितीत शिक्षण चालू होते. ससेहोलपट होत होती. अशा अवस्थेत असतानाच ठोकळ, यशवंत, गिरीश, चंद्रशेखर यांच्या ग्रामीण म्हटल्या जाणाऱ्या कविता क्रमिक पुस्तकांतून वाचत होतो. त्यावरील शिक्षकांचे रम्य (!) भाष्य ऐकत होतो आणि मनात चिडत होतो. कारण सगळेच अज्ञान. 'हे सगळे ग्रामीण जीवन खोटे आहे, विपर्यस्त आहे, अशा भावना कधी आपल्या जीवनात येतच नाहीत' अशी त्याचवेळी खात्री पटली आणि माझ्याकडून ग्रामीण कविता लिहिली गेली. म्हणजे या कवींच्या कवितांनी आकर्षून घेण्यापेक्षा माझ्या मनात तीव्र प्रतिक्रिया निर्माण केली आणि मीही त्या काळात सरधोपटपणाने कविता लिहिली. पुढे लिहीतच राहिलो.

या नंतरचा जो उमेदवारीचा काळ आहे तो महाविद्यालयीन जीवनातला. १९५५ मध्ये रत्नागिरीला कॉलेजच्या पहिल्या वर्षाला होतो. या काळात नवकवितेविषयी खूप वाद चालत होते. भूमिका स्पष्ट केल्या जात होत्या. 'सत्यकथा' मासिक पहिल्यांदा पाहण्यात आले. य. द. भावे हे कॉलेजचे प्रिन्सिपॉल होते. ते नवकवी आहेत हे कळले होते. मराठीच्या प्राध्यापकांनी अधूनमधून चर्चा चालू केल्या होत्या. याचकाळात मला नवी कविता पहिल्यांदा वाचायला मिळाली. मुक्तिबोधांचा 'नवी मळवाट' हा संग्रह पहिल्यांदा वाचायला मिळाला. त्यांची भूमिकाही (प्रस्तावना) समजावून घेतली. पुढे भावे यांचे 'हळवे भिंग', 'आर्द्रा' हे संग्रह वाचले. मर्ढेकरांच्या 'काही कविता' वाचल्या. पण 'नवी मळवाट' त्यावेळी जवळची वाटली. तशा प्रकारची ग्रामीणेतर कविता लिहिण्याचा मी प्रयत्नही केला. त्या वेळी मर्ढेकर-भावे यांची कविता फारशी कळलीही नाही. पण तिच्या वाचनाने जो अस्पष्ट परिणाम झाला तो त्यातील निराशा, उद्विग्नता, विषमता इ. गोष्टींचा. माझे खाजगी जीवनही या गोष्टींना फार लांबचे नव्हते. पण याचवेळी 'सत्यकथे'तून प्रसिद्ध होणारी पाडगावकरांची निसर्गविषयक अनुभव व्यक्त करणारी कविता मला आवडत होती; कळतही होती. तशा प्रकारच्या (निसर्गविषयक) अनुभवांनाही व्यक्त करण्याचा प्रयत्न मी ग्रामीणेतर कवितेतून केला. याचकाळात करंदीकर यांचे 'मृद्‌गंध', इंदिराबाईंची 'मेंदी', हे संग्रह मला आवडलेले आठवतात. पण त्यांनी माझ्यावर काही परिणाम केला असेल असे वाटत नाही. मी अनुभवलेल्या कडवट जीवनाला आणि उपभोगलेल्या निसर्गविषयक अनुभवांना मुक्तिबोध आणि पाडगावकर (काही प्रमाणात मर्ढेकर -भावे) या कवींनी साद दिली म्हणून त्यांची कविता त्याकाळात मला जवळची वाटत होती. पण दहावीत असतानाच ग्रामीण कवितेला मिळालेली प्रेरणा माझ्या ग्रामीण कवितेला विकसित करीत चाललेली दिसते. त्या कवितेवर या कवींच्या form च्या जाणिवेचा जो काही परिणाम झाला असेल तेवढाच खरा असे मला वाटते.

बी. ए. झाल्यावर (१९५८-५९) तर माझी महत्त्वाकांक्षा वाढली. मराठी कवितेचा आवाका दृष्टिक्षेपात आला होता आणि कळून आले की ग्रामीण जीवनातील अफाट अनुभवविश्व अजून तसेच पडले आहे. मराठी कविता त्याला पारखी आहे. या जाणिवेने माझी मुळातील प्रेरणा अधिकच प्रभावी झाली आणि मी ग्रामीण कविता जबाबदारीने लिहीत राहिलो.

अन्य भारतीय भाषांतील व पाश्चात्त्य भाषांतील साहित्याचा साक्षेपाने अभ्यास नसल्याने काहीही आत्मविश्वासाने सांगणे कठीण आहे. मिळालेल्या माहितीपर स्फुट ज्ञानाच्या आधाराने सांगितले तर तो त्या साहित्यावरच अन्याय होईल. माझ्या साहित्यावर कोणताही परिणाम होण्याइतके मी अन्य भाषांतील वाङ्‌मय वाचलेच नाही.

२. जीवनावर भाष्य करणाऱ्या कोणत्याही विचारवंताचे समग्र निबंध-वाङ्मय मी अभ्यासासाठी वाचले नाही. तरी टिळक, आगरकर यांच्या जीवनविषयक दृष्टीची मला जाणीव आहे. विशिष्ट संदर्भात त्यांचे लेखन जेव्हा माझ्यासमोर आले तेव्हा मी वाचले. विनोबांच्या आदर्शवादी विचारांनी मी एकेकाळी भारून गेला होतो. भगवद्‌गीतेतील जीवनविषयक तत्त्वज्ञानातील हेतू माझ्या लक्षात आहे. त्यातील पुनर्जन्म, साक्षात्कार-कल्पना, इ. बाबी सोडल्या तर जीवनातील भौतिक सुखदु:खांकडे पाहण्याची गीतेची दृष्टी मला मानवते. नवभारत (मासिक), साधना (साप्ताहिक) इ. सारख्या नियतकालिकांतून गांधीवाद, नेहरुंची लोकशाही समाजवादी दृष्टी, मार्क्सवाद, समाजवाद, लोकशाहीची मूल्ये इ. विषयांवरचे मौलिक लेख व विचार मी वेळोवेळी वाचले आहेत. शेती हा ज्यांचा प्रधान व्यवसाय आहे; अशा भारतीयांसाठी आखलेल्या योजना, त्या लोकांच्या समस्या, त्यांचे जीवन यांविषयी मला जिज्ञासा आहे. या सर्वांतून परिपाकाच्या स्वरूपात माझी जीवनदृष्टी घडली असावी असे वाटते. स्वत:च्या बुद्धीवर माझी प्रथम निष्ठा आहे. तिच्या आधारे जगण्यातील महत्त्वाच्या क्षणांची मी पहिल्यांदा कसोटी घेतो, तरी दुसऱ्यांच्या श्रद्धांचे महत्त्व मला कळते. शरीराच्या भौगिक गरजा भागवत त्यातच बुडण्यापेक्षा त्याच्या पलीकडचे काही करावे असे वाटते म्हणून व्यक्तिस्वातंत्र्याच्या नावाखाली कर्तव्य-पराङ्मुख होऊन अतिरेकी भोग घेणाऱ्या व्यक्तीविषयी आदर नाही. परंपरागत संस्कृतीला केवळ आपली संस्कृती म्हणून मी प्रमाण मानत नसलो तरी फॅड म्हणून होणाऱ्या निरर्थक किंवा मुखवटे धारण करणाऱ्या बंडखोरीलाही मी मानत नाही. बेफामपणे जुने टाकून नव्यासाठी नवे घेण्यापेक्षा अयोग्य टाकून योग्य उचलण्याकडे माझी प्रवृत्ती आहे. इथे जुन्या-नव्याचा विचार अप्रस्तुत वाटतो. ललित साहित्यातील जुन्याकडे आणि नव्या प्रयोगाकडेही मी याच योग्यायोग्यतेच्या दृष्टीने पाहत असतो.

३. जीवन जगत असताना येणाऱ्या उत्कट अनुभवाचा आविष्कार म्हणजे काव्य, अशी माझी काव्याविषयीची पूर्वी भूमिका होती. या भूमिकेने काहीकाळ लेखन केले आहे. पण मर्ढेकरांचे 'सौंदर्य आणि साहित्य' व तदनुषंगाने झालेले इतरांचे वैचारिक लेखन, मराठी नवकवितेवर ढगांच्या सावल्यासारखे पसरलेले प्रतिमांचे प्राबल्य, मर्ढेकरानंतरचे काही महत्त्वाचे मराठी कवी व त्यांच्या कवितेचे वाचन या सर्वांच्या वैचारिक परिणामातून भूमिका बदलत गेली आणि 'उत्कट अनुभवांच्या उत्कट आविष्कारापेक्षा, अनुभवातील सौंदर्याच्या कलात्म जाणिवेने केलेला शोधरूप आविष्कार म्हणजे कविता.' अशी जास्त सावध भूमिका काही काळ निश्चित झाली. या भूमिकेतून प्रेरणा घेऊन काहीकाळ लेखन केले. पण मनोमन कुठेतरी प्रतारणा होत आहे याची जाणीव दोन-अडीच वर्षांतच झाली. या भूमिकेने कवितेतील कलात्मता वाढत असेल, अनुभव गौण राहून अनुभवांचे

सौंदर्य व्यक्त होत असेल पण तीव्रतेने जाणवलेल्या अनुभवांचे काय? Emotional equivalence कवितेत असलाच पाहिजे काय? अनेक संदर्भसूचकता हे कवितेच्या श्रेष्ठपणाचे गमक असू शकते काय? कविता अर्धमूर्त असते म्हणून तिच्यातून व्यक्तिपरत्वे वेगवेगळे अनुभव येतात की ती पूर्णमूर्त असल्यानेच व्यक्ती ज्या पातळीवरून, ज्या कोनातून पाहते त्या संदर्भात तिचे अंशात्मक वेगळेपण असते? मग भर द्यायचा तो या अंशात्मक वेगळेपणावर की या वेगळेपणात असलेल्या मूलगामी साम्यावर द्यायचा? जाणवलेला प्रत्येक अनुभव हा शोध घेण्याइतका श्रेष्ठ असू शकतो काय? नवीनतेने काव्याचा दर्जा ठरत असतो का तिचा वेगळा स्वभाव सिद्ध होत असतो? केवळ वेगळा स्वभाव हे श्रेष्ठतेचे गमक आहे काय? ज्ञानेश्वर, केशवसुत, मर्ढेकर यांची कविता जरी निरनिराळ्या काळात जन्मली असली तरी एकाच काळात तेवढ्याच तन्मयतेने वाचली जात असते. मग ज्ञानेश्वरांच्यापासून मर्ढेकरांच्यापर्यंत कवितेचा विकास पाहणे म्हणजे काय? हा खरा कवितेचा विकास आहे काय? का विकासाची आणखी काही वेगळी कल्पना असू शकेल? कालानुक्रमाने कवितेचा इतिहास लिहिता येईल. या इतिहासालाच आपण विकास मानत आलो काय? आजची कविता चांगली; रविकिरण मंडळकालीन कविता निकृष्ट हे कोणत्या मूल्याच्या आधाराने आपण म्हणू शकतो; आजचे मूल्य उद्या निकृष्ट का ठरणार नाही? खरे तर अशी काही मूल्ये कवितेसारख्या चैतन्यशील वस्तूला लावता येतात का? कवितेचा प्रत्यय येणे हा त्या त्या व्यक्तीच्या संदर्भात श्रेष्ठपणा नाही काय? कवितेच्या टीकाकारांना मनामध्ये 'नवीनता' हे कालसापेक्ष मूल्य अगदी सुप्तपणाने कायम वावरत असावे काय? असे अनेक प्रश्न कवितेच्या संदर्भात मला छळत आहेत.

आणि या सर्व प्रश्नांना टाळून आज एक भूमिका मनात आकार घेऊ पाहत आहे. कविता हे अनुभवाच्या वृक्षावरचे फळ आहे. जन्माला येऊ पाहण्याची तिची अनावर ओढ हीच तिच्या अस्तित्वाची खूण. बाकीचे उपरे उपाय सगळे खोटे किंवा बाह्य आहेत. त्यांचा फक्त विचार करायचा असतो.

मी माझ्या अनुभवांतून कवितेला जन्म देतो. 'वेगळे' साधण्याचा बाह्य प्रयत्न मी करीत नाही. ती कविता आपोआपच वेगळी होत असेल तर ते माझ्या हातात नाही. माझ्या अनुभवक्षेत्राचा तो अपरिहार्य परिणाम आहे.

४. कविता लिहिण्यापूर्वी मी काय लिहिणार आहे याची स्पष्ट कल्पना असली तरी ती शब्दांनी संपूर्ण युक्त नसते, अवस्थेने युक्त असते. पण जेव्हा मी ती कागदावर आभासात्मक रूपात घेण्याचा प्रयत्न करतो तेव्हा तिला अचूकपणाने घेण्यासाठी निरनिराळे शब्द योजून त्यांचे त्या त्या ठिकाणचे सामर्थ्य तोलून बघत असतो. ह्यात अस्पष्टसुस्पष्टतेचा भाग मुळीच नसतो. तिला व्यक्त करण्यासाठी

शब्दार्थांनी केलेली धडपड असते. कधी ही धडपड यशस्वी होते; कधी अपयशी होते. ही अपयशी धडपड मी कधीकधी फाडून टाकतो तर कधी ती तशीच ठेवून एकदम दुसरेच शब्द मदतीला घेऊन तो अनुभव व्यक्त करू पाहतो आणि मग अशातून अधिक प्रभावी धडपड 'कविता' म्हणून संबोधतो. कित्येकवेळा पहिली धडपड अधिक प्रभावी वाटते; कित्येकवेळा नंतरची वाटते. तेव्हा 'प्रत्यक्ष काव्यलेखनातून ती अधिक अधिक स्पष्ट होते काय?' ह्या कालक्रम सुचविणाऱ्या प्रश्नात फारसे तथ्य आहे असे वाटत नाही.

५. शब्द, शब्दक्रम, प्रतिमा या बाबतीत खरे तर प्रत्येक कवी आपापल्यापुरते अनंत प्रयोग करीत असावा. कारण कवितेच्या निर्मितीच्या वेळी शब्द, शब्दांचा क्रम, प्रतिमेचे स्थळ बदलून अनुभवाचे यथार्थ रूप न्याहाळण्याचा मी अनेकवेळा प्रयत्न केला आहे. या प्रकारांनी अनुभवांतील उत्कटता साधता येते एवढेच माझ्या बाबतीत सांगता येईल. केवळ प्रयोग म्हणून काव्यबाह्य जाणिवेने मी काही केले नाही. ग्रामीण भाषेच्या बाबतीतही मला तेच सांगावयाचे आहे. त्या त्या जीवनक्षेत्रातील भाषेनेच तेथील अनुभव यथार्थपणे व्यक्त होऊ शकतो; निदान त्या जीवनक्षेत्राचा अनुभव घेतलेल्याला तरी असा अनुभव येतो. त्या जीवनक्षेत्राचा प्रत्यक्ष अनुभव नसलेल्या वाचकाला ती भाषा नसली तर चालेल असे वाटते. पण या बाबतीत त्याचा त्या जीवनक्षेत्रातील अननुभवीपणाच आड येतो असे मला वाटते. कारण इंग्रजी भाषेतील कविता व इंग्रजी भाषा, तेथील संस्कृतीत जगल्याशिवाय ती खऱ्या अर्थाने जाणता येईल असे मला वाटत नाही. ग्रामीण भाषेबद्दलही मला तेच सांगावयाचे आहे.

ग्रामीण भाषा ही ज्या जीवनात वाढली त्या जीवनातील अनुभव त्यांच्या चैतन्यासह जास्तीत जास्त व्यक्त करते असे मला दिसून आले आहे. या 'प्रयोगांच्या' बाबतीत आणखी एक मला सारखे जाणवते ते असे की, एखादा प्रयोग आवश्यकतेशिवाय बाहेरून सतत करत राहण्यापेक्षा प्रत्यक्ष निर्मितीच्या वेळी जी अनेक प्रकारांनी धडपड चालते त्यांतूनच होणारे प्रयोग खरे असतात; बाकीचे तकलादू असतात.

६. काव्यरूप होऊ इच्छिणारा मनातील अनुभव हा मुळात Abstract असतो. तो फक्त जाणिवेच्या पातळीवर अस्तित्वात असतो. (उदा. साखरेची गोडी जाणिवेच्या पातळीवर अस्तित्वात असते.) त्याला त्यावेळी अर्थातच आकार नसतो. म्हणून त्याला 'लय' ही प्राप्त झालेली नसते. कारण Abstract गोष्टीला लय असते असे मला वाटत नाही. पण जेव्हा हा अनुभव काव्याचे रूप घेऊ लागतो तेव्हा त्याला स्फटिकासारखा आकार प्राप्त होत जातो. कविता पूर्ण झाली की तिचा आकार पूर्ण होतो. आकार घेत असतानाच त्या अनुभवाला आंतरिक लय प्राप्त होत जाते. ती कशी आणि कुठे होते, याविषयीची माझी मीमांसा अशी :

कवितेत उतरलेला अनुभव हा अनेक प्रतिमांनी आणि विधानांनी सिद्ध झालेला असतो. या प्रतिमा आणि ही विधाने कवितेतील मूळ अनुभवाची जी एक मूळ प्रतिमा असते तिला अवयवभूत असतात. म्हणजे या अवयवभूत प्रतिमांचा व विधानांचा जो एकसमयावच्छेदेकरून प्रत्यय येतो तो मूळ काव्यानुभव. तीच कविता. मूर्त रूपात ती जाणवते. ह्या मूर्त रूपाच्या त्या प्रतिमा नि ती विधाने हे अवयव. हे अवयवच कवितेची आंतरिक लय निर्माण करतात. कारण काव्यानुभव या अवयवा-अवयवांतूनच व्यक्त होत जातो. पण जेव्हा एखादा अवयव काव्यानुभवाचा कोणताही अंश व्यक्त करीत नसेल तेव्हा आंतरिक लय बिघडली असे मला वाटते. प्रतिमा काव्यबाह्य कारणांनी कवितेत घुसडल्या जातात, काही विधाने विनाकारण शब्दबंबाळ झालेली असतात. काही शब्द केवळ पादपूरक म्हणून आलेले असतात; यांनी काव्याची लय बिघडते. अनुभव अडून बसतो. प्रवाहात खंड पडतो. वेगाला बाहेरचा अडथळा होतो. कित्येक वेळा वरील गोष्टींनी दर्शनी लय साधलेली असली तरी आंतरिक लय बिघडते असे मला वाटते.

दर्शनी लय ही यती, गण, मात्रा, यमक, अनुप्रास यांच्यावर अवलंबून असते.

७. एखादी कविता केवळ टीकाकारमान्य वा संपादकमान्य आहे म्हणून तिचा माझ्यावर कधीच परिणाम झाला नाही. कवितेविषयीच्या चर्चा- चिकित्सा यांच्या वाचनाने मी कवितेचे स्वरूप न्याहाळत असतो. ह्या न्याहाळण्याचा माझ्या कविव्यक्तिमत्त्वावर जो काही परिणाम झाला असेल तेवढाच, पण अशा गोष्टींतून कविता-निर्मितीला कधी प्रेरणाच मिळत नसते, ही गोष्ट कटाक्षाने लक्षात घेतली पाहिजे. स्वत:च्या व्यक्तिमत्त्वातून कविता ही आपल्या अवस्थेनुसार जन्म घेत असते. तिच्या ह्या अवस्थेतील अचूकता लक्षात घेण्यासाठी ह्या गोष्टी साधनासारख्या कविता-निर्मितीनंतर उपयोगी पडतात आणि त्यानुसार एखादी प्रतिमा, एखादा शब्द, शब्दक्रम इकडचा तिकडे होत असतो एवढेच. बाकी प्रत्यक्ष कवितेवर तसा काही परिणाम नसतो. एक माणूस दुसऱ्या सारखा दिसत असला तरी जन्माच्या वेळच्या दोघांच्या प्रेरणा वेगवेगळ्या असतात. कविता ही काही निर्जीव वस्तू वा कशाचे साधन नव्हे. ती स्वयंभू आणि चैतन्यशील असते. अशा वस्तू अनुकरणातून अगर बाह्य परिणामातून तयार होत नाहीत. त्या स्वत:च्या अंतर्गत प्रेरणेतूनच आकार घेत असतात.

८. लहानपणापासून कविता ही आवडतच होती. दहा-अकरा वर्षांचा असताना केवळ छंद, आवड म्हणून कविता केली. वयाच्या अठरा-एकोणिसाव्या वर्षी रूढ ग्रामीण कवितेची प्रतिक्रिया होऊन आविष्कार केला. पुढे कॉलेजमध्ये गेल्यावर वीस-एकविसाव्या वर्षी आत्माविष्कार अपरिहार्य वाटू लागला आणि कविता ही लहानपणापासूनच जवळची असल्याने तीच पुढे जवळची राहिली. तिच्यात व्यक्त होणाऱ्या अनुभवांनी मनाला एक प्रकारचे समाधान मिळू लागले.

पण एम. ए. झाल्यावर पंचवीस-सव्विसाव्या वर्षी केवळ कवितेत काही अनुभव मावू शकत नाहीत याची जाणीव अस्वस्थ करू लागली आणि 'घटका' या नावाखाली उतारेवजा काही मजकूर लिहिला. त्यातूनच हळूहळू कथेने आकार घेतला. आज कथा हीही अनुभव व्यक्त करण्यास अपुरी पडते आहे, असे वाटू लागले आहे.

९. कवितेचा स्वभाव हा बदलत जाणारच. त्यामुळे काही बिघडेल असे वाटत नाही. जर एखादी कविता ही कविता असेल आणि मग ती Intellectual असेल तर बिघडले कुठे? ती फक्त Intellectual कविता होईल एवढेच. कवितेची प्रकृती ही अशा बाह्य उपायांनी कधीच निश्चित होत नसते आणि बाह्य उपाय करून जर तिच्या प्रकृतीची जोपासना केली तर ती कविता अंतर्गतदृष्ट्या ताकदीची कधीच राहणार नाही. जेवढे बाह्य उपचार अधिक तेवढ्या प्रमाणात ती रोगट किंवा विकृत होत जाईल. एखाद्या काळात निर्जीव सडपातळपणाच फॅशनमध्ये असतो, पण अशी माणसे आपल्या मरणाने काळाच्या प्रचंड ओघात लवकरच नाहीशी होतात. कवितेचेही असेच. बाह्य उपायांनी जर ती Intellectual किंवा तरतरीत केली जात असेल तर ती आज फॅशनमध्ये राहील आणि उद्या लुप्त होऊन जाईल. कारण त्या वेळी अंतर्गतच ताजेपणा आणि निरोगीपणा असलेली कविता निर्माण होईल. तेव्हा काव्याच्या क्षेत्रात इष्ट आणि अनिष्ट काही नसते. निरोगी असते तेच टिकून राहते. मर्ढेकर जोमाने लिहीत होते त्यावेळी त्यांच्या आसपास अशीच निर्जीव कविता जंतूसारखी जन्माला आली. 'पहिली' अभिरुची बंद पडतानाचे एक-दोन वर्षांचे अंक पाहिले की हे लक्षात येते. रविकिरण मंडळाच्या आसपासचा काळ (काव्य-वाहिनी खंड ३ रा) पाहिला की हेच दिसून येते. आजही मला हेच दिसून येत आहे. पण असली जंतुनिर्मिती काळाच्या उदरात गडप होऊन जाते, हेही तेवढेच कठोर सत्य असल्याने इष्टनिष्टतेचा विचार मला आवश्यक वाटत नाही.

१०. मला वाटते, चिंतनात्मक कवितेचा अभाव नाही. मला तर बदललेल्या स्वरूपात चिंतनात्मक कविता वरचेवर दिसते. तिचे स्वरूप स्फुट झाले आहे एवढेच. मर्ढेकर, करंदीकर, मुक्तिबोध, पाडगावकर यांच्या अलीकडच्या काही कवितांचा पिंड आणि चित्रे यांच्या कवितेचा पिंड मुळात चिंतनात्मकच वाटतो. यांच्याबरोबर इतरही काही कवी, अशा प्रकारची कविता लिहीत आहेत. जीवन, मृत्यू, जीवनविषयक तत्त्वज्ञान, संस्कृती, अस्तित्वाविषयीचे चिंतन इ. मधून प्रेरणा घेणारी कविता निर्माण होताना दिसते. काळ, व्यक्ती, अनुभवांची कक्षा यांचा विचार करून चिंतनात्मक कविता स्फुट आणि बदललेल्या स्वरूपात दिसते; असे म्हटले तर चुकीचे होईल, असे मला वाटत नाही.

पण 'चिंतनात्मक कविता' म्हणत असताना 'चिंतनात्मक दीर्घ कविता' असे गृहीत धरले असेल तर मात्र तशा स्वरूपाची कविता निर्माण होत नाही; हे मान्य करावे लागेल. खरे तर कवितेच्या दीर्घतेवर फारसे काही अवलंबून असते का?

पूर्वीच्या तथाकथित चिंतनात्मक दीर्घ कवितेत काव्यापेक्षा निसर्गवर्णने, जीवनविषयक, संस्कृतीविषयक स्थूल संघर्ष, नाट्यात्मक घटना इ. गोष्टीच जास्त दिसून येतात. आज या गोष्टींना वाङ्मयाच्या इतर प्रकारांत भरपूर वाव आहे आणि केवळ काव्यात्मक अनुभवच कलात्मतेने कवितेत मांडण्याकडे कलावंताची प्रवृत्ती झालेली आहे. आजचा कवी बऱ्याच प्रमाणावर शुद्ध कलावादी झाला आहे. सामाजिक विचार, सांस्कृतिक मूल्ये, जीवनविषयक समस्या यांचे चिंतन करण्यापेक्षा यातून मुक्त होऊन क्षणभराचे काव्यात्म अनुभव घेण्याकडे तो ओढला जातो. चिंतनात्मकतेला नाही म्हटले तरी अनुभवांची संख्यात्मक आणि गुणात्मक समृद्धी असणे आवश्यक असते. या समृद्धीसाठी एक तर जीवन अस्थिर होऊन, निरनिराळ्या क्षेत्रांत धडपड वाढणे आवश्यक असते. ही धडपड जीवनाच्या वेगवेगळ्या पातळ्यांवर व्हावी लागते. दीर्घकाल जीवन जगल्यावर दीर्घ चिंतनासाठी थोडे स्वास्थ्य आवश्यक असते, केवळ कवी म्हणून जगण्याच्या भूमिकेपलीकडे जाऊन, अगर प्रयोगांच्याही पलीकडे जाऊन, चिंतनात सतत अवगाहन करण्याइतकी मानसिक स्थिरता आवश्यक असते; या सर्व गोष्टी आजच्या धकाधकीच्या जीवनात नाहीशा झाल्या आहेत. आजची बरीचशी कविता कुठल्यातरी वाङ्मयावरच व तदनुषंगाने होणाऱ्या प्रयोगावरच पोसते आहे. प्रत्यक्ष जीवन आणि प्रयोगापलीकडची कवितेच्या सार्वकालिक अस्तित्वाची जाणीव ठेवून कविता लिहिणारा कवी आज आहे काय? जो तो कोणत्या तरी वाङ्मयीन प्रवृत्तीत व प्रयोगात अडकून पडला आहे. कालाच्या संदर्भात कविता नवी कशी वाटेल याचीच त्याला काळजी लागून राहिली आहे.

निष्ठेने कविता प्रसिद्ध करणाऱ्या मासिकांनीसुद्धा याची काळजी घेतली पाहिजे असे मला वाटते. केवळ प्रयोगशील कविता छापत बसण्यापेक्षा पूर्वीच्या काळच्या (पार ज्ञानेश्वरांपर्यंतच्या) काही दर्जेदार कविता पुनः प्रसिद्ध करून त्यांचे कलाकृती म्हणून आस्वादन केले पाहिजे. हे झाले तर कवितेच्या विविध स्वरूपातील सार्वकालिक अस्तित्वाची जाणीव होईल आणि प्रयोग व नावीन्य यांत अडकून बसलेले कवी निरपेक्षपणे चिंतन करून, काही चिंतनात्मक दीर्घ कविता निर्माण करतील असे वाटते.

आज कविता लिहून प्रसिद्ध करणारी बहुसंख्य मंडळी तरुण आहेत. तारुण्याचे हे वय जीवनाचा तटस्थपणाने आणि साकल्याने विचार करण्यापेक्षा जीवनात रमलेले असते. तेव्हा या वयात चिंतनात्मक दीर्घ कविता होणे कठीणच, पण करंदीकर, पाडगावकर, अनिल यांच्यासारख्या श्रेष्ठ कविमंडळींकडून चिंतनात्मक

दीर्घ कविता का लिहून होत नाही हे पाहणे जास्त आवश्यक आहे, त्यांच्याकडूनच या प्रश्नाला जास्त अचूक उत्तर मिळेल असे वाटते. कारण ही मंडळी अनुभवाची Pose पाहण्यापेक्षा अनुभवाचा विराटपणा पाहण्याइतकी समर्थ आहेत. त्यांच्यात कवितेच्या संदर्भातील अपरिपक्व उत्साह जाऊन संथपणामुळे ही मंडळी अनुभवाला शक्य तो सर्व बाजूंनी पाहू शकतील.

११. आजच्या चित्रे-खानोलकर या एक-दोन अग्रेसर कवींच्या काही कविता सोडल्या तर मला असे वाटते की, कविता खाजगी बनत चाललेली नाही. कदाचित हे एक-दोन कवी आज अग्रेसर गणले जात असल्याने त्यांची कविता तीच तेवढी आजची मराठी कविता असा अतिव्याप्त दृष्टिकोन ठेवल्याने हा प्रश्न निर्माण झाला असण्याची शक्यता आहे. संख्येने खाजगी कविता फारच कमी आहे. अशी प्रत्येक काळात थोडी थोडी असतेच.

१२. नव्या काव्यसंग्रहाची नीटशी काव्य-परीक्षणे होत नाहीत हे खरे आहे. कारण (अ) मान्यवर टीकाकार मंडळी वाङ्मयाचा इतिहास अथवा वाङ्मयीन मौलिक वादात कायम मश्गूल झालेली दिसतात. त्यांना कवितासंग्रहासारख्या तात्कालिक गोष्टीसाठी लेखणी झिजवणे कमीपणाचे वाटत असावे किंवा वेळ नसावा किवा परीक्षणे तात्कालिक असतात, आपल्या नावावर ती काही मौलिक भर घालू शकणार नाहीत असे वाटत असावे. म्हणून त्यांच्याकडून अपेक्षा फार असूनही परीक्षणे होऊ शकत नाहीत. अपेक्षा फार एवढ्यासाठी की, या मंडळींची वाङ्मयीन बैठक खंबीर झालेली असते. त्यामुळे अशा परीक्षणांतून ते जे काही सांगतील ते खंबीरपणाचे आणि आत्मविश्वासपूर्ण असू शकेल. असे जे काही असते त्याने निरनिराळ्या दिशा स्पष्ट दिसतात. काही वाटचाल झाल्याचे समाधान मिळते.

(आ) उलट जी परीक्षणे होतात त्यांतून आस्वादकांची भूमिका स्पष्टपणे दिसून येत नाही. ही परीक्षणे करणारी बहुतेक मंडळी तरुण असतात. ही मंडळी मुख्य तेवढे टाळून बाकीचे सर्व सांगत असतात. अशा परीक्षणांतून या मंडळींच्या मतांचेच प्रदर्शन होत असते. संग्रह बाजूला पडलेला असतो. मग अशी परीक्षणे वाचूनही संग्रह अनुभवण्याकडे त्यांचा काडीचाही उपयोग होत नाही. काही परीक्षणे शेरेवजा असतात. या मंडळींचे शेरे आम्हाला नको असतात. काही मार्गदर्शन, काही दिशा हवी असते. ती मिळतच नाही. या धांदलीत एखाद्या नव्या चांगल्या कवितासंग्रहावर चांगले परीक्षण झाले आहे असे दिसूनच येत नाही.

१३. वाचकांच्या प्रतिक्रियांचा मनावर तात्कालिक परिणाम होतो, पण कविता-निर्मितीच्या वेळी त्यांचे भानही नसते. प्रतिक्रिया लक्षात घेऊन लिहिण्याचा काळ वयाच्या अठरा-एकोणिसाव्या वर्षीच निघून गेला आहे.

१४. आजची मराठी कविता रसिकांजवळ अधिकाधिक जाण्यासाठी, वर सांगितल्याप्रमाणे कवितासंग्रहांची नीट परीक्षणे स्वत:विषयी आत्मविश्वास निर्माण झालेल्या टीकाकारांकडून झाली पाहिजेत. दुसरे असे की, कवितासंग्रहावर सरसकट आणि सरधोपटपणे लिहिण्यापेक्षा त्या कवितासंग्रहातील त्या टीकाकाराला चांगल्या वाटतील अशा चार-पाच कवितांची एकेकश:च आस्वादाने लिहिणे आज अत्यंत आवश्यक वाटते. कारण कविता ही एकटी एक कलाकृती असू शकते. तिचा एकेकश:च अनुभव घेतला जातो. तेव्हा कवितेचे खरे आस्वादन तिच्या एकट्या स्वरूपातच असते. कविता ही अनुभव व्यक्त करण्याचे साधन मानून सर्वच कवितासंग्रहात कोणकोणत्या प्रकारचे अनुभव व्यक्त करतात हे सरधोपटपणे सांगण्याकडेच आजच्या टीकाकारांची प्रवृत्ती आहे. कविता या कलाकृतीवर हा अन्याय आहे; असे मला मनापासून वाटते. हाच विचार पुढे चालू ठेवून असे सांगता येईल की, आजच्या अग्रेसर कवींची एखादी लक्षणीय कविता घेऊन दोन-तीन निरनिराळ्या पातळीवरच्या टीकाकारांनी तिचे आस्वादन निरनिराळे करावे आणि ते एकत्र प्रसिद्ध करावे. त्यामुळे त्या कवितेच्या स्वरूपाची दिशा कळेल, तिचा सामान्य वाचकांना अंदाज लागेल आणि आज जे अग्रेसर कवींच्या कवितेच्या बाबतीत अंधारात चाचपडणे सुरू आहे ते टळेल.

कवीवर काव्यसमीक्षक होण्याची सक्ती नको. कारण कलावंत आणि काव्यसमीक्षक यांच्या निरनिराळ्या जाती आहेत, पण याचा उलट फायदा घेऊन कलावंतांनीही त्याचा मुखवट्यांसारखा उपयोग करून घेऊन आपली झाकली मूठ तशीच ठेवावी असे कातडी बचावू धोरण ठेवू नये. कारण आज बरेच कलावंत सुदैवाने चांगले टीकाकार व काव्यसमीक्षक आहेत. काही तर मराठीचे 'प्राध्यापक' म्हणून कार्य करीत आहेत. तेव्हा त्यांच्या बाबतीत वरील प्रश्न उद्‌भवत नाही आणि आज 'आपल्या कवितेविषयी आपण बोलायचे नाही, ते उद्धटपणाचे दिसेल' असे मानण्याचा सोवळेपणाचा काळही गेला आहे. तेव्हा या कवि-समीक्षकांनी तटस्थपणे आपल्याच कवितेची समीक्षणे केली तर तो एक नवा पायंडा वाङ्मयक्षेत्रात पडेल. (हे प्रथम इंग्रजी वाङ्मयातच घडून मगच इकडे आले पाहिजे असे नाही.) आणि जे कवी खरोखरच काव्यसमीक्षक नसतील त्यांच्या भेटी व मुलाखती इतर काव्यसमीक्षकांनी आस्थेने घेऊन त्यांच्या एखाद्या कवितेच्या आस्वादनात त्यांची मदत घ्यावी आणि ते आस्वादन प्रसिद्ध करावे. यामुळे विकासाला इष्ट वळण लागेल. पण हा प्रश्न आस्थेचा आहे. निष्ठेचाही आहे. साधारणपणे आजच्या कवीत स्वत:च्या कवितेविषयी सर्वार्थांनी मौन पाळण्याकडे प्रवृत्ती दिसून येते. याच्या पाठीमागे निखळ निष्ठा किंवा श्रद्धा नाही. बुद्धिभेद करून कातडी बचावण्याचा हा प्रकार आहे की काय असा या बाबतीत संशय येतो. खरे तर विंदा करंदीकर, दिलीप

चित्रे, आरती प्रभु या मंडळीत अशी हिम्मत आहे की, ही मंडळी अशा कलावंताचा सोवळेपणा, अगर खोटी वाङ्मयीन नम्रता मानणारी नाहीत, असे असूनसुद्धा करंदीकर, चित्रे, खानोलकर गप्प कसे बसतात? आणि दुसराही जास्त महत्त्वाचा प्रश्न असा आहे की यांच्याकडे आस्थेने जाऊन कोणत्याही टीकाकाराने अगर संपादकाने त्यांची तशी मदत घेतली आहे काय? या मंडळींची मदत घेऊन टीकाकार, संपादकांनी एकत्र प्रयत्न करणे आवश्यक आहे.

◆

'गोतावळा आणि मी'

(शान्ता ज. शेळके यांनी घेतलेली मुलाखत)

'यादव, 'गोतावळा' या तुमच्या कादंबरीला यंदा मिळालेल्या पारितोषिकाबद्दल प्रथम तुमचे अभिनंदन करते.'

– आभारी आहे.

'गोतावळा'च्या पारितोषिकाबद्दल तिला मिळालेल्या यशाबद्दल एकूण प्रतिक्रिया काय?'

– फारसा प्रतिकूल सूर कुठे निघाला नाही. तसे काही मतभेद व्यक्त झाले, पण सामान्यत: बहुतेकांना कादंबरी आवडली. काही मंडळींनी तर फारच मन:पूर्वकतेने, उत्साहाने तिच्याबद्दलची आपली प्रतिक्रिया मला कळवली.

'अशी काही नावे सांगाल का?'

– पहिले नाव पु. ल. देशपांडे यांचे. त्यांनी कादंबरी वाचल्याबरोबर लगोलग मला पत्र पाठवले. 'कोसला' नंतर मराठी कादंबरीची एक नवी विकासात्मक दिशा 'गोतावळा'ने निश्चित सुचविली आहे, असे त्या पत्रात म्हटले होते. दुसरे नाव सांगता येईल प्रभाकर पाध्ये यांचे. त्यांना या कादंबरीच्या विषयाचे नावीन्य प्रामुख्याने जाणवले होते. तिसरे माधव आचवल. 'गोतावळा'मध्ये मी केलेल्या प्रयोगांबद्दल, त्यातल्या विषयाच्या वेगळेपणाबद्दल आणि त्यातले जीवनदर्शन मी ज्या पद्धतीने घडवले आहे त्याबद्दल त्यांनी खूपच प्रशंसोद्गार काढले होते. या तिघांप्रमाणे इतरही अनेकांची नावे सांगता येतील.

'वा! फारच छान. पण काय हो यादव, 'गोतावळा'चाच विषय तुमच्या 'इंजेन' या कथेतही येऊन गेला आहे ना? निदान तसे मला आठवते. एकाच विषयावर पुन्हा तुम्हाला लिहावेसे का वाटले?'

– या प्रश्नाचे थोडेसे विस्ताराने उत्तर देतो. एक गोष्ट अशी आहे की,

प्राण्यांच्या सृष्टीबद्दल मला नेहमीच मोठे कुतूहल वाटते. हे विश्व सतत माझ्या मनात सळसळत असते. 'खळाळ'मधल्या अनेक कथांतून स्फुट रूपाने या अनुभवांचा साठा उपसण्याचा मी प्रयत्न केला आहे. 'इंजेन' ही कथा हा त्यातलाच एक प्रयत्न. पण ती कथा लिहिल्यावरही मला असे जाणवू लागले की, मूळ आशयाच्याद्वारा ज्या व्यापकतेने, सखोलतेने व भव्यतेने मला काही कलात्मक परिणाम साधायचा होता तो तसा त्यातून साधला गेला नाही. कारण कथेचे माध्यम त्याला अपुरे पडत होते आणि त्या काळात प्रामुख्याने मी कथाच लिहीत होतो. म्हणून ते माध्यम या आशयासाठी मला हाताळून पाहावेसे वाटले. पण तिथे तो आशय बसेना आणि जे सांगायचे होते ते मनातच राहून गेले आहे अशी रुखरुख मात्र राहिली. या अपरिहार्य गरजेतून मी कादंबरीकडे वळलो.

'बरे. आता थोडा वेगळा प्रश्न. 'इंजेन' ही कथा आणि 'गोतावळा' ही कादंबरी यांचा विषय एकच आहे असे मी आधी म्हटले, पण आता तसे म्हणता येईल का? तुम्हाला काय वाटते?'

– मला तसे वाटत नाही. वरवर बघता कथा आणि कादंबरी या दोहोंत विषयाचे हे साम्य दिसते. पण एखादा विषय अनुभवाच्या विविध पातळ्यांवरून जेव्हा आकलन केला जातो, तेव्हा तो विषय निमित्तमात्र राहून त्याद्वारा व्यक्त होणारे आशयविश्व वेगवेगळ्या स्वरूपाचे होऊ लागते. त्याला नवनवी परिमाणे लाभतात आणि सरतेशेवटी त्यातून होणारे जीवनदर्शनही वेगवेगळे असते.

'एक कलावंत म्हणून 'गोतावळा'त जे साधायचे होते ते साधण्यात आपण यशस्वी झालो आहोत असे तुम्हाला वाटते आहे तर!'

– तसे मी कसे म्हणू? प्रत्यक्ष कलाकृती घडवताना कलावंताला जे जाणवत असते ते तो आपल्या परीने व्यक्त करून मोकळा होतो व त्याक्षणी तरी त्याला ते सारे अभिव्यक्त झाले आहे असे वाटते. पण एखाद्या कलाकृतीचे यशापयश हे अखेर इतरांनीच जोखायचे असते. नाही का?

'गोतावळा'च्या बाबतीतले तुमचे यश मोठे आहे, यात शंका नाही. मला स्वत:ला ही कादंबरी आवडली आहे. पण मलाही तिच्यासंबंधी काही शंका आहेत, विचारू का?'

– विचारा ना.

'या कादंबरीत जे अनेक मृत्यू घडतात ते सारे कादंबरीत अपरिहार्य होते का? मला तसे वाटत नाही. चंपी कुत्री फाडली जाते, ती का? किंवा घोड्याला अपघाती मरण येते, ते का? या घटना कथानकाची परिणामकारकता वाढवण्यासाठी तुम्ही हेतुपूर्वक योजिल्या आहेत असे मी म्हटले तर?'

– तसे तुम्ही म्हणू शकता, पण या बाबतीत माझे जे म्हणणे आहे ते मी तुम्हाला सांगतो. एक तर असे दिसून येईल की, ही कादंबरी अनेक परिमाणांच्या

पातळ्यांवर कार्य करते. पहिली गोष्ट अशी की, नारबाचे जे भावविश्व आहे ते ट्रॅक्टरच्या निमित्तानं उद्ध्वस्त होत आहे. वास्तविक प्राणिजीवनामधील घोडा, कुत्रे यांच्यासारख्यांचे जे मृत्यू असतात ते अतिशय स्वाभाविकपणे स्वीकारले जात असतात, पण इथे नारबा ज्या मन:स्थितीत आहे त्या मन:स्थितीत तो हे मृत्यू तितक्या सहजतेने स्वीकारू शकत नाही. कारण त्याला आपल्या जाणिवेत-नेणिवेत हे सारे विश्वच आता कुठे तरी मिटू लागले आहे असे दिसते आहे. त्यामुळे त्याच्या दृष्टिकोनातून हा एकेक मृत्यू अर्थपूर्ण होऊ लागला आहे आणि म्हणूनच कादंबरी वाचत असताना वाचकालाही तो तसा जाणवू लागतो. दुसरे कारण असे 'गोतावळा'चा विषयच असा आहे की नारबाचे भावविश्व जणू त्या प्राण्यांच्या मृत्यूच्या निमित्ताने ढासळत चालले आहे. जणू त्यांच्याबरोबर तो स्वत:च अंशाअंशाने, कणाकणाने मरत आहे. या दृष्टीने जर तुम्ही त्या प्राण्यांच्या मरणांकडे बघाल तर तुम्हाला त्या घटनांची योजना हेतूपूर्वक केल्यासारखी वाटणार नाही.

'होय. हा एक दृष्टिकोन होऊ शकेल खरा.'

– आणखीही एक सांगतो. 'गोतावळा'चा विषय 'नारबाचे उद्ध्वस्त होणारे भावविश्व' हा जसा आहे तसा ते भावविश्व किती सजीव, चैतन्यपूर्ण, अनेक घडामोडींनी भरलेले आणि प्राणिजीवनविषयक गुंतागुंतीचे आहे ते चित्रित करणे हाही आहे. कारण ते तसे दाखवल्यावाचून नारबाच्या भावविश्वातले जे सळसळते चैतन्य आहे त्याचा तसा उत्कट प्रत्यय मला वाचकांना देता आला नसता.

'गोतावळा'च्या निमित्ताने मला तुमच्या लेखनाच्या आणखी एका वैशिष्ट्याबद्दल तुम्हाला प्रश्न विचारायचा आहे. तुम्ही 'गोतावळा'मध्ये, त्याचप्रमाणे तुमच्या अनेक कथांमध्ये अभिव्यक्तीसाठी ग्रामीण भाषेचा हेतुत: उपयोग केलेला आहे. तुमच्या आधी कुठल्याही ग्रामीण लेखकाने इतक्या परिपूर्णतेने ती भाषा अंगीकारलेली दिसत नाही. याबद्दलची तुमची भूमिका जरा स्पष्ट कराल का?'

– शांताबाई, तुम्ही विचारता हा प्रश्न यापूर्वीही अनेकदा उद्भवला आहे. कारण शंकर पाटील, व्यंकटेश माडगूळकर यांच्या कथांपेक्षा माझ्या कथांची जात वेगळी आहे, इकडे फारसे कुणाचे लक्ष गेलेले नाही. 'खळाळ'च्या शेवटी या संदर्भात एक निवेदन मी जोडलेले आहे. पण तुम्ही विचारता आहात तर थोडक्यात माझी भूमिका मी पुन्हा मांडतो. एक तर तुम्ही म्हणता त्याप्रमाणे मी सर्वत्र 'हेतुत:' या भाषेचा वापर करीत नाही. कारण माझ्या अनेक कथा ग्रामीणेतर भाषेत लिहिलेल्या आहेत. याचाच अर्थ असा की, प्रत्येक ठिकाणी मी ग्रामीण भाषा वापरीत नाही. ते कलेचे माध्यम म्हणून मला जेव्हा अपरिहार्य वाटते तेव्हाच त्या निवेदनपद्धतीचा मी अंगीकार करतो.

'ही अपरिहार्यता कुणी ठरवायची?'

– अर्थात मीच. ही अपरिहार्यता कलाकृतीच्या आशयावरच अवलंबून असते. विशेषत: एखाद्या कलाकृतीत जेव्हा एखादी भावावस्था अर्थपूर्ण (Significant) झालेली असते, तेव्हा तो आशय स्वत:च अभिव्यक्त होण्याकडे झुकू लागतो आणि लेखक म्हणून एखाद्या नाटककाराप्रमाणे मी बाजूला सरकतो.

'हे उत्तर लेखकाच्या सराईत चलाखीने तुम्ही देत आहात काय?'

– (हसत हसत) तुमच्या बोलण्यातली खोच मला कळली, पण खरेच सांगतो. लेखक जसजसा अधिकाधिक सुबुद्ध होत जातो तसतसा तो आपल्या आशयातले बारकावे, त्यातले चैतन्य अधिकाधिक परींनी पकडण्याचा व अभिव्यक्त करण्याचा मनापासून प्रयत्न करू लागतो. म्हणजे असे की, मी जी ग्रामीण भाषा वापरतो ती आशयाच्या संदर्भात अपरिहार्यतेने वापरतो. त्यावेळी मला फक्त अभिव्यक्तीचे माध्यम म्हणूनच ती महत्त्वाची वाटते. अशावेळी माझ्या निर्मितिप्रक्रियेत मी वाचकाचा विचार मनात आणीत नाही. माझी धडपड मला जे जाणवले ते जसेच्या तसे जिवंतपणे, प्रत्ययकारित्वाने व्यक्त करावे एवढीच असते. हे करताना नागर वाचकाला ती भाषा समजेल की नाही हा प्रश्नच कलावंत म्हणून मला अप्रस्तुत वाटतो.

'निर्मितिप्रक्रियेत नसेल, पण नंतर तरी हा विचार तुम्हाला सुचायला हवा असे मला वाटते. लेखकाची कलाकृती आणि त्या कलाकृतीचा आस्वादक यांच्यातल्या परस्पर संवादाला जर ही भाषा अडथळा आणू लागली तर? लेखक म्हणून तुम्हाला या गोष्टीची चिंता वाटत नाही?'

– हा विचार मला सुचतो. अनेक वाचकही मला असे विचारतात, पण तुम्ही म्हणता त्याप्रमाणे मला वाचकाची 'चिंता' वगैरे काही वाटत नाही. कारण तो प्रश्न वाचकाने सोडवायचा आहे.

'तुमच्या कथांना आणि कादंबरीला वाचकांची मान्यता मिळालेली आहे. तेव्हा तुम्ही ही चिंता करू नये, हे एका परीने बरोबरच आहे, पण एक गोष्ट मला सतत खटकते. ती म्हणजे आपल्या ग्रामीण बोलींची विविधता. मी खेड्यातून आले आहे. तुम्ही खेड्यातले आहात, पण माझी ग्रामीण बोली निराळी, तुमची निराळी. रणजित देसाई, व्यंकटेश माडगूळकर, शंकरराव खरात, उद्धव शेळके– प्रत्येक लेखकाची 'बोली' निराळी. वाचकांचा गोंधळ होत नसेल का?'

– होत असेल ना! पण भाषेचा किंवा बोलीचा हा प्रश्न त्या त्या वाचकांनीच अखेर सोडवायचा आहे. कलावंताच्या कलानिर्मितीच्या कक्षेत त्या प्रश्नाचा अंतर्भाव करावा असे मला खरोखरीच वाटत नाही. कलावंताला जे निखळपणे जाणवते ते त्याच निखळपणाने त्याला व्यक्त करू द्यावे. शिवाय आपल्या वाचकांचीही व्याप्ती हल्ली वाढत चालली नाही का? पूर्वी फक्त 'मध्यमवर्गीय पांढरपेशा' हाच आपला

वाचक होता. आता खेड्यापाड्यांमधून नव्या वाचकांचा एक फार मोठा वर्ग प्रतिदिनी वाढतो आहे. आणखी एक गोष्ट सामाजिक बाब म्हणून मी सुचवतो. आता यापुढे मध्यमवर्गीय वाचकांनी प्रतिष्ठेचा मानबिंदू म्हणून फक्त इंग्रजीच भाषा शिकावी असे नाही तर आपल्या भाषेच्या ज्या अनेक बोली आहेत त्यांचाही त्यांनी परिचय करून घ्यावा आणि शहरांच्या सीमेबाहेर पसरलेले जे प्रचंड जीवन आहे, ते कसे जगले जात आहे, कोणत्या बोलीतून कोणती सुखदु:खे तिथे कसकशी व्यक्त होत आहेत याचाही जरा त्यांनी मागोवा घ्यावा.

'तुमची सूचना चांगली आहे, पण आता आपण दुसऱ्या मुद्द्याकडे वळू. यादव, तुमचा मुलूख कोणता?'

– कोल्हापूरचा परिसर.

'तुमची कौटुंबिक पार्श्वभूमीही जरा सांगा.'

– सांगतो. आम्ही यादव मूळचे कागलचे. माझे आई-वडील आणि माझी भावंडे कागलासच आहेत.

'तुमच्या अनेक कथांवरून शेतीचा अनुभव तुम्ही प्रत्यक्ष घेतला आहे असे वाटते.'

– अहो, पुष्कळच घेतला आहे. विहिरीचा गाळ काढण्यापासून तो बांधबंदिस्ती करण्यापर्यंत आणि पिकांना पाणी पाजण्यापासून तो मोटा मारण्यापर्यंत सगळ्या प्रकारचा अनुभव मी स्वत: घेतला आहे. किंबहुना मी असे म्हणेन की, माझ्या कथांतली अनेक मध्यवर्ती पात्रे ही माझीच प्रतिबिंबे आहेत.

'मग असे असताना तुम्ही शिक्षणाकडे वळलात कसे?'

– माझ्या वडिलांचा मी पहिला मुलगा. त्यामुळे आधी मोठ्या उत्साहाच्या पोटी त्यांनी मला शाळेत घातले, पण नंतर पाचवीतूनच त्यांनी मला 'हाताबुडी आलेला मुलगा' म्हणून शाळेतून काढले. या दरम्यानच्या काळात आमच्या प्राथमिक शाळेतल्या अनेक मास्तरमंडळींना माझी हुशारी जाणवलेली होती. कारण त्या काळात माझे पाठांतर चांगले होते, आवाजही बऱ्यापैकी होता. मास्तर ज्या कविता आम्हाला शिकवीत त्या कविता तर सोडाच पण सहावी-सातवीच्या वर्गातल्या नेमलेल्या कविताही मी हौसेने पाठ करून त्या साभिनय म्हणत असे. कधीकधी तर मास्तर वरच्या वर्गाची कविता आधी माझ्याकडून साभिनय म्हणून घेऊन मगच ती वरच्या वर्गाला शिकवीत, त्यामुळे मला स्वाभाविकपणेच कवितांचे भारी वेड लागले.

'प्रारंभी तुम्ही कविताच लिहिल्यात, नव्हे? ती रचना या वेडातूनच झाली काय?'

– असं म्हणायला हरकत नाही. कारण पुढे पुढे खेड्यापाड्यांत ज्या वैशिष्ट्यपूर्ण व्यक्ती, घटना मला आढळल्या त्यांचा साभिनय आविष्कार करण्यासाठी मी स्वत:च त्यावर कविता करू लागलो. म्हणू लागलो.

'तुमचे 'हिरवे जग' असे आकाराला आले तर.'

– तसे तर ते आलेच. पण खरे सांगू? त्यावेळी पाठ्यपुस्तकांतून ज्या 'ग्रामीण' कविता मी वाचत असे त्यांचा तकलादूपणा हेही त्याचे एक कारण असावे. या कविता अपुऱ्या आहेत, खोट्या आहेत असे मला तेव्हाही, म्हणजे मी हायस्कुलात असतानाही कळत असे. तीही माझ्या कवितांमागची एक प्रेरणा असावी. 'हिरवे जग'मधल्या साऱ्या कविता मी हायस्कूलमध्ये शिकत होतो त्या काळात अन् वयातच लिहिल्या आहेत.

'आपल्या चर्चेत तुमच्या शिक्षणाचा विषय बाजूलाच राहिला. तुम्ही पुन्हा शाळा-कॉलेजात कसे गेलात?'

– सांगतो. शाळेत मी चांगला तल्लख होतो. माझ्या हुशारीमुळे माझ्या प्राथमिक शाळेच्या मास्तरांनी मला आपल्या घरी अभ्यास करायला लावावे. आमचे शिक्षक घेत असत त्या रात्रीच्या शिकवण्यांनाही मला मोफत बसायला त्यांनी परवानगी द्यावी. मी दिवसभर शेतावर राबे आणि रात्री शिके. पावसाळ्यात जेव्हा शेतात काम नसे तेव्हा मी शाळेला जायचा, असे करीत मी मॅट्रिक झालो. शिक्षणाची भूक वाढली, त्यामुळे घरातून विरोध असतानाही, एक दिवस मी सरळ पळून गेलो आणि कोल्हापूर गाठले. तिथल्या भूदान कार्यकर्त्यांच्या मदतीने मी रत्नागिरीला गेलो आणि भूदानाचे कार्य करताकरताच मी कॉलेजचे एक वर्ष पूर्ण केले.

'मग खरे तर तुम्ही - भूदान कार्यकर्ते व्हायचे.'

– तुम्ही गमतीने म्हणता, पण खरोखरी तसे झालेही असते. कारण त्या वयात भूदानाच्या सर्व कार्यक्रमाबद्दल मला अतिशय कुतूहल, ओढ वाटू लागली होती. याच ध्येयाला स्वत:ला वाहून घ्यावे असे वाटे, पण तसे व्हायचे नव्हते. याच काळात सुदैवाने मला य. द. भावे आणि पु. ल. देशपांडे ही दोन ज्येष्ठ मंडळी भेटली. य. द. भावे तर आमचे प्रिन्सिपॉलच होते. पु. ल. देशपांडे हे रत्नागिरीला व्याख्यानासाठी आले होते. प्रिन्सिपॉल भावे यांनी पु. लं.ना माझ्याविषयी सांगितले. त्यामुळे पु. लं.नी उत्सुकतेने मला भेटीला बोलावले. 'हिरवे जग'मधल्या कवितांचे वाचन त्यांनी स्वत:च केले. त्यांना त्या साऱ्या कविता फार आवडल्या.

'मला वाटते, 'हिरवे जग' तुम्ही अर्पणही त्यांनाच केले आहे.'

– अर्थातच पु. ल. देशपांडे आणि सौ. सुनीताबाई या उभयतांना मी फार मानतो. साहित्याविषयीच्या माझ्या जाणिवा त्यांनीच प्रथम सजग केल्या. किंबहुना त्यांच्यामुळे मी पुन्हा नव्याने जणू जन्माला येऊन या साहित्याच्या सृष्टीत 'साहित्यिक' म्हणून प्रविष्ट झालो.

' 'मौज' प्रकाशनशी तुमचा संबंध कसा व केव्हा आला?'

– खरे म्हणजे वाचक म्हणून माझा 'सत्यकथे'शी मी कॉलेजात शिकत

असल्यापासून संबंध होता. नंतर मी नभोवाणीवर नोकरी करीत करीत पुण्याला एम. ए. केले आणि पंढरपूरला प्राध्यापक म्हणून कॉलेजात शिकवू लागलो. वर्षभरात शिकवता शिकवता मला मराठीत लिहिल्या जाणाऱ्या ग्रामीण साहित्याच्या खूपच मर्यादा जाणवू लागल्या. मग मला स्वत:लाच जे भावत होते, दिसत होते, खुपत होते, ते आपण आपल्या परीने व्यक्त करावे असे फार तीव्रतेने वाटू लागले आणि मी चार-पाच गद्य लेखने केली. नंतर सरळ ती श्री. पु. भागवतांकडे धाडून दिली. त्या लेखनांना आणि माझ्या चार-पाच कवितांना त्यांनी तत्काळ 'मौज' व 'सत्यकथा' दिवाळी अंकांतून प्रसिद्धी दिली. हाच आमच्या संबंधाचा प्रारंभ.

'तुमची सर्व प्रकाशने 'मौजे'तर्फेच झाली का?'

– नाही. 'मातीखालची माती' हा माझा व्यक्तिचित्रांचा संग्रह 'साधने'ने प्रसिद्ध केला. 'खळाळ', 'गोतावळा' ही मात्र 'मौजे'ने प्रसिद्ध केली.

'मला आठवते, तुमच्या चारही पुस्तकांना राज्य-पारितोषिके मिळाली आहेत हा एक विक्रमच म्हटला पाहिजे. लेखकाला हे अर्थातच फार प्रोत्साहक होत असेल नाही?'

– मी माझ्या परीने खूप मन:पूर्वक लिहितो. त्याला बाहेरून मिळालेली दाद मनाला समाधान देऊन जाते, यात शंकाच नाही, पण सच्च्या कलावंताला अशी पारितोषिके हेच सर्वस्व वाटत नाही. निर्मितीत दंग होणे याच्यासारखा त्याला दुसरा मोठा आनंद नाही आणि यशस्वीपणे अभिव्यक्ती करणे यासारखे दुसरे मोलाचे पारितोषिक नाही.

'तुमचे वाचन?'

– तशी माझी वाचनाची फार आबाळ झालेली आहे. लहानपणी मी अशा वातावरणात होतो की, तिथे अभ्यासाशिवाय दुसरे काही करणे मला शक्यच नव्हते आणि कॉलेजात अर्थार्जनासाठी इतर कामे करता करता तिथेही अभ्यासावरच भर देणे आवश्यक होते. यातून अधूनमधून जे वाचन झाले किंवा आता होत असते तेच आणि तेवढेच माझे वाचन. त्यामुळे कोणताही एखादा लेखक मी धडपणे वा समग्रपणे वाचलेला नाही. अनेक महत्त्वाच्या लेखकांची महत्त्वाची पुस्तके मी वाचलेली आहेत, पण वाचनापेक्षाही वाचलेल्या पुस्तकावरचे माझे चिंतन जास्त होत असते. एकेक सुंदर कविता मला दिवस दिवसभर चिंतन पुरवते. जी. ए. कुळकर्णी यांची एक कथा वाचून आठ आठ दिवस मी पुढे वाचन बंद करतो. वाचन तर झालेच, पण खरे सांगू? निसर्ग, माणसे यात मात्र मी फार रमतो. त्यांच्या अवलोकनाला, चिंतनाला मला वेळ पुरत नाही.

◆

माझ्या साहित्यनिर्मितीच्या प्रेरणा

'तू का लिहितोस?' हा प्रश्न साहित्यिकाने स्वत:ला विचारणे किंवा त्याला कुणी विचारणे म्हणजे त्याच्या मनात विचारांचे मोहोळ उठवण्यासारखे आहे. एक तर साहित्यिकाने या प्रश्नाचा कधी आपण होऊन विचार केलेला नसतो. तो आपला लिहीत असतो. आपल्या साहित्यनिर्मितीच्या प्रेरणांची त्याला एरवी जाणीवच नसते. 'मी का जगतो?' या प्रश्नाचे उत्तर देणे जितके कठीण आहे, तितकेच 'मी का लिहितो?' या प्रश्नाचे उत्तर देणे कठीण वाटते. कारण लिहिणे हा साहित्यिकाच्या जगण्याचाच एक भाग होऊन बसलेला असतो. जगण्यामागची एकच प्रेरणा ठामपणे जशी सांगता येत नाही तशी लिहिण्यामागचीही एकच एक प्रेरणा ठामपणे सांगता येत नाही. जगणे हा एक प्रवास आहे, तसे लिहिणे हाही एक प्रवास आहे. जगण्यात जाणिवांचा एक विकास होत जातो, लिहिण्यातही तो तसा होतो.

'मी का लिहितो?' या प्रश्नाचे उत्तर जेव्हा मी शोधू लागतो तेव्हा मला माझा हा विकासशील लेखनप्रवासच समोर दिसू लागतो. अनेक प्रेरणांनी प्रेरित होऊन मी हा प्रवास वेळोवेळी करीत गेलो आहे, याचीही जाणीव होते.

माझ्या लेखनाच्या आरंभीच्या काळात म्हणजे माझ्या बालपणी मी कविता करीत असे. पाचवीमध्ये मला हा कवितालेखनाचा नाद लागलेला होता. या कविता केवळ एक छंद म्हणूनच मी लिहीत होतो. कवितेतील ताल, तिची गुंग करणारी चाल, कविता चालीवर म्हणताना अनुप्रास आणि अनुनासिके यांच्यामुळे निर्माण होणारा गोडवा मला मोहवीत असे. केवळ एवढ्यासाठी मी मला हव्या त्या चालीवर हव्या त्या अनुप्रास-अनुनासिकांनी युक्त अशा कविता लिहीत होतो. त्यात मला सुचणाऱ्या विषयांना, कल्पनांना साकार करीत होतो. त्यावेळी सुंदर सुंदर वाटणाऱ्या कल्पना मी कविताबद्ध करू शकतो याचाच मला आनंद होत होता.

'नील नयन नितळ बुबुळ तळ काजळ-काळे
मेहरपी जिवणीतुन सुहास्य फेसाळे'

यासारख्या अनुप्रासयुक्त ओळी अजूनही आठवतात. प्र. के. अत्रे यांची 'झेंडूची फुले' वाचून त्या काळात नेहमीच्या जीवनातील प्रसंग हेरून, विडंबनेही मी केल्याचे आठवते. आठवी-नववीपर्यंत असतानाचा माझा हाच उद्योग सुरू होता.

साहित्यनिर्मितीच्या प्रेमात पडण्याचा हा काळ होता. यावेळी विषय जरी नवीन सुचत असले, मन जरी संवेदनशील, भावनाप्रधान असले तरी एकूणच जीवनाच्या बाबतीत ते अनुकरणशील असते असे वाटते. वाचन करता करता ते साहित्यनिर्मितीही करू लागते. या निर्मितीच्या वेळी कित्येकदा विषय वा कल्पना नावीन्यपूर्ण सुचल्या तरी शैली, भाषा, धाटणी, अलंकार या बाबतीत ते अनुकरणशीलच होते. कुठेतरी या संवेदनशील मनाला साहित्याची स्वतंत्र, आकर्षक, मोहक सृष्टी बोलावीत होती. साहित्याच्या वाचनातून अनुभवाला येणारे झगझगते विश्व आपणही निर्माण करावे असे त्या बालमनाला वाटत होते आणि त्यातूनच साहित्यनिर्मितीच्या आरंभ-प्रेरणेला चालना मिळत गेली. कमीअधिक प्रमाणात प्रत्येकाचे असेच होत असावे असे वाटते.

अनावर ओढीने या काळात साहित्याचे वाचन सुरू होते. साहित्याच्या बहिरंगाकडून मन अंतरंगाकडे नकळत सरकत होते. जीवनातील कडूगोड अनुभव हळूहळू येत होते. सातवी ते दहावीपर्यंतच्या या काळात -विशेषत: नववी-दहावीमध्ये असताना- (१९५३-५४ चा काळ) १९४५ पूर्वीची जानपद कविता क्रमिक पुस्तकांतून माझ्या अभ्यासात येत होती. 'सुगी' हा ग. ल. ठोकळांनी संपादित केलेला जानपद गीतसंग्रह यावेळी मी मिळवून वाचला. तेव्हा माझ्या असे ध्यानात आले की, या कवितांमध्ये व्यक्त झालेले ग्रामीण जीवन वरवरचे आहे; काही ठिकाणी तर ग्रामीण जीवनाविषयी अज्ञान आहे; काही ठिकाणी चुका झालेल्या आहेत; या कवितेतील शिवारामध्ये आणि पिकांमध्ये सगळे ऋतू एकदमच येतात. या कवितेतील ग्रामीण भाषाही पुष्कळशी नकली आहे. त्यामुळे खरेखुरे ग्रामीण जीवन आपण कवितेतून रेखाटू असे वाटू लागले. याचवेळी मुक्तछंदातील कविता क्रमिक पुस्तकांतून माझ्या वाचनात येत होती. त्या मुक्तछंदाचा माझ्या आकलनानुसार अवलंब करून, दहावी-अकरावीला असताना (१९५४-५५ साल) मी ग्रामीण कविता लिहिली. 'हिरवे जग' या माझ्या १९६० मध्ये प्रसिद्ध झालेल्या पहिल्या कवितासंग्रहात या काळातील कविता समाविष्ट आहे. त्यातील 'हिरवे जग' या कवितेतच माझ्या वृत्तीची प्रतिक्रिया नोंदलेली आहे. नुसत्या बांधावरूनच 'हिरवे जग' बघू नये तर आत रानात जाऊन, प्रत्यक्ष भोगून त्यातील कष्ट-दारिद्र्य समजून घेऊन ते पाहावे, उपभोगावे, असा सूर त्या कवितेत आहे. अर्थात या कवितासंग्रहात मी त्यावेळी

अनुभवत असलेले, पाहिलेले, स्वत: भोगलेले अनेक अनुभव आलेले आहेत. किंबहुना त्या जोरावरच मी ग्रामीण कविता लिहिली. म्हणजे ही कविता लिहिताना इतरांपेक्षा वेगळे, प्रत्यक्ष अनुभवलेले, अस्सल स्वरूपातील ग्रामीण जीवन आपणाला रेखाटता येईल ही माझी ईर्ष्या होती. लिहिण्यामागची हीही प्रेरणा असू शकते. 'खळाळ'मधील अनेक कथा याच प्रेरणेने लिहिल्या आहेत, पण त्या अधिक सुजाणपणे मी लिहिलेल्या आहेत. अधिक सुजाणपणे एवढ्याचसाठी म्हणायचे की, त्यावेळी मी लेखक असल्याची जाणीव मला झालेली होती. रसिक वाचक आणि मराठी साहित्याचा अभ्यासक या नात्याने मी मराठी ग्रामीण साहित्याचा आस्वाद घेत होतो; ते शिकवीतही होतो आणि त्यावेळी मराठी ग्रामीण कथेच्या अनेक मर्यादा मला जाणवल्या व म्हणूनच मी कवितेकडून कथेकडे वळलो.

प्रत्येक साहित्यिकाचे व्यक्तिमत्त्व दुसऱ्यापेक्षा कुठेतरी वेगळे असतेच. त्याचे अनुभवही इतरांहून वेगळे असतात. त्याच्या साहित्यात ते वेगळेपणाने उठून दिसतातही, पण कुठेतरी आपण इतरांपेक्षा वेगळे लिहू; इतरांपेक्षा कोणत्या अंगाने वेगळे लिहिता येईल याची जाणीव होणे जरूर असते. तसेच अभ्यासू दृष्टीने इतरांचे त्या प्रकारचे साहित्य वाचताना त्यांच्या मर्यादांची जाणीव त्या वाचक-लेखकाला होणे आवश्यक असते तरच काही तरी नवीन, सकस भर वाङ्मयक्षेत्रात त्या प्रकरणापुरती तरी घालता येणे शक्य होते. काही मर्यादित अर्थाने लेखनाच्या बाबतीत वाङ्मयाचा विकास करणे, त्या क्षेत्रात नवे प्रयोग करणे हीही लेखकाची प्रेरणा असू शकते. ग्रामीण साहित्यापुरती तरी कविता, कथा, कादंबरी या क्षेत्रांत त्या त्या प्रकारच्या आरंभीच्या लेखनाच्या वेळी अशा प्रकारची प्रेरणा मला मिळत गेलेली आहे.

वास्तविक या प्रेरणा निमित्तमात्र असतात. या निमित्ताने अनुभवांच्या वेगळ्या अंगाकडे आपण वळतो. त्या विशिष्ट साहित्यप्रकारातील लेखन अधिक निर्दोष, अधिक सकस, अधिक जिवंत करण्याचाच प्रयत्न करीत असतो.

या तात्कालिक निमित्तांनी का होईना पण माझ्या अनुभव-भांडाराकडे अंतर्मुख होऊन माझी दृष्टी वळली आणि लिहिणे ही एक माझी गरज होऊन बसली.

आरंभीच्या काळात एखादी नाट्यपूर्ण घटना अनुभवली की ती लोकांना सांगावी असे वाटत होते. पण मी महाविद्यालयीन जीवनात बराचसा अबोल झालो होतो. भावनाप्रधान स्वभावामुळे स्वत:शीच खूप रमत होतो. दारिद्र्यामुळे व प्रतिकूल परिस्थितीमुळे अनेक प्रकारच्या संघर्षाला तोंड द्यावे लागत होते. नागर भाषा बोलणाऱ्या महाविद्यालयीन विद्यार्थ्यांत माझ्यासारख्या खेड्यातून आलेल्या विद्यार्थ्याला तोंड उघडणे जड जात होते. एक न्यूनगंडाची भावना निर्माण झाली होती. अशावेळी माझ्या स्वप्निल भावना व येणारे इतर अनुभव कुठेतरी व्यक्त

करण्याची मला नितान्त गरज वाटत होती. खेड्यातून शहरात आल्याने ओळखी नव्हत्या. ओळखी करून घेण्याइतका माझ्यात आत्मविश्वास आलेला नव्हता. शहरातील मुलांची राहणी, त्यांचे लांब केस ठेवून भांग पाडणे, इस्त्रीचे कपडे घालणे, उंडारणे, खर्चीक वर्तन, थट्टामस्करी करणे मला अपरिचित होते. मला तसे राहता येणे अशक्य होते. म्हणून मी उपऱ्यासारखा त्यांच्यापासून अलिप्त होतो आणि अलिप्ततेमुळे मी स्वत:ला कुणापाशी व्यक्त करू शकत नव्हतो. अशावेळी मी कवितेकडे जास्त खेचलो गेलो. या काळात विशेष भावनोत्कट कविता मी विपुल लिहिली आणि तीही बापडी मला व्यक्त व्हायला जवळची वाटू लागली. या काळातच 'एकलकोंडा' नावाची एक कादंबरी मी लिहिली. तिच्यात वेगळ्या स्वरूपात माझेच अनुभव व्यक्त झालेले आहेत. म्हणजेच हा काळ असा होता की, मी इतर कुणाजवळ स्वत:ला मनापासून व्यक्त करू शकत नव्हतो आणि दुसऱ्या बाजूने कागदाजवळ बसून लेखनातून स्वत:ला उत्कटपणे व्यक्त होता येते हे अनुभवाला येत होते म्हणून या काळात मी लिहीत होतो.

यातीलच थोडा बारकावा असा की, प्रसंगी बोर्डिंगमधील मित्रांबरोबर गप्पा मारताना, संवाद करताना, चर्चा करताना आपणाला आपले अनुभव नीट सांगता येत नाहीत, एकदा बोलले गेलेले वाक्य पुन: सुधारता येत नाही किंवा एखादी गोष्ट बोलून गेलो आणि एखाद्याचा गैरसमज झाला तर ती गोष्ट तशी न सांगता वेगळ्या पद्धतीने, नीटपणे सांगायला पाहिजे होती याची जाणीव होई. सांगताना अनेक बारकावेही हरवले जात. सभोवार लोक असल्यामुळे एखादी गोष्ट नि:संकोचपणे सांगताही येत नसे, सांगावीशीही वाटत नसे. काळ-वेळ, शिष्टाचार, निरनिराळ्या स्वभावांचे समोर बसलेले मित्र, अगोदरच निर्माण झालेले विसंगत वातावरण, गप्पांचा अगोदरच लागलेला वेगळा सूर यांचेही आपल्या 'हवे तसे' सांगण्यावर बंधन येते, कित्येक वेळा वादात मूळ सांगणे बाजूलाच पडते किंवा लोक ते युक्तिवादाने खोडून काढतात किंवा पुरेशा सहानुभूतीने समजून घेत नाहीत, असाही अनुभव आल्याने व सांगण्याच्या वेळेपेक्षा लिहिण्याच्या वेळी एकाग्रता अधिक लाभते नि आपले म्हणणे नीटपणे व्यक्त करता येते असाही अनुभव येई आणि त्यामुळे मी लिहिण्याकडे अधिकाधिक खेचला जाई.

दुसरे असे की, लेखनातून जिवंत माणसाच्या द्वारा, त्याच्या आचारातून, वागण्याबोलण्यातून आपले अनुभव अधिक छानदारपणे सांगता येत असल्याचा मला प्रत्यय येत होता आणि मी लेखन करीत होतो. 'मातीखालची माती' या माझ्या व्यक्तिचित्रसंग्रहातून सर्वत्र पसरलेला 'मी' हा मीच आहे आणि त्यातील बहुतेक व्यक्तिचित्रे प्रत्यक्षातीलच, मी पाहिलेली, अनुभवलेली आहेत. मला ती प्रत्यक्ष गप्पा मारताना, चर्चा करताना सांगता आली नसती. कुणी नीट ऐकूनही घेतली

नसती. अनेक माणसे कंटाळून उठून गेली असती. म्हणजे याकाळात माझे स्वतःचेच घनिष्ट अनुभव एरवी व्यवहारात जसे सांगितले असते, त्याच्या तुलनेने विविध रूपात, सुरक्षितपणे, निर्वेधपणे आणि विशुद्धपणे व्यक्त होत होते आणि त्यासाठीच मी लिहीत होतो.

मी लिहीत राहिलो आणि लिहिता लिहिताच मला अनेक नव्या प्रेरणांची क्षितिजे माझ्या लेखनातूनच दिसू लागली. जी पात्रे मी रेखाटतो त्यांच्या घनदाट सहवासात, त्यांच्या मनाच्या खोल पाण्यात, कधी नव्हे इतके खोल बुडता येते याचा मला प्रत्यय येत गेला. या पात्रांना आपण आपल्या साहित्यात जिवंत करू शकतो इतकेच नव्हे तर त्यांची मने नीटपणे उकलून दाखवू शकतो, त्यांच्या मनात आपण डुंबू शकतो, याचा मला आनंद होऊ लागला आणि या प्रत्यक्षातील पात्रांना साहित्यातूनच व्यक्त केले पाहिजे तरच त्यांची मने नीटपणे आपणाला गवसू शकतात एवढेच नव्हे तर साहित्यात त्यांना आणताना त्यांच्याशी माझी जी मनोक्रीडा चालते, तिच्यातून ती मला स्वतःलाच प्रत्यक्षापेक्षा जास्त स्पष्टपणे, सखोलपणे, अधिकाधिक कळू लागतात, असे अनुभवाला येऊ लागले. प्रत्यक्षापेक्षा साहित्यनिर्मिती ही मानवी मन समजून घ्यायला मला जवळची वाटू लागली आणि या प्रेरणेने मी अधिकाधिकच लिहू लागलो. 'फुलाआत्ती', 'सखाराम' या माझ्या व्यक्तिचित्रांतील पात्रांची प्रत्यक्ष जीवनात मी टिंगळ-टवाळीच केली आहे, पण त्यांच्यावरचे लेखन करताना त्यांच्या जीवनातील कारुण्य माझ्या लक्षात आले आणि त्यांच्यावरच्या लेखनाने मी आनंदून गेलो. अनेक कथा या प्रेरणेतून मी लिहिल्या आहेत. एवढेच नव्हे तर एरवी समाजात तिरस्करणीय वाटणारी माणसेही त्यांच्या मनाचा साहित्यद्वारा शोध घेताना सहानुभूतीच निर्माण करतात. 'तीही एक माणूस' म्हणूनच गुणदोषांसह पुढे येतात, याचा मला वेळोवेळी प्रत्यय येत गेला आहे आणि यातूनही मला लिहिण्याची प्रेरणा मिळत गेली. 'वखार', 'उपाय', 'बाप्पा', 'ओझं' यांसारख्या कथा लिहिताना मला अशा प्रकारचा विशेष अनुभव आला आहे.

मी कवितेकडून कथेकडे वळलो, तसा काही काळाने कथेकडून कादंबरीकडेही वळलो आहे. विद्यार्थिदशेत 'एकलकोंडा' ही कांदबरी लिहिली होतीच पण तो एक आत्मस्पर्शी आत्माविष्कार होता. म्हणजे असे की, माझ्याच जीवनातील अनुभवांवर बव्हंशी आधारित असल्याने वेगळ्या अशा जीवनपटाची पुनर्निर्मिती मला फारशी करावी लागली नव्हती, पण 'गोतावळा' या कादंबरीच्या वेळी मला हा अनुभव आला. कथेकडून कादंबरी लेखनाकडे वळण्याची प्रेरणा झाली ती अशी की, कथा या साहित्यप्रकाराच्या कुवतीत सामावू न शकणारे अनुभव आपल्या मनातच राहून जातात, कथा त्यांना कमी पडते, असे बऱ्याच कथा लिहिल्यानंतर जाणवू लागले

आणि त्यातून मी ‘गोतावळा’ कादंबरीची मांडामांड करू लागलो. त्या मांडामांडीतून असे लक्षात आले की, आपण एक स्वतंत्र विश्व निर्माण करीत आहोत. स्वतंत्र विश्वाची निर्मिती कथा-कवितेतून होतेच, पण कादंबरीलेखनाच्या वेळी त्याचा विशेष प्रत्यय आला. कथेच्या तुलनेने अनेक पात्रे, जीवनदर्शनाचा व्यापक आवाका, त्यातील गुंतागुंत, अनेक पात्र-प्रसंगांतून व ताण्याबाण्यांतून निर्माण होणारे नाट्य, एकाच जीवनपटातून अनुभवांचे विविध घटक, त्यातील जटिलता, त्यांची समृद्धी आणि संपन्नता, तेवढ्याच समर्थपणाने एकदम एकत्र दाखवता येण्याची शक्यता कादंबरीलेखनाच्या वेळी जेवढी दिसून येते, तेवढी कथालेखनाच्या वेळी मला दिसून आली नाही. ‘नटरंग’ या नंतरच्या कादंबरीचे लेखनही अशा प्रकारचा विशेष प्रत्यय मला देऊन गेले. आताशा कथेपेक्षा कादंबरीलेखनाचा विचार मनात अधिकच घोळतो आहे. याला कारण जीवनानुभवाचा व्यापक पट मनात अधिक घोळतो तो व्यक्त करण्याचे माध्यम कादंबरी हेच असावे.

प्रत्येक साहित्यकृतीच्या निर्मितीच्या वेळी निर्मितीचा, आत्माविष्काराचा आनंद मिळतोच, नाही असे नाही. या निर्मितीची व आत्माविष्काराची कारणे वेगवेगळ्या वेळी वेगवेगळी असू शकतात, हे इथे दिसून येते.

अनेक सामाजिक व इतर बंधनांमुळे काही अनुभव मला प्रत्यक्षात समृद्धपणे जगता येणे अशक्य असते. प्रत्येक अनुभवाच्या बाबतीत हे खरे असले तरी प्रेमविषयक, शृंगारविषयक अनुभव हे अशा प्रकारात विशेष मोडतात. असे अनुभव हव्या त्या लयीमध्ये संवेदनसमृद्धीने जगावेत असे आपणाला तीव्रतेने वाटत असते. अशा वेळी लेखनाला प्रेरणा मिळते. मी लिहायला बसतो. त्या अधुरेपणाने घेतलेल्या कच्च्या स्वरूपाच्या, मनासारख्या न मिळालेल्या अनुभवांवरचे लेखन करीत करीतच तो अनुभव मनोवास्तवात कल्पनेच्या पातळीवर मी जगून घेतो. ‘स्पर्शकमळे’ या शृंगाराशी व प्रेमभावनेशी निगडित असलेल्या ललित लेखांचे लेखन बव्हंशी याच प्रेरणेने झाले आहे. विशेषतः ‘स्पर्शकमळे’, ‘चुंबनबन’, ‘प्रिया पहाटते आहे’, ‘स्नेहसखी’, ‘तिचे झाड’ यांचे लेखन अशाच काहीशा प्रेरणेतून झालेले आहे. मला वाटते, ही रोमँटिक स्वरूपाची प्रेरणा कमीअधिक स्वरूपात अनेक लेखनांमागे कार्य करीत असते. अशाप्रकारचे लेखन मला अनुभवांच्या व्यथा-वेदनांपासून मुक्त करते.

एखादा विशेष अनुभव प्रत्यक्षात येतो आणि मलाच माणूस या नात्याने अस्वस्थ करतो. त्या अनुभवाला आत्मसात करण्यासाठी मी लेखनाकडे वळतो. ‘हिरव्या वाफा’, ‘हात’, ‘मोट’, ‘पांद’ यांसारख्या कथांची या संदर्भात विशेष आठवण होते.

मी काही विनोदी कथाही लिहिल्या आहेत. त्या कथा म्हणून लिहिण्यापेक्षा

त्यांत काही जीवनप्रसंगांतील विसंगती, हास्यास्पदता पकडता येते किंवा काय हे पाहण्याचा प्रयत्न आहे. लेखकाचा लेखन-उत्साहाचा एक काळ असतो. त्याकाळात लेखन करीत राहण्यावरच भर असतो. आपल्या हातून लेखन होत आहे हाच आनंद असतो. त्याचा दर्जा, प्रत यांकडे पाहण्याची त्यावेळी मन:स्थिती नसते. अशा सर्वसाधारण दर्जाच्या लेखनाला मासिकांची आणि वाचकांचीही सदैव मागणी असते. असले लेखन चटकदार भाषेत, चटकदार पद्धतीने मांडले की पुरेसे असते. जीवनातील वरवरचे, सर्वांना सहजतया मनोरंजक वाटतील असे प्रसंग योजून त्यांतील विसंगती, अतिशयोक्ती, त्यातील हास्यकारकता हेरणे एवढेच या कथांचे मर्यादित उद्दिष्ट असते. निदान माझ्या विनोदी कथांच्या बाबतीत ते होते. जीवनातील अनुभवांकडे सतत गांभीर्याने पाहण्याने ते जीवन आणि त्या लेखकाचे एकूण साहित्य दोन्हीही एकसुरी होण्याची शक्यता नाकारता येत नाही. विनोदी लेखनात जीवनाकडे एका विशिष्ट कोनातून पाहता येते. हा दृष्टिकोनही आवश्यक आहे असे वाटते.

पण केवळ विनोद तेवढा जीवनानुभवांतून बाजूला काढून त्यावर लिहीत राहणे हा प्रकार मला आग्रही वाटतो. एकूण अनुभवांत अधूनमधून विनोदही व्यक्त होत राहणे हे मी समजू शकतो कारण एकूण जीवनानुभवांचा तोही एक घटक आहे. मात्र तो एकमेव घटक नव्हे आणि जर असे असेल तर केवळ 'विनोदी' लेखन करणे म्हणजे आलेल्या अनुभवांकडे एका विशिष्ट विकृतीने पाहणे किंवा प्रत्यक्षात आलेले अनुभवच नाकारून केवळ विनोदासाठी कल्पनेच्या पातळीवर अनुभव निर्माण करणे, अशी एक शृंगापत्ती, केवळ विनोदी लेखन करणाऱ्या लेखकांच्या बाबतीत निर्माण होते. शृंगापत्ती अशा अर्थाने, की आलेले अनुभव मन:पूर्वक व्यक्त करू लागलो तर ते संपूर्ण विनोदी होत नाहीत आणि 'संपूर्ण विनोदी' लेखन करू लागलो तर त्यात अनुभवांच्या इतर सर्व घटकांसह जीवनानुभव व्यक्त करता येत नाही.

पण विनोदी लेखन करणे हे एक वाङ्मयक्षेत्रातील आव्हान आहे असे मला वाटते. कारण एकूण जीवनानुभवालाच सतत विसंगतीच्या चश्म्याखाली घालून अनुभव घेत राहणे ही बौद्धिक पातळीवरील कसरतच आहे. ती बुद्धिमान लेखकच करू जाणे. संवेदनशील लेखकाला आपल्या अनुभवाला आलेल्या यथार्थ संवेदना टाळूनच ही प्रक्रिया करीत राहणे आवश्यक होऊन बसते. कदाचित हळूहळू ती एक जीवनदृष्टीच होऊन बसत असेल, पण ही जीवनदृष्टी जीवनाचा महत्त्वाचा गाभाच गमावून बसते... जीवनातील हे सोने विनोदासाठी गमावून बसणे मला माणूस म्हणून आणि कलावंत म्हणूनही परवडण्यासारखे नाही... जागतिक वाङ्मयक्षेत्रात विनोदी साहित्याला पहिल्या दर्जाचे स्थान मिळू शकत नाही याला हेही कारण

असावे. याच कारणाने एकूण 'विनोदी दृष्टी'कडेच पाहण्याची माझी दृष्टी अशी झाली आहे. त्यामुळे विनोदी लेखन करणे मला परवडण्यासारखे नाही. त्या माझ्या लेखनाच्या दर्जाचा प्रश्न हा फार नंतरचा आहे. कुणी तो यात मिसळण्याचे कारण नाही.

अलीकडे मी ललितगद्य लिहू लागलो आहे. काही अनुभव हे काही विशिष्ट साहित्यप्रकारातच व्यक्त होण्याची मागणी करतात किंवा त्या त्या साहित्यप्रकारांना ते व्यक्त होण्याच्या संदर्भात जवळचे असतात हे जसे खरे आहे, तसे त्या त्या साहित्यप्रकारांचेही त्या अनुभवांकडून काही मागणे असते हेही खरे आहे. त्या त्या साहित्यप्रकारात तत्पूर्वी अनेकांनी निर्मिती करून, त्या साहित्यप्रकाराला विशिष्ट स्वभाव देऊन ठेवलेला असतो. त्यामुळे हे साहित्यप्रकार आपले असे काही मागणे त्या अनुभवाने मान्य करावे अशी अपेक्षा करतात. म्हणजे शेवटी त्या अनुभवांना, काही प्रमाणात त्या साहित्यप्रकारांना शरण हे जावेच लागते. त्यामुळे त्या साहित्य प्रकारांसाठी प्रत्यक्षात आलेल्या अनुभवांची पुनर्मांडणी कल्पनेच्या पातळीवर मोठ्या प्रमाणात करावी लागते. यात लेखकाला आनंदही असतो, त्यामुळे त्याने लावलेला जीवनार्थ त्यातून व्यक्तही होणार असतो ही गोष्ट खरी, पण त्या साहित्यकृतीने दिलेला अनुभव हा रसिकालाही एका विशिष्ट अर्थाने कल्पनेच्या पातळीवरच आस्वादावा लागतो. म्हणजे असे की, 'वास्तवातील घडलेले प्रसंग वा अनुभव' म्हणून त्यांचे मोल साहित्याच्या कथा, कविता, कादंबरी, नाटक या प्रकारांत नसते. म्हणजे वास्तवाचे प्रत्यक्ष परिमाण हरवूनच या प्रकारांत ते अनुभव प्रवेश करू शकतात.

पण जीवनात असे काही अनुभव असतात की, त्यांना वास्तवाचे हे परिमाणही असणे लेखकाला जरूर वाटते आणि तरीही त्याचा आविष्कार वाङ्मयीन पातळीवरच व्हावा असे वाटत असते. त्यातूनच या साहित्यप्रकारांचे अनुभवांकडून जे मागणे असते आणि त्या मागण्यांच्या मोबदल्यात मूळ घडलेल्या अनुभवांत कल्पनेच्या पातळीवर जाऊन जे बदल करावे लागतात आणि हे जेव्हा लेखकाला नको असते, तेव्हा त्याच्या समोर एक शृंगापत्ती निर्माण होते. या शृंगापत्तीतून वाट काढण्यासाठी म्हणून मी 'ललितगद्या'कडे वळलो. ललितगद्य हा एक असा प्रकार आहे की, तो आपले 'साहित्यप्रकार' या नात्याने स्वतंत्र काही मागणे करीत नाही. तो formless form मानला जातो. तसा तो मानला गेल्यामुळे मूळ अनुभवाचा जो आकार तोच त्याचा आकार होऊन बसतो. वर निर्दिष्ट केलेल्या अर्थाने, अनुभवाला वास्तवाचे परिमाण ठेवण्याला त्यामुळे तो अतिशय अनुरूप आहे. आपण प्रत्यक्षात जीवन जगत असताना जे अनुभव आले त्या अनुभवांच्या आधारे जे चिंतन आपण केले किंवा त्यांचा जो अन्वयार्थ आपण लावला, त्या अनुभवात 'मी' च्या नात्याने 'मी' ने जे अवगाहन केले ते जसेच्या तसे त्यात आणता येणे शक्य आहे, असे मला वाटते. म्हणूनच 'ललितगद्य' लेखन मी करीत आहे. साहित्यनिर्मितीच्या पाठीमागे अशा प्रकारचीही

वास्तवाचे परिमाण ठेवून लेखन करण्याची प्रेरणा असू शकते, असे मला वाटते.

याचा अर्थ असा नव्हे की, मी आता येथून पुढे केवळ 'ललित गद्य'च लिहिणार आहे. ज्याकाही विशिष्ट अनुभवांतील 'वास्तवाचे परिमाण' हरवू नये असे मला वाटते, ज्याकाही अनुभवांच्याद्वारा माझ्यातील 'मी' त्वाचा शुद्ध आत्मनिष्ठेने (म्हणजे आत्मस्पर्श जसा आहे तसा ठेवून) मला शोध घ्यावा असे वाटेल ते अनुभवच मी 'ललित गद्या'त व्यक्त करीन. इतर अनुभवांसाठी इतर साहित्य-प्रकार मला आहेतच.

अधिक खोलात जाऊन शोधताना आणखी काही लेखनप्रेरणा दिसून येते आहे. मला असे एक जाणवते आहे की, साहित्यिकाचा एक कलावंत या नात्याने जीवनविकास असतो. तो कलावंत म्हणून एका रेषेवर जगत असतो. कलाविश्वातील अनेकविध अनुभव घेत तो शहाणा होत, विकसित होत, जटिल होत चाललेला असतो. गंभीरही होत चाललेला असतो. हे कलाविश्वातील अनेकविध अनुभव म्हणजे केवळ 'कलात्मक अनुभव' नव्हेत. ते तर त्याला येतातच पण कथा लिहिताना निर्माण होणारे प्रश्न, अभिव्यक्ती करताना येणाऱ्या अडचणी, भाषा-माध्यमाची वैशिष्ट्ये, त्याचे फायदे आणि अडचणी, कथा म्हणजे काय याविषयी त्याची वाढत जाणारी व सदैव विकसनशील असलेली समज, त्याची वाढत जाणारी किंवा सुटत जाणारी आत्मनिष्ठा, त्याला आलेला कलानिर्मितीचा कंटाळा किंवा उत्साह, एखादी तात्कालिक स्वरूपाची पण त्याला त्यावेळी महत्त्वाची वाटलेली जीवनदृष्टीची नस, निर्मिती-वस्तूंचा येत असलेला अनुभव, यांतून तो वाढत असतो. अर्थात काही कलावंत वाढतही नाहीत किंवा अजाणते कलावंत हळूहळू 'त्या' जीवनात ढासळतही जातात.

या वाढी-विकासामध्ये प्रवासत असतानाच वाटावळणांवर तो कला निर्माण करीत असतो. त्यामुळे अव्वलपासून अखेरपर्यंत कलाकृती निर्माण करण्याची त्याची एकच एक भूमिका किंवा प्रेरणा असेल असे वाटत नाही. ती बदलत जाते. माझी तशी बदलत गेलेली दिसते.

आज घडीला एकच खरे वाटते आहे की, मानवी आत्म्याची (Human soul) मूलभूत स्पंदने समूर्त करणे हाच कलावंताचा ध्यास असतो. या ध्यासातूनच कलेचा विचार प्रेरणा घेत असतो. कलेचे मूलभूत सौंदर्य यातूनच निर्माण होते. तिचा फॉर्म सुंदर व्हावा, सुघड व्हावा याची प्रेरणा त्या मूलभूत स्पंदनातच असते. कारण तेच मूलतः सुंदर आहे.

ते कोणत्या अर्थाने सुंदर आहे? — मनातून स्फुरणाऱ्या निर्वेध चैतन्याचा तो कोंभ आहे. प्रत्यक्ष जीवनात अनुभव घेताना, समाजातील अनेक चौकटींचे अनेक अडथळे येत असतात. तथाकथित नीती, कायदे, पापपुण्याच्या कल्पना, धर्म,

जाती, संकेत, परंपरा इत्यादी अनेक चाकोऱ्या असतात. मन:पूत जगू पाहणाऱ्या, गाभाभूत अनुभव घेऊ पाहणाऱ्या, एखाद्या अनुभवाचे मौलिक रूप शोधू पाहणाऱ्या लेखकाच्या संवेदनशील मनाला या चाकोऱ्या अडथळ्यासारख्या वाटू लागतात. माणसाच्या स्पंदनशील आत्म्याला वाटणाऱ्या जगण्याच्या प्रेरणेत त्या अनेक अडथळे निर्माण करीत असतात. मग मूलभूत जगणे अनेक बंधनांनी मर्यादित, शबलित, कित्येक वेळा विकृत, विपरीत, झाकोळलेले होऊन जाते. माणसे मग वरवरचे, खच्ची केलेले, औपचारिक जीवन जगू पाहतात. या बद्धतेतूनच त्यांच्या जगण्याला निरिच्छ आकार येतात. हे आकार व्यवहारोपयोगी असतात. या आकारांखाली मूळ आत्मा आक्रोशत असतो. त्या आक्रोशाला, स्पंदनाला कलेत इष्ट आकार मिळतो म्हणून कला बंदिस्त जीवनापेक्षा श्रेष्ठ; त्या जीवनाहून ती अधिक खरी. व्यवहाराच्या तुलनेने ती अधिक सुंदर. खरे तर ती जीवनमूलरूपधारिणी.

अशावेळी कलारूपाचे सौंदर्यशास्त्र बनवून त्यातून काढलेली सौंदर्यतत्त्वे, त्यातील शब्दच्छल, तथाकथित तर्कशास्त्रीय चर्चा आणि त्यातून निर्माण झालेली तथाकथित कलामूल्ये ही घटपटादी वाटतात; शारीर वाटतात. सूचकता, सिंबॉल एक्सपोझ होणे, एखादी कथा कथाच न वाटता, ललित लेख वाटणे किंवा उलट वाटणे-यांसारख्या गोष्टी मग लुटुपुटीच्या वाटतात. अशा अनुभवांचा आविष्कार सगळ्या साहित्यप्रकारांना पोटात घेऊन त्यांच्या बाहेरही पसरू शकतो याची जाणीव ठेवूनच हा साहित्यप्रकारांतर्गत लेखकाचा भातुकलीचा खेळ मांडावा लागतो.

या टप्प्यावर आलेला कलावंत मोठा, समाधानी, तृप्त असतो. धुंदीत राहू शकतो. बाकीची सगळी सोंगे आहेत असे वाटते. जगण्याच्या मूलभूत प्रेरणा शोधण्याच्या प्रयत्नातूनच सच्ची साहित्यनिर्मिती होत असते. यातूनच सच्चा जीवनाचा अन्वयार्थ लावण्याचे सुख लेखकाला मिळते. अशा निखळ मूलभूत प्रेरणेने केलेले लेखन अव्वल दर्जाचे होते असा माझा अनुभव आहे. माझ्या 'जन्म', 'जन्मस्थान', 'अनैतिक', 'आदिताल' यांसारख्या कथालेखनाच्या वेळी मला कुठेतरी या प्रेरणेचा स्पर्श निमिषार्ध होऊन गेला होता असे वाटते.

जीवनाचा हा शोध न संपणारा आहे. तोवर मीही न संपणारे लेखन करीतच राहणार. अधूनमधून होणाऱ्या त्या मूलभूत प्रेरणेच्या स्पर्शाची वाट पाहतच राहणार.

◆

प्रस्तुत ग्रंथातील लेखांचा कालनिर्देश आणि इतर माहिती

(१) 'मराठी ग्रामीण कथेचा स्वरूप विचार'
१९७०. 'मातीतलं मोती' या निवडक मराठी ग्रामीण कथासंग्रहाच्या संपादनानिमित्त लिहिलेली प्रस्तावना.

(२) 'रविकिरण मंडळकालीन ग्रामीण कविता'
मार्च १९७३. ग. ल. ठोकळ यांच्या 'मीठभाकर'साठी लिहिलेल्या प्रस्तावनेचा संक्षेप. १९७३ पासून या संग्रहाच्या पुनर्मुद्रणाचे काम रेंगाळले होते. या वर्षी हा संग्रह प्रसिद्ध होत आहे.

(३) 'द. मा. मिरासदार यांची कथा'
१९६८. व्हीनस प्रकाशन, पुणे यांनी चालविलेल्या 'मुद्रा'मधून प्रसिद्धी.

(४) 'अस्त की नव्या युगाकडे वाटचाल?'
फेब्रु. १९७४. 'सत्यकथा.'

(५) 'मराठी ग्रामीण साहित्याच्या प्रेरणा'
१९७१. 'अस्मिता महाराष्ट्राची' या ग्रंथासाठी लिहिलेला लेख. (सप्टेंबर १९७१ 'सत्यकथा'मध्ये प्रसिद्धी.)

(६) 'प्रादेशिक कादंबरी म्हणजे काय?'
१९७७. 'मराठी वाङ्मय कोशा'साठी केलेल्या टिपणात थोडी अधिक भर घालून लिहिलेला लेख.

(७) 'ग्रामीण साहित्याची भाषा'
१९७३. 'साहित्य परिषद, पुणे' येथील 'चर्चा मंडळात' वाचलेला व 'खळाळ' (१९६७) या माझ्या कथासंग्रहातील पहिल्या आवृत्तीच्या टिपणावर आधारलेला लेख.

(८) ‘ग्रामीण साहित्याच्या भाषेच्या मर्यादा आणि विकासाच्या दिशा.’
जाने. १९७९.

(९) ‘शंकर पाटील, त्यांची पिढी आणि साहित्यनिर्मिती.’
फेब्रु. १९७९.

(१०) नव्या पिढीच्या ग्रामीण साहित्यिकांचे व्यक्तिमत्त्व.
‘विचार भारती’ नोव्हें. १९७७.

(११) ‘ग्रामीण तरुण साहित्यिकांच्या काही अडचणी’
जाने. १९७८. ‘सोबत’. ग्रामीण साहित्यिकांच्या पहिल्या मेळाव्यात, पुणे येथे व्यक्त केलेले विचार.

(१२) ‘ग्रामीण रसिकाच्या अडचणी.’
डिसें. १९७५. कराड येथे झालेल्या अ. भा. मराठी साहित्य संमेलनाच्या ‘स्मरणिके’साठी लिहिलेला लेख. नंतर ‘अभिरुची : ग्रामीण व नागर’ या गो. म. कुलकर्णी संपादित ग्रंथात समाविष्ट.

(१३) ‘ग्रामीण साहित्य, साहित्यिक आणि सद्य:स्थिती’
फेब्रु. १९७९. नारायणगाव (पुणे) जवळील ‘बोटा’ या गावी झालेल्या ग्रामीण साहित्य संमेलनात प्रमुख पाहुणे या नात्याने व्यक्त केलेले विचार.

(१४) ‘माझ्या ग्रामीण कवितेविषयीची माझी भूमिका’
डिसें. १९६६. ‘प्रतिष्ठान’, ‘मराठी कविता आणि आजचे कवी’ या परिसंवादातील लेख.

(१५) ‘गोतावळा आणि मी’
जून १९७३. ‘गोतावळा’ कादंबरीस महाराष्ट्र सरकारचे हरिभाऊ आपटे पारितोषिक मिळाले. त्यानिमित्त ‘ललित’साठी श्रीमती शान्ता ज. शेळके यांनी घेतलेली मुलाखत.

(१६) ‘माझ्या साहित्यनिर्मितीच्या प्रेरणा’
जाने. १९७९. ‘हंस’, ‘मी का लिहितो?’ या आकाशवाणी पुणे केंद्रावर झालेल्या भाषणाचा (१९७८) विस्तार.

◆